ലോകനവോത്ഥാനം

lokanavodhanam

•

shiju elias

•

first edition
december 2007

•

second edition
september 2009

•

third edition
may 2012

•

typesetting & publishing
chintha publishers, thiruvananthapuram

•

•

cover
vinod

•

വിതരണം

ദേശാഭിമാനി ബുക്ക് ഹൗസ്

H O തിരുവനന്തപുരം–695 035
www.chinthapublishers.com
chinthapublishers@gmail.com

ബ്രാഞ്ചുകൾ

ഹെഡ്ഡാഫീസ് കുന്നുകുഴി • ഓവർബ്രിഡ്ജ് തിരുവനന്തപുരം • കെ എസ് ആർ ടി സി ബസ് സ്റ്റേഷൻ ആലപ്പുഴ • കെ എസ് ആർ ടി സി ബസ് സ്റ്റേഷൻ എറണാകുളം • മച്ചിങ്ങൽ ലെയ്ൻ തൃശൂർ • ഐ ജി റോഡ് കോഴിക്കോട് • കെ എസ് ആർ ടി സി ബസ് സ്റ്റേഷൻ കോഴിക്കോട് • എൻ ജി ഒ യൂണിയൻ ബിൽഡിങ് കണ്ണൂർ • സെൻട്രൽ ബസ് ടെർമിനൽ കോംപ്ലക്സ് താവക്കര കണ്ണൂർ

CR - VV.27 / 1143 / 2916

ലോകനവോത്ഥാനം

ഷിജു ഏലിയാസ്

ചിന്ത പബ്ലിഷേഴ്സ്
തിരുവനന്തപുരം-695 035

ഷിജു ഏലിയാസ്

മാതാവ്: ശോശാമ്മ

പിതാവ്: ഏലിയാസ്

ഭാര്യ: പ്രിയങ്ക

ചിന്ത പബ്ലിഷേഴ്സിൽ എഡിറ്റോറിയൽ അസിസ്റ്റന്റായി പ്രവർത്തിക്കുന്നു.

ഫോൺ: 9497153535

ഉള്ളടക്കം

1

പുതിയ ആകാശവും പുതിയ ഭൂമിയും

'റെ'നസെൻസ്' (renascence) എന്ന ലാറ്റിൻപദത്തിന് പുനർജന്മം എന്നാണർഥം.

ഇംഗ്ലീഷിൽ 'റെനയിസാൻസ്' (renaissance) എന്ന വാക്കാണ് ഈ അർഥത്തിൽ ഉപയോഗിക്കുന്നത്. 14-17 നൂറ്റാണ്ടുകളിൽ യൂറോപ്പിലു ണ്ടായ ധൈഷണികവും സാംസ്കാരികവുമായ ഉണർവിനെ സൂചിപ്പി ക്കാൻ ഉപയോഗിച്ചു തുടങ്ങിയതോടെ ഈ പദത്തിന് പ്രത്യേകമായൊരർ ഥം കൈവന്നു. 'റെനയിസാൻസ്' എന്ന ഇംഗ്ലീഷ് പദം അതിന്റെ വാഗർ ഥത്തിനപ്പുറത്ത് സവിശേഷമായ ഒരു മനോഭാവത്തെ സൂചിപ്പിക്കുന്ന താണ്. 'പഴമയെ പുനരുജ്ജീവിപ്പിക്കുക' എന്ന അർഥത്തിൽ ഈ പദം ഇന്ന് പ്രയോഗിക്കപ്പെടുന്നില്ല. 'റിവൈവലിസം' (revivalism) എന്ന വാക്കാ ണ് അതിന് ഉപയോഗിക്കുന്നത്.

റെനയിസാൻസ്, റിവൈവലിസം എന്നിവയുടെ സ്ഥാനത്ത് 'നവോ ത്ഥാനം', 'പുനരുത്ഥാനം' എന്നീ വാക്കുകളാണ് മലയാളത്തിൽ പ്രചാ രത്തിലുള്ളത്. രാഷ്ട്രീയത്തെയോ ചരിത്രത്തെയോ സംസ്കാരത്തെയോ കുറിച്ചുള്ള ചർച്ചകളിൽ ഈ വാക്കുകൾ അശ്രദ്ധമായോ പരസ്പരം മാറ്റിയോ ഉപയോഗിക്കുന്നത് ഗുരുതരമായ പിശകായിരിക്കും. പഴയകാല (classical) മൂല്യങ്ങളോടും ക്ലാസിക്കൽ വിജ്ഞാനത്തോടുമുള്ള 'പു ത്തൻ' അഭിനിവേശമെന്ന വിവക്ഷയിലാണ് നവോത്ഥാനം തുടക്കത്തിൽ മനസിലാക്കപ്പെട്ടത്. 13-ാം നൂറ്റാണ്ടിന്റെ അവസാനപാദത്തിൽ ഇറ്റലി യിൽ ആരംഭിച്ച ഈ പ്രസ്ഥാനം 14,15,16 നൂറ്റാണ്ടുകളിൽ യൂറോപ്പു മുഴു വൻ വ്യാപിച്ചു. പതിനേഴാം നൂറ്റാണ്ടിന്റെ തുടക്കമായപ്പോഴേക്കും പിന്മട ക്കമില്ലാത്ത ഒരു മഹാവിപ്ലവമായി അതു മാറിക്കഴിഞ്ഞിരുന്നു.

റി (Re) - വീണ്ടുമുള്ള, നാസി (Nasci) - ജന്മം

എട്ടാം നൂറ്റാണ്ടിൽ ഇംഗ്ലണ്ടിലും ഒമ്പതാം നൂറ്റാണ്ടിൽ ഫ്രാങ്കിഷ് രാജ്യങ്ങളിലും പന്ത്രണ്ടാം നൂറ്റാണ്ടിൽ യുറോപ്പിലാകെയും ഉണ്ടായ സാംസ്കാരികചലനങ്ങൾ നവോത്ഥാനപ്രക്രിയയുടെ മുന്നോടിയായിരുന്നു. പഴമയെ തിരിച്ചു വിളിക്കുകയല്ല, പുതിയ കാലത്തിലേക്ക് ചുവടു വയ്ക്കാൻ ക്ലാസ്സിക്കൽ പൈതൃകത്തിൽനിന്ന് ഊർജം കണ്ടെത്തുക യാണ് നവോത്ഥാനനായകൻമാർ ചെയ്തത്. നവോത്ഥാനമൂല്യങ്ങൾ നേടിയെടുത്ത അപ്രമാദിത്വം അന്ധമായ വിശ്വാസങ്ങൾക്ക് അന്ത്യംകുറി ക്കുകയും എന്തിനേയും ചോദ്യം ചെയ്യാൻ ജനങ്ങളെ പ്രാപ്തരാക്കുകയും ചെയ്തു. നവോത്ഥാനത്തിന്റെ സംഭാവനയായ ഈ മനോഭാവമാണ് ആധുനികശാസ്ത്രത്തിന്റെ അത്ഭുതാവഹമായ വളർച്ചയ്ക്ക് അടിത്തറ പാകിയത്.

ലിയനാർഡോ ഡാവിഞ്ചിയും (Leonardo da Vinci) സാൻഡ്രോ ബോത്തിസെല്ലിയും (Sandro Botticelli) റാഫേലും ടിഷ്യനും മൈക്ക ലാഞ്ചലോയും അടക്കം ലോകകലയുടെ ചരിത്രത്തിലെ എക്കാല ത്തേയും അതികായന്മാരുടെ പട്ടികയിലെ പേരുകളിൽ പകുതിയിലേ റെയും നവോത്ഥാനകാലത്തിന്റെ സംഭാവനയാണ്.

അക്കാരണംകൊണ്ടുതന്നെ നവോത്ഥാനത്തെക്കുറിച്ചുള്ള ചർച്ച കൾക്ക് കലാസംബന്ധമായ ചില സങ്കൽപ്പനങ്ങൾ അച്ചുതണ്ടായി വർ ത്തിക്കുന്നത് തികച്ചും സ്വാഭാവികമാണ്. കലാസൃഷ്ടികൾ കാലത്തിന്റെ കണ്ണാടിയായി വർത്തിക്കുന്നതിന്റെ ഉത്തമദൃഷ്ടാന്തങ്ങളാണ് അന്നത്തെ ചിത്രങ്ങളും ശിൽപ്പവേലകളും സാഹിത്യ രചനകളും. ക്ലാസിക്കൽ സംസ്കാരത്തിന്റെ പുനരുജ്ജീവനം വിളിച്ചോതുന്ന ഒരു നിർമ്മാണകലാ ശൈലി 15-ാം നൂറ്റാണ്ടോടെ ഫ്ലോറൻസിൽ പിറവികൊള്ളുകയും തുടർന്നുള്ള നൂറ്റാണ്ടുകളിൽ യുറോപ്പു മുഴുവൻ പ്രചാരം നേടുകയും ചെയ്തു. മധ്യകാലഘട്ടത്തിന്റെ സവിശേഷതയായിരുന്ന ഗോഥിക് ശിൽപ്പകലാശൈലിക്കു മങ്ങലേൽക്കുകയും പഴയകാല റോമൻ ശൈലി പ്രാമുഖ്യം കൈവരിക്കുകയും ചെയ്തു. സ്തൂപങ്ങളും അവിച്ഛിന്നങ്ങ ളായ കമാനങ്ങളും വില്ലുപോലെ വളഞ്ഞ മച്ചുകളും ഭീമാകാരങ്ങളായ കുംഭഗോപുരങ്ങളും റോമൻ നിർമാണശൈലിയുടെ സവിശേഷത കളാണ്. പഴയകാലത്തെ ഭീമാകാരങ്ങളായ എടുപ്പുകളുടെ നഷ്ടാവ ശിഷ്ടങ്ങളിൽനിന്നും വിട്രുവിയസ്സിന്റെ രചനകളിൽനിന്നുമാണ് പൗരാ ണികറോമൻ ശൈലിയെക്കുറിച്ച് അന്നത്തെ ജനത മനസിലാക്കിയത്. വിവിധ ഭാഗങ്ങളുടെ സുഭഗമായ അനുപാതവ്യവസ്ഥയാണ് ഏതൊരു നിർമിതിയുടെയും മനോഹാരിതയുടെ മാനദണ്ഡമായി കണക്കാ ക്കപ്പെട്ടത്. ഗോഥിക് ശൈലി കൂടുതൽ സങ്കീർണമാണെങ്കിൽ, റോമൻ ശൈലി ലളിതവും ബലിഷ്ഠവും പ്രായോഗികമായ ആവശ്യങ്ങൾ കൂടുതൽ നന്നായി കണക്കിലെടുക്കുന്നതുമാണ്. ആൽബർട്ടിയുടെ (Leon Battista Alberti) *നിർമാണകലയെക്കുറിച്ചുള്ള പത്തുരചനകൾ (Ten Books on Architecture)* നവോത്ഥാനനിർമാണകലയുടെ

ബൈബിൾ ആയി പരിഗണിക്കപ്പെട്ടു. പിൽക്കാല നവോത്ഥാനനിർമാ ണകലയുടെ രീതികളും സങ്കേതങ്ങളും കൂടുതൽ സങ്കീർണ്ണവും സൂ ക്ഷ്മഘടകങ്ങളിൽ ശ്രദ്ധയൂന്നുന്നതും സദാ പുതുമയന്വേഷിക്കുന്നതും ആയിരുന്നു.

പ്രകൃതിയുടെ (ജീവിതത്തിന്റെയും) രഹസ്യങ്ങളിലേക്കും ഉത്തരം കിട്ടാത്ത സമസ്യകളിലേക്കും ചുഴിഞ്ഞിറങ്ങാൻ കഴിയുന്നവനാണ് യഥാർഥ കലാകാരനെന്നു വിശ്വസിച്ച ലിയനാർഡോ ഡാവിഞ്ചി (1452 – 1519) ലോ കചരിത്രത്തിലെ മഹാപ്രതി ഭകളിൽ ഒരാളാണ്. ശിൽപ്പ കലയ്ക്കു പുറമേ യാന്ത്രിക വിദ്യ(mechanics)യും ശരീര ഘടനാശാസ്ത്രവും അദ്ദേ ഹത്തിന്റെ ഇഷ്ടവിഷയങ്ങ ളായി. അദ്ദേഹം "തലതിരി ച്ചേ''ഴുതിയ കുറിപ്പുകൾ ഇന്നും ലോകത്തിനു കൗതു കം പകരുന്നു. ഒരു കണ്ണാടി യുടെ സഹായത്തോടെയേ അവ വായിച്ചെടുക്കാൻ കഴി യൂ. ഡാവിഞ്ചിയുടെ 17 ഓളം രചനകൾ മാത്രമേ നമു

ആൽബർട്ടി

ക്കിന്നു ലഭ്യമായിട്ടുള്ളു. അവ കലാലോകത്തിലെ 'മാസ്റ്റർപീസു'കളായി കണക്കാക്കപ്പെടുന്നു. അദ്ദേഹം രചിച്ച *അവസാനത്തെ അത്താഴ (The Last Supper)*വും *മൊണാലിസ ((Monalisa)*യും നാളിതുവരെ ഏറ്റ വും കൂടുതൽ ചർച്ചകൾക്കും വിവാദങ്ങൾക്കും വിഷയമായ കലാസൃ ഷ്ടികളാണ്.. 'ലിസയുടെ വിവാദാസ്പദമായ പുഞ്ചിരി' ഇന്നും കലാനി രൂപകരിൽ കൗതുകമുണർത്തുന്നു. *അവസാനത്തെ അത്താഴ*ത്തിലെ രഹസ്യസൂചനകളാവട്ടെ, ഇന്നും വിവാദങ്ങൾക്ക് തിരികൊളുത്തുന്നു. അടങ്ങാത്ത അന്വേഷണതൃഷ്ണയുടെ ആൾരൂപമായി ജീവിച്ച ഈ മഹാപ്രതിഭ പിൽക്കാലതലമുറകൾക്കു പകർന്നു നൽകിയ ആവേശവും ആത്മവിശ്വാസവും വാക്കുകളിൽ ഒതുക്കാവുന്നതല്ല.

ശിൽപിയും ചിത്രകാരനും കവിയും ആയിരുന്ന മൈക്കലാഞ്ചലോ (Michelangelo 1475 –1564)യെ എക്കാലത്തെയും ഏറ്റവും മഹാനും ശോ കാകുലനുമായ കലാകാരനെന്ന് നിരൂപകലോകം പ്രശംസിച്ചിട്ടുണ്ട്. സെന്റ് പീറ്റേഴ്സ് ബസലിക്കയിൽ സ്ഥാപിച്ചിട്ടുള്ള *പിയേത്ത*യാണ് അദ്ദേ ഹത്തിന്റെ ആദ്യകാല സൃഷ്ടികളിൽ ഏറ്റവും പ്രഖ്യാതമായത്. ഫ്ളോ റൻസിലെ കത്തീഡ്രലിനുവേണ്ടി അദ്ദേഹം നിർമിച്ച *ദാവീദ് (David)*

മാനുഷികത വഴിയുന്ന നവോത്ഥാന കലയുടെ ഉത്തമദൃഷ്ടാന്തമായി കണക്കാക്കപ്പെടുന്നു. സിസ്റ്റെയ്ൻ ചാപ്പലിന്റെ മച്ചിൽ തൂങ്ങിക്കിടന്നുകൊണ്ട് അദ്ദേഹം വരച്ച 'അന്ത്യ ന്യായവിധി' സമാനതകളില്ലാത്ത രചനയാണ്. സെന്റ് പീറ്റേഴ്സ് ബസിലിക്കയുടെ നിർമാണച്ചുമതല ഏറ്റെടുത്തെങ്കിലും അതു പൂർത്തിയാക്കാൻ അദ്ദേഹത്തിനായില്ല.

'മാനവികതാവാദികൾ' എന്ന പേരിലാണ് മഹാരഥൻമാരായ നവോത്ഥാനസാഹിത്യകാരന്മാർ ചരിത്രത്തിൽ ഇടം കണ്ടെത്തിയത്. ഇറാസ്മസ് (Desiderius Erasmus), ബൊക്കാഷ്യോ (Giovanni Boccaccio), റാബലേ (Francois Rebelais), വില്യം ഷേക്സ്പിയർ (William Shakespeare) എന്നിവരുടെ രചനകൾ യാഥാസ്ഥിതിക മതബോധത്തിന്റെ ചങ്ങലക്കെട്ടുകൾ തകർത്ത് മനുഷ്യചിന്തയെ സ്വതന്ത്രമാക്കുന്നതിൽ നൽകിയ സംഭാവന വളരെ

ദാവീദ്
(മൈക്കലാഞ്ചലോ)

വലുതാണ്. മനുഷ്യസ്വഭാവത്തിന്റെ സങ്കീർണതലങ്ങളിലേക്ക് വെളിച്ചം വീശുന്ന മഹാഗ്രന്ഥങ്ങൾ വായനക്കാരുടെ ഭാവനയെ തട്ടിയുണർത്തുകയും മാറ്റങ്ങളെ സർവാത്മനാ പിന്തുണയ്ക്കാൻ സന്നദ്ധമായ ഒരു പുത്തൻ ജീവിതാവബോധം രൂപപ്പെടുത്തുന്നതിൽ നിർണായകമായ പങ്ക് വഹിക്കുകയും ചെയ്തു.

ബൊക്കാഷ്യോയുടെ മാസ്റ്റർപീസായ *ദെക്കാമറൺ (Decameron)* നവോത്ഥാനത്തിന്റെ ചൈതന്യം തുടിച്ചുനിൽക്കുന്ന രചനയാണ്. ആത്മീയപരിവേഷമുള്ള മധ്യകാലരചനകളുടെ സ്ഥാനത്ത് പച്ചമനുഷ്യന്റെ വികാരവിചാരങ്ങൾ ചിത്രീകരിക്കുന്ന കൃതികൾക്ക് *ദെക്കാമറൺ*മാതൃകയായി. ഇറ്റാലിയൻ ഭാഷയിൽ അദ്ദേഹം നടത്തിയ രചനകൾ യൂറോപ്പിലാകമാനം പ്രാദേശികഭാഷകൾക്കുണ്ടായ ഉണർവിന്റെ ഭാഗമായിരുന്നു. തുടർന്നുവന്ന കൃതികൾക്ക് അവ പ്രചോദനവുമായി. ആവിഗ്നോണിൽ വച്ചു കണ്ടുമുട്ടിയ ലോറ പെട്രാർക്കിന്റെ (Francesco Petrarch) കാവ്യഭാവനയെ തട്ടിയുണർത്തിയപ്പോൾ ഇറ്റലിക്ക് പ്രണയകവിതകളുടെ വസന്തകാലമായി. ക്രിസ്തുമതമൂല്യങ്ങൾക്ക് ക്ലാസിക്കൽ സംസ്കാരവുമായുള്ള ബന്ധം ചുണ്ടിക്കാണിച്ച അദ്ദേഹമാണ് മാനവികതാവാദത്തിന്റെ പിതാവായി ഗണിക്കപ്പെടുന്നത്. 'വർത്തമാന'ജീവിതത്തിന്റെ

അർഥവും ആഴവും രൂപപ്പെടുത്തുന്നതിൽ ക്ലാസിക്കൽ സംസ്കാര
ത്തിനുള്ള പങ്ക് ആവർത്തിച്ചു പറഞ്ഞ അദ്ദേഹം ക്ലാസിക്കൽ
കൃതികൾക്കു നൽകിയ പ്രാധാന്യം നവോത്ഥാനയുഗത്തിന്റെ മുഖമുദ്ര
യായി മാറി.

ഡാവിഞ്ചി, മൈക്കലാഞ്ചലോ, പെട്രാർക്ക്, ബൊക്കാഷ്യോ എന്നി
വർക്കു പുറമേ നൂറുകണക്കിന് കവികളും കലാകാരന്മാരും ചിന്തകരും
യുറോപ്പിലെ സാമൂഹ്യനവോത്ഥാനപ്രക്രിയയിൽ നേതൃത്വപരമായ പങ്കു
വഹിച്ചു. എന്നാൽ കലാസാഹിത്യമണ്ഡലങ്ങളിലെ പരിവർത്തനങ്ങളും
പരീക്ഷണങ്ങളും സാമ്പത്തിക-രാഷ്ട്രീയരംഗങ്ങളിലുണ്ടായ വമ്പിച്ച
വിക്ഷോഭങ്ങളുടെ ആവിഷ്കാരങ്ങൾ മാത്രമായിരുന്നു. വിപ്ലവാത്മകങ്ങ
ളായ സാമ്പത്തിക-രാഷ്ട്രീയശക്തികളുടെ പിന്തുണയും പ്രേരണയു
മില്ലാതെ നവോത്ഥാനത്തിന്റെ സൗന്ദര്യശാസ്ത്രത്തിന് വളരാനോ സ്വയം
വെളിപ്പെടാനോ കഴിയുമായിരുന്നില്ല.

2

വസന്തം വന്ന വഴി

നവോത്ഥാനമെന്ന പേരിൽ ഇന്നു വിവക്ഷിക്കപ്പെടുന്ന സാമൂ ഹ്യ-സാംസ്കാരികചലനങ്ങൾക്ക് തുടക്കം കുറിക്കപ്പെട്ടത് 13-ാം നൂറ്റാ ണ്ടിലായിരുന്നു എന്നു സാമാന്യമായി പറയാം. മധ്യകാലയൂറോപ്പിന്റെ സവിശേഷതകൾ ചരിത്രത്തിലേക്ക് പിൻവലിയാൻ തയാറെടുക്കുകയും പുതിയ യുഗത്തിന്റെ പിറവിക്കരച്ചിലിൽ മനുഷ്യൻ ഭാവിലോകത്തിന്റെ സ്വാഗതഗാനം ശ്രവിക്കുകയും ചെയ്ത യൂറോപ്പിന്റെ ചിത്രമാണ് 13-14 നൂറ്റാണ്ടുകൾ വരച്ചുകാട്ടുന്നത്. വിശുദ്ധറോമാ സാമ്രാജ്യത്തിന്റെ (Heiliges Romisches Reich or Holy Roman Empire) പ്രതിസന്ധിയാണ് നവോത്ഥാനത്തിന്റെ പിറവി ആസന്നമാക്കിയ ചരിത്രസാഹചര്യങ്ങൾക്കു മകുടം ചാർത്തുന്നത്. 800-ാം മാണ്ടിൽ പോപ്പ് ലിയോ മൂന്നാമൻ (Leo III) ചാർലിമെയ്നിനെ (Charlemagne) അഭിഷേകം ചെയ്തു ഭരണമേൽപ്പി ച്ചതെന്നു കരുതപ്പെടുന്ന സാമ്രാജ്യമാണ് വിശുദ്ധറോമൻ സാമ്രാജ്യം. ഫ്രഡറിക് I ന്റെ ഭരണകാലത്താണ് ഈ വിശേഷണനാമം ആദ്യമായി ഉപയോഗിക്കപ്പെട്ടത്. പോപ്പിന്റെ ആത്മീയസാമ്രാജ്യത്തിനു സമാന്തര മായി ദൈവേച്ഛയാ സ്ഥാപിതമായ രാഷ്ട്രീയസാമ്രാജ്യമാണ് തന്റേതെന്ന് ചാർലിമെയ്ൻ വിശ്വസിച്ചു. ആസ്ത്രിയ, ജർമനി, മെറേവിയ, ബൊഹീ മിയ എന്നീ പ്രദേശങ്ങൾ വിശുദ്ധറോമൻ സാമ്രാജ്യാധികാരത്തിന്റെ ഉരുക്കുകോട്ടകളായി നിലകൊണ്ടു. ഫ്രാൻസ്, പോളണ്ട്, ഹംഗറി, ഡെൻ മാർക്ക് തുടങ്ങിയ രാജ്യങ്ങൾ തുടക്കത്തിൽ സാമ്രാജ്യത്തിന്റെ ഭാഗമായി രുന്നുവെങ്കിലും ക്രമേണ അവയ്ക്കുമേലുള്ള നിയന്ത്രണം അയഞ്ഞു വന്നു. വടക്കൻ ഇറ്റലിയും നെതർലാന്റ്സും സ്വിറ്റ്സർലന്റും ഇതിനോട് കൂട്ടി ച്ചേർക്കപ്പെടുകയും പിന്നീട് വിട്ടുമാറുകയുമുണ്ടായി. ബ്രിട്ടൻ, സ്പെയിൻ തുടങ്ങിയ രാജ്യങ്ങൾക്കുമേൽ സാമ്രാജ്യത്തിനുള്ള നിയന്ത്രണം നാമ മാത്രമായിരുന്നു.

11-ാം നൂറ്റാണ്ടോടെ പോപ്പിന്റെ ആധിപത്യത്തോടുള്ള രാജാക്ക ന്മാരുടെ പ്രതിഷേധം ശക്തിപ്രാപിക്കാൻ തുടങ്ങി. 12-ാം നൂറ്റാണ്ടിന്റെ ഉത്തരാർധത്തിലും 13-ാം നൂറ്റാണ്ടിന്റെ തുടക്കത്തിലും ഹോഹെൻ സ്റ്റവൂഫൻ രാജവംശം (Hohenstaufen Dynasty 1138-1254) ഇറ്റലിക്കു മേലുള്ള പോപ്പിന്റെ ആധിപത്യത്തിനു ശക്തമായ വെല്ലുവിളി ഉയർത്തി. നവോത്ഥാനം അഴിച്ചുവിട്ട മാറ്റങ്ങളുടെ കൊടുങ്കാറ്റിൽ കത്തോലിക്കാ സഭയുടെ ഐക്യം ശിഥിലമാവുകയും പോപ്പിനെതിരെ പ്രൊട്ടസ്റ്റന്റുകളെ സഹായിക്കാൻ രാജാക്കന്മാർ മുന്നോട്ടുവരികയും ചെയ്തു. രാജാക്ക ന്മാരെ അഭിഷേകം ചെയ്തു ഭരണത്തിലേറ്റാൻ പോപ്പിനുണ്ടെന്നു കരുത പ്പെട്ടിരുന്ന ദൈവദത്തമായ അധികാരത്തിന്റെ യുഗം അവസാനിക്കു കയും ദേശീയമായി ഉണർന്ന യൂറോപ്യൻ സമൂഹങ്ങൾ ദേശരാഷ്ട്രങ്ങ ളെയും പോപ്പിന്റെ നിയന്ത്രണത്തിൽനിന്നു സ്വതന്ത്രരായ രാജാക്കന്മാ രെയും പിന്തുണയ്ക്കാൻ തയാറാവുകയും ചെയ്തു. ത്രിദശകയുദ്ധ (Thirty Years War)ത്തിനൊടുവിൽ നിലവിൽ വന്ന വെസ്റ്റ്ഫാലിയ സമാധാന ഉടമ്പടി (Westphalia) സ്വതന്ത്രരാഷ്ട്രങ്ങളുടെ ദേശീയപരമാ ധികാരം അംഗീകരിച്ചതോടെ വിശുദ്ധറോമൻ സാമ്രാജ്യത്തിന് നിലനിൽ ക്കാനുള്ള അർഹത സാങ്കേതികമായിപ്പോലും ചോദ്യം ചെയ്യപ്പെട്ടു. എങ്കിലും നെപ്പോളിയൻ ബോണപ്പാർട്ടിന്റെ (Napoleon Bonaparte) പടയോട്ടങ്ങൾ വിശുദ്ധറോമൻ സാമ്രാജ്യാധികാരത്തിന്റെ ശവപ്പെട്ടിയിൽ അവസാനത്തെ ആണിയും അടിക്കുന്നതുവരെ നാമമാത്രമായെങ്കിലും അതു നിലനിന്നു.

പേപസി(papacy) യുടെ യുഗത്തിൽ റോമൻ കത്തോലിക്കാ സഭ യുടെ ഭരണസംവിധാനം ഫലത്തിൽ, യൂറോപ്പിന്റെയാകെ ഭരണകുട മായിരുന്നു. മതാത്മകമായ ഒരു കോസ്മോപൊളിറ്റൻ ഭരണകൂടത്തിനെ തിരായ സാംസ്കാരികവിക്ഷോഭമായി നവോത്ഥാനത്തെ കണക്കാക്കാൻ കഴിയുന്നത് ഈ വിവക്ഷയിലാണ്. ആദ്യകാലത്ത് ക്രിസ്ത്യൻസഭയുടെ നിയന്ത്രണാധികാരം പോപ്പുമാർക്കായിരുന്നു. റോമിലെ ബിഷപ്പിന്റെ സ്ഥാനം മറ്റു മതാധ്യക്ഷൻമാരുടേതിനെ അപേക്ഷിച്ച് ഉന്നതമായി കരുത പ്പെട്ടിരുന്നു. റോമൻസഭയുടെ ആദ്യത്തെ ബിഷപ്പായി കണക്കാക്ക പ്പെടുന്നത് സാക്ഷാൽ പത്രോസ് പുണ്യവാളനാണ് (St.Peter). പുതിയ നിയമമനുസരിച്ച് അദ്ദേഹമാണ് സഭയുടെ തലവൻ. ("നീയാകുന്ന പാറമേൽ ഞാൻ എന്റെ സഭയെ പണിയും" എന്ന് യേശുക്രിസ്തു പത്രോസ് പുണ്യവാളനോടു പറഞ്ഞതായി ബൈബിളിൽ രേഖപ്പെടു ത്തിയിരിക്കുന്നു)... ഈ സങ്കൽപ്പം റോമിലെ ബിഷപ്പിന്റെ അധികാരങ്ങൾ അടിക്കടി വർധിക്കുന്നതിലേക്കു നയിച്ചു. പൗരസ്ത്യസഭകൾക്കും റോമൻ കത്തോലിക്കാസഭയ്ക്കുമിടയിൽ ഉയർന്നുവന്ന സംഘർഷങ്ങൾ ചാർലിമെയ്നിന്റെ ഭരണകാലത്ത് പുതിയൊരു മാനം കൈവരിക്കുകയും റോമൻ കത്തോലിക്കാ സഭയ്ക്ക് അനുകൂലമായി ലോകത്തിന്റെ ശാക്തികസന്തുലനത്തിൽ മാറ്റങ്ങളുണ്ടാവുകയും ചെയ്തു. പത്താം

നൂറ്റാണ്ടോടെ ലോകത്തിലെ ഏറ്റവും പ്രധാനപ്പെട്ട അധികാരസ്ഥാപന ങ്ങളിലൊന്നായി 'പേപസി' എന്ന 'മതഭരണകൂടം' വളർന്നു. അതിന്റെ ഭാഗമായി വളർത്തിയെടുക്കപ്പെട്ട പേപ്പൽ കോടതി (Papal court) മധ്യകാല യൂറോപ്പിന്റെ ചിന്തകളേയും സങ്കൽപ്പങ്ങളേയും വിലങ്ങിട്ടു നിർത്താൻ ക്രിസ്തുമതത്തിന്റെ തണലിൽ ശക്തിപ്പെട്ടുവന്ന ജഡികവും യാഥാസ്ഥിതികവുമായ ലോകവീക്ഷണത്തെ ഉപയോഗപ്പെടുത്തി. 'ക്രിസ്തുവിന്റെ പ്രതിനിധി'യായ പോപ്പിന്റെ അപ്രമാദിത്വത്തിലുള്ള വിശ്വാസമാണ് പേപസിയുടെ ശക്തിക്കു നിദാനമായി വർത്തിച്ചത്. 'പേപൽ ഇൻഫാലിബിലിറ്റി' (Papal infallibility) എന്നു വിളിക്കപ്പെട്ട ഈ സങ്കൽപ്പത്തിനുമേൽ ആദ്യമായി സംശയത്തിന്റെ നിഴൽ വീണത് നവോത്ഥാനമനുഷ്യൻ അതിരുകളില്ലാത്ത ഭാവനയുടേയും നിഷ്കപ ടമായ യുക്തിയുടേയും വെള്ളിവെളിച്ചത്തെ വരവേൽക്കാൻ ശിരസ്സുയർ ത്തിയതോടെയാണ്. ദൈവികമായ അധികാരത്തിന്റെ സിംഹാസനത്തിൽ ഉപവിഷ്ടനായ പോപ്പിന്റെ തിരുവായ്മൊഴികൾ പരിശുദ്ധാത്മാവിന്റെ (Holy Spirit) അരുളപ്പാടുകളാണെന്ന വിശ്വാസം കടുത്ത വിശ്വാസികളി ലേക്കു ചുരുങ്ങുന്ന സുദീർഘമായ പ്രക്രിയയുടെ ആരംഭമായിരുന്നു നവോത്ഥാനം.

ഫ്യൂഡൽ സാമൂഹികവ്യവസ്ഥിതിയുടെ പ്രതിസന്ധിയാണ് നവോ ത്ഥാനത്തിന്റെ ഉദയത്തിലേക്കു നയിച്ച മറ്റൊരു ഘടകം. മധ്യകാല യൂറോപ്പിന്റെ സവിശേഷതകളിൽ ഏറ്റവും പ്രധാനമെന്നു പറയാവുന്ന ഈ സാമൂഹ്യസാമ്പത്തിക–രാഷ്ട്രീയ–നിയമവ്യവസ്ഥയ്ക്ക് ഫ്യൂഡ ലിസം എന്ന പേര് ചാർത്തി നൽകപ്പെട്ടതുപോലും അതിന്റെ നിലനിൽപ്പ് വെല്ലുവിളിക്കപ്പെട്ടതിനുശേഷമായിരുന്നു എന്ന വസ്തുത ഫ്യൂഡലിസം ആ കാലഘട്ടത്തിന്റെ ചിന്താഗതിയെ എപ്രകാരം വരിഞ്ഞുമുറുക്കി യിരുന്നു എന്നതിന്റെ തെളിവാണ്. മധ്യയുഗത്തിന്റെ സാമൂഹ്യ–സാമ്പ ത്തിക വ്യവസ്ഥിതിയെ സാമാന്യേന സൂചിപ്പിക്കാനാണ് ഫ്യൂഡലിസമെ ന്ന വാക്ക് ഇന്ന് ഉപയോഗിക്കപ്പെടുന്നത്. മേനറിയലിസം (manorialism) എന്നു വിളിക്കാറുള്ള സാമ്പത്തിക–സാമൂഹികഘടനയുടെ പതനത്തിനു ശേഷവും ഫ്യൂഡൽ യുഗത്തിന്റെ സവിശേഷതകളായിരുന്ന സാംസ്കാരി കഘടകങ്ങളും ചിന്താഗതികളും സമൂഹത്തിൽ ചെലുത്തിയ സ്വാധീനം സൂചിപ്പിക്കാനും ഫ്യൂഡലിസമെന്ന വാക്ക് അർഥഗർഭമായി ഉപയോഗിച്ചു കാണാറുണ്ട്. നാടുവാഴിത്തവ്യവസ്ഥിതിയുടെ പതനത്തെത്തുടർന്ന് യൂറോപ്പിലുണ്ടായ രാഷ്ട്രീയമായ അരാജകത്വം മറികടക്കപ്പെട്ടത് ഫ്യൂഡൽ സംവിധാനത്തിന്റെ സംസ്ഥാപനത്തോടെയായിരുന്നു. കരുത്ത രായ ഭൂപ്രഭുക്കന്മാരുടെ സംയുക്തശക്തിക്കുമുന്നിൽ രാജാക്കന്മാർ നിഷ്പ്രഭരായിത്തീർന്ന കാലഘട്ടം കൂടിയായിരുന്നു യൂറോപ്പിനെ സംബ ന്ധിച്ചിടത്തോളം ഫ്യൂഡൽയുഗം. യൂറോപ്യനിതര സമൂഹങ്ങളിലെ മുത ലാളിത്തപൂർവ സാമൂഹ്യഘടനയെ സൂചിപ്പിക്കാൻ ഫ്യൂഡലിസമെന്ന പദം ഉപയോഗിക്കപ്പെട്ടു തുടങ്ങിയതോടെ അതിന്റെ അർഥവ്യാപ്തി

വർധിക്കുകയും നവോത്ഥാനമൂല്യങ്ങൾക്ക് അതിശക്തമായ വെല്ലുവിളി ഉയർത്തിയ യാഥാസ്ഥിതിക മനോഭാവത്തെ ഏറ്റവും നന്നായി സൂചിപ്പിക്കാൻ കഴിയുന്ന പദമായി ഡൈഷണികലോകം (intelligentsia) ഇതിനെ കണ്ടെടുക്കുകയും ചെയ്തു. ആ അർഥത്തിൽ, നാശോന്മുഖമായ ഫ്യൂഡൽസാമൂഹ്യഘടനയുടെ ആധിപത്യത്തിൽനിന്നു സ്വതന്ത്രരായ ബുദ്ധിജീവിവർഗം യൂറോപ്പിന്റെയും ലോകത്തിന്റെ മറ്റുഭാഗങ്ങളുടെയും മുതലാളിത്തപരിവർത്തനത്തിനു നൽകിയ ഭാവനാപൂർണവും മാർഗദർശകവുമായ നേതൃത്വമായിരുന്നു ലോകനവോത്ഥാനത്തിന്റെ അച്ചുതണ്ട് എന്നുപറയാം.

വീരശുരപരാക്രമികളായ ഫ്യൂഡൽ നൈറ്റുക(knight)ളോടുള്ള ജനങ്ങളുടെ ആരാധനാമനോഭാവത്തിന് ഇടിവുസംഭവിക്കുകയും അവർ ജീവിതത്തിന്റെയും വ്യക്തിത്വത്തിന്റെയും മൂല്യം തിരിച്ചറിയാൻ തുടങ്ങുകയും ചെയ്തു. ക്രിസ്തീയമൂല്യങ്ങളെ ഉപരിപ്ലവമായൊരു പെരുമാറ്റസംഹിതയുമായി കൂട്ടിയിണക്കിയ ഫ്യൂഡൽ യൂറോപ്പ് 'മാന്യനായ യോദ്ധാവ്' എന്നൊരു സങ്കൽപ്പം വളർത്തിയെടുത്തിരുന്നു. ഭൂപ്രഭുക്കന്മാരുടെയും രാജാക്കന്മാരുടെയും മുന്നിൽ യോദ്ധാക്കൾ (നൈറ്റുകൾ) എടുത്തു പ്രദർശിപ്പിക്കുന്ന 'മാന്യത' സമൂഹത്തിലെ ബഹുഭൂരിപക്ഷത്തിനും മാന്യമായ ജീവിതം നിഷേധിക്കുന്ന ഒരു സാമൂഹ്യജീവിതവ്യവസ്ഥയല്ലേ എന്ന് ജനങ്ങൾ സംശയിക്കാൻ തുടങ്ങി. സ്പാനിഷ് നോവലിസ്റ്റായ സെർവാന്റസിന്റെ (Cervantes) വിശ്വവിഖ്യാത നോവലായ *ഡോൺ കിക്സോട്ട് (Don Quixote)* 'ഷിവൽറി' എന്ന കൃത്രിമ ജീവിതാവസ്ഥയെ അടിമുടി ആക്ഷേപിക്കുന്ന ഒരു ക്ലാസിക്കൽ രചനയാണ്. ഫ്യൂഡൽമൂല്യങ്ങളുടെ തകർച്ചയാണ് ഡോൺ കിക്സോട്ടിന്റെ രചനയ്ക്ക് വളമായത് എന്നു പറയാം.

പുരാതന ഗ്രീക്കോ–റോമൻ കലാസാഹിത്യാദികളിൽ യൂറോപ്യൻ ജനതയ്ക്കുണ്ടായ പ്രത്യേക താൽപ്പര്യമെന്നാണ് നവോത്ഥാനം സാമ്പ്രദായികമായ അർഥത്തിൽ മനസിലാക്കപ്പെടുന്നത്. എന്നാൽ കൂടുതൽ വിശാലമായ അർഥത്തിൽ യൂറോപ്യൻ ജനതയുടെ സാമൂഹ്യാവബോധത്തിലും ജീവിതവീക്ഷണത്തിലുമുണ്ടായ വിപ്ലവാത്മകമായ മാറ്റമാണ് ഇതിന്റെ വിവക്ഷ. പേപ്പസിയോടും രാജാവിനോടുമുള്ള ഷണ്ഡമായ വിധേയത്വവും യാഥാസ്ഥിതിക മതതത്ത്വങ്ങളിലുള്ള അന്ധമായ വിശ്വാസവുമായിരുന്നു മധ്യകാല മനഃസ്ഥിതിയുടെ മുഖമുദ്രകളെങ്കിൽ, സ്വതന്ത്രമായ വിമർശനബുദ്ധിയും ശാസ്ത്രീയമായ വിശകലന യുക്തിയും നവോത്ഥാനപ്രക്രിയയിൽ അന്തർലീനമായിരുന്നു. മധ്യകാല യൂറോപ്പിനെ വിളക്കിനിർത്തിയിരുന്ന മതാത്മകതയുടെ കാപട്യവും ഉപരിപ്ലവതയും തിരിച്ചറിയപ്പെട്ടത് നവോത്ഥാനകാലഘട്ടത്തിലാണ്. കത്തോലിക്കാസഭ ഉയർത്തിപ്പിടിച്ച സാർവ്വലൗകികതയ്ക്ക് വിശ്വാസാഹോദര്യവുമായി യാതൊരു ബന്ധവുമില്ലെന്ന തിരിച്ചറിവില്ലാതെ ദേശരാഷ്ട്രങ്ങളുടെ ഉദയംതന്നെ അസംഭവ്യമായിരുന്നു. കത്തോലിക്കാ

സഭയുടെ വിശ്വാസപ്രമാണങ്ങൾക്കെതിരായ നിശിതവിമർശനത്തിലൂ
ടെയാണ് ശാസ്ത്രീയ ചിന്തയുടെയും സ്വതന്ത്രയുക്തിയുടെയും പ്രാഥമി
കപാഠങ്ങൾ മധ്യയുഗത്തിന്റെ കാളിമയ്ക്കു പിറകിൽനിന്ന് വീണ്ടെടു
ക്കപ്പെട്ടത്. രണ്ടായി വിഭജിക്കപ്പെട്ട ക്രിസ്തീയസഭ, യൂറോപ്പിന്റെ വിഭജി
തമനസ്സാക്ഷിയുടെ പ്രതിഫലനമായിരുന്നു. ഫ്യൂഡലിസത്തിന്റെ ആരംഭം
മുതൽ നവോത്ഥാനംവരെയുള്ള യൂറോപ്പിന്റെ ചരിത്രം ചലനരഹിതമാ
യിരുന്നു എന്നൊരു വാദമുണ്ട്. അത് മുഖവിലയ്ക്കെടുത്താൽ യൂറോപ്യൻ
നവോത്ഥാനത്തിന്റെ കാരണങ്ങൾ വിശദീകരിക്കുക പ്രയാസമായിരിക്കും.
അനേക നൂറ്റാണ്ടുകൾകൊണ്ട് യൂറോപ്യൻ ജനത സമാർജിച്ച ബൗദ്ധി
കോർജവും (intellectual vigour) സാങ്കേതികമായ അനുഭവപാഠങ്ങളും
പെട്ടെന്ന് ഉയർന്നു പൊങ്ങുകയും ഒരു കൊടുങ്കാറ്റായി യൂറോപ്പിലാകെ
വീശിയടിക്കുകയുമാണുണ്ടായത്.

മധ്യകാലത്തിന്റെ അവസാനഘട്ടത്തിൽ യൂറോപ്പ് ശ്രവിച്ച ഏറ്റവും
ശ്രദ്ധേയമായ വാർത്തകൾ ഭൂമിശാസ്ത്രപരമായ കണ്ടുപിടുത്തങ്ങളെ
ക്കുറിച്ചായിരുന്നു. യൂറോപ്പിന്റെ മസ്തിഷ്കമുപയോഗിച്ച് ലോകം ചിന്തി
ച്ചു തുടങ്ങിയത് നവോത്ഥാനകാലത്താണ്. സാർവലൗകികമായ ക്രി
സ്തുമതസാഹോദര്യം സ്ഥാപിക്കാനുള്ള കത്തോലിക്കാസഭയുടെ ഉദ്യമ
ങ്ങൾ ഒരിക്കലും സമ്പൂർണവിജയം നേടിയിരുന്നില്ല. പൗരസ്ത്യക്രിസ്തീ
യസഭ പെപ്പസിയുടെ അധീശത്വസ്വപ്നങ്ങൾക്ക് തുടക്കം മുതൽക്കേ
കനത്ത വെല്ലുവിളി ഉയർത്തിയിരുന്നു. വടക്കുനോക്കിയന്ത്രത്തിന്റെ
കണ്ടുപിടുത്തം സാഹസികരായ നാവികന്മാർക്കു മുന്നിൽ വമ്പിച്ച സാധ്യ
തകൾ തുറന്നിട്ടു. അറിയപ്പെടാത്ത തീരങ്ങൾ അവർക്ക് അടക്കാനാവാത്ത
ആവേശവും സാഹസികമായ പ്രചോദനവും പകർന്നു നൽകി. ആയി
രത്താണ്ടുകളായി സംസ്കാരസമ്പന്നരായ ജനസമൂഹങ്ങൾ അധിവസി
ച്ചുപോന്ന ദ്വീപുകളും വൻകരകളും യൂറോപ്യൻ നാവികരുടെ കണ്ടു
പിടുത്തങ്ങളുടെ പട്ടികയിൽ കുറിക്കപ്പെട്ടു. അവയിൽ പലതും അവരുടെ
പേരിലാണ് പിന്നീട് അറിയപ്പെട്ടത്. (അമേരിക്ക ഉദാഹരണം). ഭരണകർ
ത്താക്കളും സമ്പന്നരായ വ്യാപാരികളും സമുദ്രപര്യവേക്ഷണങ്ങൾക്ക്
വൻതോതിൽ പണം ചെലവഴിച്ചു.

ഈ കാലയളവിൽ വ്യാപാര – വാണിജ്യരംഗങ്ങളിലുണ്ടായ വമ്പിച്ച
പുരോഗതി സമ്പന്നരായ ഒരു മധ്യവർഗത്തെ സൃഷ്ടിച്ചു. നഗരങ്ങളാ
യിരുന്നു ഇവരുടെ പ്രവർത്തനകേന്ദ്രങ്ങൾ. വർധമാനമായ വ്യാപാര
വാണിജ്യപ്രവർത്തനങ്ങൾ ചെറുപട്ടണങ്ങളെ വൻനഗരങ്ങളാക്കി വളർ
ത്തി. ഫ്യൂഡൽപ്രഭുക്കന്മാരുടെ ശക്തികേന്ദ്രങ്ങളായ ഗ്രാമങ്ങളിൽ നിന്ന്
ഏറെക്കുറെ സ്വതന്ത്രമായിത്തീർന്ന നഗരങ്ങൾ സാമ്പത്തിക-സാമൂഹി
കവ്യവസ്ഥിതിയുടെ പുനർനിർമാണത്തിനുവേണ്ടിയും പുതിയൊരു
ലോകക്രമത്തിനുവേണ്ടിയും നിലകൊണ്ടു. നഗരങ്ങൾ ശക്തമായ രാജ
വാഴ്ചയെ പിന്തുണച്ചു. നഗരവൽക്കരണത്തിന്റെയും വ്യാപാരവാണി
ജ്യപുരോഗതിയുടെയും സൃഷ്ടിയായ മധ്യവർഗം ഫ്യൂഡലിസത്തിനെതി

രായ എല്ലാ നീക്കങ്ങളിലും സമ്പന്നരായ വണിക്കുകൾക്കു പിന്നിൽ നില യുറപ്പിച്ചു.

കാർഷികവൃത്തിക്കുവേണ്ട എല്ലാ ഉപകരണങ്ങളും കർഷകർ സ്വന്തമായി നിർമിച്ചിരുന്ന ഫ്യൂഡൽ യുഗത്തിൽ ക്രമേണ ഈ രീതിക്കു മാറ്റം വരികയും കാർഷികേതര ഉൽപ്പാദനപ്രവർത്തനങ്ങൾ പടിപടി യായി നഗരത്തിൽ കേന്ദ്രീകരിക്കപ്പെടുകയും ചെയ്തു. പ്രഭുക്കന്മാരെ നിലനിർത്തിയിരുന്ന അടിയാളന്മാരിൽ ഒരു വിഭാഗം നഗരങ്ങളിലേക്കു കുടിയേറുകയും ഗിൽഡു(guilds)കളിൽ ചേർന്നു പ്രവർത്തിക്കാൻ തുടങ്ങുകയും ചെയ്തിരുന്നു. വർദ്ധിച്ചുവരുന്ന ഉൽപ്പാദനാവശ്യങ്ങൾക്ക് അനുയോജ്യമല്ലാത്ത ഗിൽഡുവ്യവസ്ഥയും നവോത്ഥാനത്തിന്റെ തുടക്ക ത്തോടെ നാശോന്മുഖമായിക്കഴിഞ്ഞിരുന്നു. ഫാക്ടറിസമ്പ്രദായത്തിന് ആരംഭമായതോടെയാണ് ഗിൽഡുകൾ പിരിച്ചുവിടപ്പെട്ടത്. താരതമ്യേന സമ്പന്നരായ വ്യക്തികൾ ഫാക്ടറികൾ തുറക്കാൻ പണമിറക്കി. ചെറു കിട ഉൽപ്പാദനത്തിന്റെ യജമാനന്മാരായിരുന്ന തൊഴിലാളികൾ വൻകിട ഉൽപ്പാദനത്തിന്റെ അടിമകളായി മാറി. നഗരങ്ങളുടെ ക്രമാനുഗതമായ പുരോഗതി ഫ്യൂഡലിസത്തിന്റെ തകർച്ചയ്ക്ക് ആക്കം കൂട്ടി. ഈ നഗര ങ്ങൾ ഫ്യൂഡൽപ്രഭുക്കൻമാരുടെ നിയന്ത്രണത്തിൽനിന്ന് ഏറെക്കുറെ പൂർണമായും സ്വതന്ത്രമായിരുന്നു. ഫ്യൂഡൽശക്തിയുടെ മുന്നിൽ അന്നോളം അറച്ചു നിന്നിരുന്ന രാജാക്കന്മാർ നഗരങ്ങളുടെ പിന്തുണ യോടെ കരുത്തു നേടി. പണം കുന്നുകൂട്ടിയിരുന്ന വണിക്കുകൾ രാജ ഭണ്ഡാരത്തിലേക്ക് വാരിക്കോരി സംഭാവന നൽകി. ഇതുപയോഗിച്ച് സ്വന്തമായ സൈന്യത്തെ സംഘടിപ്പിച്ച രാജാക്കന്മാർ ഫ്യൂഡൽ പ്രഭു ക്കൻമാർക്കുമേൽ അധികാരം സ്ഥാപിക്കുന്നതിൽ ക്രമേണ വിജയം കണ്ടു. ഫ്യൂഡലിസത്തിന്റെ ചവിട്ടടിയിൽ അമർന്നു കിടന്നിരുന്ന പൊതു സമൂഹത്തിൽനിന്ന് ഫ്യൂഡൽവിരുദ്ധരായ ഒരു രാഷ്ട്രീയസമൂഹം ഉയർ ന്നു വരികയും ഫ്യൂഡൽയുഗത്തിന്റെ സാംസ്കാരിക-നൈതിക മൂല്യ ങ്ങൾക്കുമേൽ ആധിപത്യം സ്ഥാപിക്കുന്നതിന് നവോത്ഥാനപ്രക്രിയയെ കരുവാക്കുകയും ചെയ്തു.

ഫ്യൂഡൽയുഗത്തിന്റെ തകർച്ച പലനൂറ്റാണ്ടുകൾ നീണ്ടുനിന്ന അതിദീർഘമായ ഒരു പ്രക്രിയയായിരുന്നു എന്ന കാര്യം പ്രത്യേകം പറ യേണ്ടതില്ല. മുതലാളിത്തവ്യവസ്ഥിതിയുടെ സംസ്ഥാപനത്തോടെ മാത്ര മേ ആ പ്രക്രിയ പൂർത്തിയായുള്ളു. നഗരങ്ങൾ പിറന്നുവീണത് മുതലാ ളിത്തസംസ്കാരത്തിന്റെ വിരിമാറിലേക്കായിരുന്നു എന്നല്ല മേൽപ്പറ ഞ്ഞതിന്റെ അർഥം. ആദ്യകാല നഗരങ്ങൾ ഫ്യൂഡൽ പ്രഭുക്കന്മാരുടെ ചൊൽപ്പടിയിലായിരുന്നു എന്നതാണ് വാസ്തവം. സ്വന്തമായ സർക്കാ രുകളും ഉദ്യോഗസ്ഥസമൂഹവും കോടതികളും സൈനികവ്യൂഹവും ഇല്ലായിരുന്നുവെങ്കിൽ ഈ നഗരങ്ങൾക്ക് കരുത്തരായ ഫ്യൂഡൽപ്രഭു ക്കന്മാരോട് എതിരിടാൻ കഴിയുമായിരുന്നില്ല. ഫ്യൂഡൽ പ്രഭുത്വത്തിന്റെ നീരാളിക്കൈകളിൽ ഒതുങ്ങാത്ത പുതിയൊരു കാർഷികഘടന

വളർത്തിയെടുക്കേണ്ടത് നാഗരിക (urban) സമൂഹത്തിന്റെ ആവശ്യമായി
രുന്നു. കാർഷികോൽപ്പന്നങ്ങൾ, വിശേഷിച്ചും നാണ്യവിളകൾ, കാർഷക
രിൽനിന്ന് നേരിട്ടു വാങ്ങാനും വില രൊക്കം പണമായി നൽകാനും അവർ
മുന്നോട്ടു വന്നു. ഭൂമിയളന്ന് സ്വത്ത് കണക്കാക്കിയിരുന്ന മധ്യകാലസം
സ്കാരത്തിനുമുകളിൽ പണം വട്ടമിട്ടു പറക്കാൻ തുടങ്ങി. പണമെറിഞ്ഞ്
പണമുണ്ടാക്കുന്ന ഒരു പുതിയ ലോകം മാറ്റങ്ങൾക്കു നേരെ പുറം
തിരിഞ്ഞുനിന്ന പഴഞ്ചൻ ലോകത്തോട് കലഹിക്കുകയും അതിനെ തുര
ത്തുന്നതിൽ വിജയംവരിക്കുകയും ചെയ്തു. നവോത്ഥാനയുഗത്തിന്റെ
കലയും സാഹിത്യവുമെല്ലാം അതിനുള്ള ആയുധങ്ങളായിരുന്നു. എണ്ണ
ത്തിൽ കുറവെങ്കിലും പണവും സ്വാധീനവുംകൊണ്ടു കരുത്തരായ ഒരു
ചെറുന്യൂനപക്ഷവും അവരെ പിന്തുണച്ച മധ്യവർഗവും നവോത്ഥാ
നകലയുടെയും സാഹിത്യത്തിന്റെയും രക്ഷാകർത്താക്കളും സഹൃദയ
രായ ആസ്വാദകരുമായിരുന്നു. വെനീസ്, ജിനോവ, പിസ തുടങ്ങിയ
ഇറ്റാലിയൻ നഗരങ്ങളിൽ സമ്പത്തു കുമിഞ്ഞുകൂടുകയും അവ കലാ–
സാഹിത്യ പ്രവർത്തനങ്ങളുടെ കേന്ദ്രങ്ങളായി മാറുകയും ചെയ്തു.
നവോത്ഥാനത്തിന്റെ വ്യാപനത്തോടെ ആദ്യം സ്പെയിൻ, പോർട്ടുഗൽ
എന്നീ രാജ്യങ്ങളും തുടർന്ന് ബ്രിട്ടനും ഹോളണ്ടും ഇവയുടെ നായകത്വം
ഏറ്റെടുത്തു.

3

ക്ലാസിക്കൽ നിർവചനത്തിന്റെ കളം വെടിപ്പാക്കുമ്പോൾ

മനുഷ്യഭാവനയിൽ വസന്തം വിടർത്തിയ ഗ്രീക്കോറോമൻ കലാ സാഹിത്യാദികൾ മധ്യയുഗാരംഭത്തിലെ റോമൻസാമ്രാജ്യത്തിന്റെ തകർ ച്ചയോടെ അവഗണിക്കപ്പെട്ടു. വിദ്യാഭ്യാസ-സാംസ്കാരിക പ്രവർത്ത നങ്ങളുടെ കുത്തക കത്തോലിക്കാസഭയുടെ കൈപ്പിടിയിൽ ഒതുങ്ങി. സഭ ഗ്രീക്കോ-റോമൻ സാഹിത്യസൃഷ്ടികളെ ഭ്രഷ്ട് കൽപ്പിച്ച് അകറ്റി നിർത്തി. മതത്തിന്റെ പ്രചാരണവും മതത്തിനെതിരായി ഉയർന്നു വരാനി ടയുള്ള നേരിയ മുറുമുറുപ്പുകളുടെ ഉച്ചാടനവുമായിരുന്നു സന്ന്യാസി മഠങ്ങൾ നേതൃത്വം നൽകിയ മധ്യകാല വിദ്യാഭ്യാസത്തിന്റെ പ്രധാന ലക്ഷ്യങ്ങൾ. യുക്തിക്കും വിമർശനചിന്തയ്ക്കും അത് കൂച്ചുവിലങ്ങിട്ടു. ഗ്രീക്കോ-റോമൻ സംസ്കാരങ്ങളുടെ സുവർണകാലത്തേയും നവോ ത്ഥാനകാലത്തേയുമപേക്ഷിച്ച്, മധ്യയുഗത്തിൽ ബുദ്ധിപരമായ നേട്ട ങ്ങൾ വളരെ കുറവായിരുന്നു. എന്നാൽ 14-ാം നൂറ്റാണ്ടോടെ പശ്ചി മയൂറോപ്പിലെ പണ്ഡിതൻമാർ ഗ്രീക്കോ-റോമൻ സാഹിത്യം കൂടുതൽ താൽപ്പര്യത്തോടെ പഠിക്കാനാരംഭിച്ചു. ഇത് അവരുടെ സ്വതന്ത്രഭാവന യ്ക്കും യുക്തിബോധത്തിനും മേലുള്ള നിയന്ത്രണങ്ങൾ അയയുന്നതിന് ഇടയാക്കി. അന്ധമായ വിശ്വാസങ്ങളേയും മുൻവിധികളേയും ചോദ്യം ചെയ്യാൻ ജനങ്ങൾ ശീലിച്ചു. ക്രമേണ ഈ അന്വേഷണബുദ്ധി ശാസ്ത്ര വും മതവുമുൾപ്പെടെ സാമൂഹ്യജീവിതത്തിന്റെ സമസ്തമേഖലകളി ലേക്കും വ്യാപിച്ചു.

ഗ്രീക്കോ-റോമൻ കലാ സാഹിത്യാദികളുടെ പുനരുജ്ജീവനമെന്ന നിർവ്വചനം വാസ്തവത്തിൽ നവോത്ഥാനത്തിന്റെ പ്രസക്തിയെ നിഷേ ധിക്കുകയാണ് ചെയ്യുന്നത്. ഗോലിയാർഡ് കവികൾ, (goliard poets) ദാന്തേ, സാലിസ്ബറിയിലെ ജോൺ തുടങ്ങിയ സവോത്ഥാനനായ

കുമ്മാരെല്ലാം ക്ലാസിക്കൽ ഗ്രീക്കോ-റോമൻ സാഹിത്യത്തിന്റെ ആരാധക രായിരുന്നു എന്ന കാര്യം നിസ്തർക്കമാണ്. എന്നാൽ ഈ പുതിയ ഇഷ്ടം ജനങ്ങളുടെ മനോഭാവത്തിൽ സംഭവിച്ച അടിസ്ഥാനപരമായ മാറ്റത്തിന്റെ പ്രതിഫലനമായിരുന്നു എന്നതാണ് വാസ്തവം. അതായത് നവോ ത്ഥാനം എന്ന പേരിൽ അറിയപ്പെടുന്ന സാംസ്കാരിക- സാമൂഹിക- ഡൈഷണിക വിപ്ലവം നവോത്ഥാനനായകൻമാരുടെ സൃഷ്ടിയായി രുന്നില്ല. അവരെല്ലാം നവോത്ഥാനത്തിന്റെ ഉൽപ്പന്നങ്ങളായിരുന്നു എന്ന് വിലയിരുത്തുകയാവും കൂടുതൽ ശരി.

കലാസാംസ്കാരിക-സാഹിത്യപ്രവർത്തനങ്ങൾ ഏറെക്കുറെ മൃതപ്രായമായിരുന്ന മധ്യയുഗത്തോടുള്ള പ്രതിഷേധം പൗരാണിക ഗ്രീസിന്റെ സാംസ്കാരിക നേട്ടങ്ങളോടുള്ള ആരാധനയിൽ കലാശിക്കുക യായിരുന്നു. ഗ്രീക്കോ-റോമൻ കലാസാഹിത്യസൃഷ്ടികൾ ഏകതാ നമായ ഒരു ജീവിതവീക്ഷണത്തിന്റേയോ ചോദ്യം ചെയ്യപ്പെടാത്ത ഒരു ദർശനത്തിന്റേയോ വേദപുസ്തകങ്ങളായിരുന്നില്ല. അതു തന്നെയാണ് അവയുടെ മഹത്വവും.

സിസറൊ(Cicero), സെനേക്ക (Seneca), എപിക്റ്റിറ്റസ്(Epictetus), മാർക്കസ് അറീലിയസ് (Marcus Aurelius) തുടങ്ങിയ മഹാൻമാരായ ഗ്രീക്ക് ചിന്തകൻമാർക്കെല്ലാം സോ ക്രട്ടീസും (Socrates) ഡയോജ നീസും (Dyogenes of senope) ഗുരു സ്ഥാനീയരാണ്. മഹാചിന്തകനും പ്രഭാഷകനുമായ സിസറൊയെ ഒരു സ്റ്റോയിക് ബുദ്ധിജീവിയായി പൊതു വിൽ പരിഗണിക്കാമെന്നതിനപ്പുറം സ്റ്റോയിസിസത്തിന്റെ ദർശനിക സവിശേഷതകൾക്കു തീർത്തും വഴ ങ്ങുന്നതല്ല അദ്ദേഹത്തിന്റെ ഡൈഷ ണികസംഭാവനകൾ. റോമിലെ ആഭ്യന്തരയുദ്ധങ്ങളുടെ വേളയിൽ അദ്ദേഹം റിപ്പബ്ലിക്കൻ തത്ത്വങ്ങൾ ഉയർത്തിപ്പിടിച്ചു. ജൂലിയസ് സീസ റുടെ മരണശേഷം മാർക്ക് ആന്റണി ക്കെതിരായി അദ്ദേഹം നടത്തിയ ഉജ്ജലങ്ങളായ പ്രസംഗങ്ങൾ ചരിത്ര

മാർക്കസ് അറീലിയസ്

ത്തിൽ ഇടം നേടി. അദ്ദേഹത്തിന്റെ കവിതകളും ദാർശനികരചനകളും രാഷ്ട്രീയലേഖനങ്ങളും പ്രസംഗങ്ങളും നൂറ്റാണ്ടുകൾക്ക് ശേഷവും സമാനതകളില്ലാത്ത മാതൃകകളായി ഗണിക്കപ്പെട്ടു. റോമിന്റെ ചരിത്ര ത്തിലെ ഏറ്റവും മഹാനായ പ്രഭാഷകനായി ഇന്നും കണക്കാക്കപ്പെടുന്ന സിസറൊയെ (Murcus Tullius Cicero, BC 106-43) അക്ഷന്തവ്യമായ

വിസ്മൃതിയുടെ ആഴത്തിൽനിന്ന് കണ്ടെത്തിയത് നവോത്ഥാനമാണ്. സിസറൊയുടെ പാരമ്പര്യം ഏറ്റെടുത്ത ദാർശനികനും പ്രഭാഷകനും രാഷ്ട്രതന്ത്രജ്ഞനുമാണ് സെനേക്ക (Lucius Annaeus Seneca, BC 4-AD65). നീറോ ചക്രവർത്തിയുടെ അധ്യാപകനായിരുന്ന സെനേക്ക തന്റെ ജീവിതാവസാനം വരെ റോമിലെ ഏറ്റവും മഹനായ ബുദ്ധി ജീവിയായി പരിഗണിക്കപ്പെട്ടു. ധാർമ്മികതയെക്കുറിച്ചുള്ള ദാർശനിക കൃതികൾക്ക് പുറമേ നിരവധി ദുരന്തനാടകങ്ങളും അദ്ദേഹം രചിച്ചു. മധ്യകാലഘട്ടമാകെ വിസ്മൃതിയിലാണ്ടുകിടന്ന സെനേക്കയുടെ നാടക ങ്ങൾ നവോത്ഥാനത്തോടുകൂടി കണ്ടെടുക്കപ്പെടുകയും ഇലിസബീത്തൻ നാടക(Elizabethen theatre)സങ്കേതങ്ങൾക്ക് പ്രചോദനവും മാതൃകയു മായി ഭവിക്കുകയും ചെയ്തു. നാടകകലയുടെ പരമാചാര്യനായ വില്യം ഷേക്സ്പിയറെ സെനേക്കയുടെ രചനകൾ ആഴത്തിൽ സ്വാധീനിക്കു കയുണ്ടായി. ദാർശനികനായ എപിക്റ്റിറ്റസ് (Epictetus AD 55-135) എഴുതിയ ഒരൊറ്റ കൃതിപോലും കണ്ടെടുക്കപ്പെട്ടിട്ടില്ല (അദ്ദേഹം യാതൊ ന്നും എഴുതിയിട്ടില്ല എന്നും അഭിപ്രായമുണ്ട്). ശിഷ്യനായ ഏരിയനാണ് (Arrian) അദ്ദേഹത്തിന്റെ ആശയങ്ങൾ രണ്ട് ബൃഹദ്വാല്യങ്ങളിൽ സമാ ഹരിച്ചത്. വ്യക്തിയിലെ ഇച്ഛാശക്തിയെ തട്ടിയുണർത്തുന്നതാണ് യഥാർഥ വിദ്യാഭ്യാസമെന്ന എപിക്റ്റിറ്റസിന്റെ കണ്ടെത്തൽ ഇന്നും പ്രസ ക്തമാണ്. വ്യക്തിയുടെ ബോധത്തിൽ വന്നു പതിക്കുന്ന അറിവുകളും ആശയങ്ങളും പ്രചോദനങ്ങളും അയാളുടെ നിയന്ത്രണത്തിലല്ലെന്നും എന്നാൽ അവയോട് എങ്ങനെ പ്രതികരിക്കണമെന്ന് നിശ്ചയിക്കാനുള്ള കഴിവാണ് മനുഷ്യന്റെ മഹത്വമെന്നും അദ്ദേഹം പഠിപ്പിച്ചു. മനുഷ്യന്റെ ഇച്ഛാശക്തിയിൽ എപിക്റ്റിറ്റസ് അർപ്പിച്ച വിശ്വാസത്തിന്റെ സാമൂഹ്യമായ വീണ്ടെടുപ്പാണ് നവോത്ഥാനകാലത്ത് സംഭവിച്ചത്. സർവതലസ്പർ ശിയായ മതാത്മകതയുടെ മരണമണി അദ്ദേഹത്തിന്റെ വാക്കുകളിൽ നിശ്ശബ്ദമായി മുഴങ്ങുന്നുണ്ട്.

മാർക്കസ് അറീലിയസിന് (Marcus Aurelius AD 121-180) തുല്യ നായൊരു മഹാദാർശനികൻ ചക്രവർത്തിപദത്തിലോ രാജപദവിയിലോ അവരോധിക്കപ്പെടുന്ന കാര്യം മധ്യയുഗത്തിൽ സങ്കൽപ്പിക്കാൻപോലും കഴിയുമായിരുന്നില്ല. അറീലിയസിന്റെ ആശയങ്ങളോടൊപ്പം അദ്ദേ ഹത്തിന്റെ ഭരണനൈപുണ്യത്തോടുള്ള ആദരവും ഒരു കാലഘട്ട ത്തിന്റെ ദാർശനികമായ ഔന്നത്യവുമാണ് നവോത്ഥാനകാലത്ത് വീണ്ടെ ടുക്കപ്പെട്ടത് (ക്രിസ്തുമതത്തിനുനേരെ അദ്ദേഹം അഴിച്ചുവിട്ട പീഡ നങ്ങൾ ഇവിടെ വിസ്മരിക്കുന്നില്ല). കലയുടേയും സംസ്കാരത്തിന്റേയും കാര്യമെടുത്താൽ റോമൻ മാഹാത്മ്യത്തെക്കാൾ സമ്പന്നമായിരുന്നു ഗ്രീഷ്യൻ പാരമ്പര്യം. എന്നാൽ, ഗ്രീസിന്റെ തുടർച്ചതന്നെയായിരുന്നു– അതുമാത്രമായിരുന്നില്ലെങ്കിലും– റോം.

പൗരാണിക ഗ്രീക്കുചിന്തയുടെ മഹത്വം മുഴുവനും ഒരു വ്യക്തി യിൽ നിന്നു വായിച്ചെടുക്കാൻ കഴിയുമെങ്കിൽ അത് സോക്രട്ടീസ് ആണ്. അദ്ദേഹമാണ് പ്രാചീനലോകം സംഭാവന ചെയ്ത ചിന്തകരിൽ ഏറ്റവും

മഹാൻ. ഗ്രീസിലെ നിയമം സോക്രട്ടീസിനെ വധശിക്ഷയ്ക്ക് വിധേയ നാക്കി. എന്നാൽ അദ്ദേഹം തന്റെ ജീവിതദൗത്യം ഏറെക്കുറെ പൂർത്തി യാക്കിക്കഴിഞ്ഞിരുന്നു. സോക്രട്ടീസിനെപ്പോലൊരു മഹാചിന്തകനെ ഉൽപ്പാദിപ്പിക്കാനും ഒരു പരിധിവരെയെങ്കിലും ഉൾക്കൊള്ളാനും ഗ്രീസിനു കഴിഞ്ഞുവെന്നതാണ് കൂടുതൽ ശ്രദ്ധേയമായ കാര്യം. പ്ലേറ്റോവിനെ ഗ്രീക്കു സമൂഹത്തിന് സ്വീകാര്യനാക്കിയ പല ഘടകങ്ങളിൽ ഒന്ന് സോക്രട്ടീസ് നടത്തിയ ഇടപെടലുകളുടെ നിലയ്ക്കാത്ത അനുരണന ങ്ങളായിരുന്നു. ഗ്രന്ഥരചനയിൽ അശേഷം താൽപ്പര്യം കാണിക്കാതിരുന്ന സോക്രട്ടീസ് ഏറ്റവുമധികം ഗ്രന്ഥങ്ങൾക്കു വിഷയമായിട്ടുള്ള ചിന്തകനാണ്. ഗ്രീക് സാഹിത്യത്തിൽ തൽപ്പരരായ നവോത്ഥാനകാല ബുദ്ധിജീവികൾ ഹൃദയത്തോടു ചേർത്തു വച്ച രചനകളിലെല്ലാം സോക്ര ട്ടീസിന്റെ അദൃശ്യസാന്നിധ്യം സ്ഫോടനാത്മകമായ സ്വാതന്ത്ര്യ ബോധമായി വർത്തിക്കുന്നു. പ്ലേറ്റോ (Plato), സെനോഫൻ (Xenophon), അരിസ്റ്റോട്ടിൽ (Aristotle) എന്നിവരുടെ രചനകളിൽ നിന്നാണ് സോക്രട്ടീസിനെക്കുറിച്ച് നാം മനസിലാക്കുന്നത്. അഥീനിയൻ അസംബ്ലി (Boul)യിൽ അദ്ദേഹം സ്തുത്യർഹമായ സേവനമാണ് നടത്തിയത്. ദാർശനികസംവാദങ്ങളിലൂടെ ജീവിതത്തിന്റെ അർഥമന്വേഷിക്കാൻ ഏഥൻസിലെ യുവാക്കളെ അദ്ദേഹം പ്രേരിപ്പിച്ചു. തങ്ങളുടെ അറിവില്ലാ യ്മയെക്കുറിച്ച് ജനങ്ങളെ ബോധവാന്മാരാക്കുകയായിരുന്നു അദ്ദേഹ ത്തിന്റെ ദൗത്യം. ചോദ്യങ്ങളിലൂടെ ചിന്തിപ്പിക്കുകയെന്ന സോക്രട്ടീ സിന്റെ രീതി അധ്യാപനരീതിശാസ്ത്രത്തിൽ (Pedagogical techinque) ഇന്നും ഏറെ പ്രസക്തമായി കണക്കാക്കപ്പെടുന്നു. സ്വന്തം അറിവില്ലാ യ്മയെക്കുറിച്ചുള്ള തിരിച്ചറിവാണ് അറിവിന്റെ ആരംഭമെന്ന് അദ്ദേഹം ജനങ്ങളെ പഠിപ്പിച്ചു. ജീവിതത്തിന്റെ അർഥമന്വേഷിക്കാത്ത ഒരാളുടെ ജീവിതം അർഥശൂന്യമാണെന്ന് അദ്ദേഹം വിശ്വസിച്ചു. ധാർമികതയ്ക്ക് (ethical virtue) ഇത്രയേറെ മൂല്യം കൽപ്പിച്ച മറ്റൊരു ചിന്തകൻ ഉണ്ടാ യിട്ടില്ല. സത്യവും നന്മയും അജയ്യമാണെന്ന സോക്രട്ടീസിന്റെ സന്ദേശം രണ്ടരസഹസ്രാബ്ദങ്ങൾക്കിപ്പുറവും ധാർമികധീരതയുടെ പ്രകാശ ഗോപുരമായി നിലകൊള്ളുന്നു. കത്തോലിക്കാസഭ സാമൂഹിക–വൈയ ക്തിക ജീവിതത്തിന്റെ സമസ്തമേഖലകളിലും പിടിമുറുക്കിയ മധ്യയുഗ ത്തിൽ സോക്രട്ടീസിനെപ്പോലൊരു സ്വതന്ത്രചിന്തകനെക്കുറിച്ച് സങ്കൽ പ്പിക്കുകപോലും പ്രയാസമായിരുന്നു. അദ്ദേഹത്തിന്റെ വധശിക്ഷയി ലേക്കു നയിച്ച കാരണങ്ങൾ പ്രധാനമായും രാഷ്ട്രീയമായിരുന്നു. ശിഷ്യന്മാരായിരുന്ന ആൽസിബിയാഡ്സും(Alcibiades) ക്രിത്തിയാസും (Critias) പെലൊപ്പൊണേഷ്യൻ യുദ്ധത്തിൽ കരിങ്കാലികളായി മാറിയതാണ് ആഥൻസിനോടുള്ള സോക്രട്ടീസിന്റെ കുറിൽ അധികാരി കൾക്ക് സംശയമുണ്ടാക്കിയ കാരണങ്ങളിലൊന്ന്. പ്ലേറ്റോയുടെ *അപോളജി (Apology)* സോക്രട്ടീസ് കോടതിയിൽ നടത്തിയ പ്രസംഗമാണെന്നു കരുതപ്പെടുന്നു. ജനാധിപത്യത്തിന്റെ വ്യാപ്തിയെ

ക്കുറിച്ചുള്ള ചർച്ചകളിൽ ഇന്നും സോക്രട്ടീസിന്റെ വിചാരണയും മരണവിധിയും കടന്നു വരുന്നു.

സോക്രട്ടീസിന്റെ ശിഷ്യനായ പ്ലേറ്റോയുടെയും അദ്ദേഹത്തിന്റെ ശിഷ്യനായ അരിസ്റ്റോട്ടിലിന്റെയും ചിന്തകളാണ് പാശ്ചാത്യസംസ്കാര ത്തിന്റെ വളർച്ചയ്ക്കാധാരമായ ജീവിതദർശനത്തിന് അസ്തിവാരമിട്ടത്.

ബി സി 410-ൽ സോക്രട്ടീസ് വധിക്കപ്പെട്ടതിനെ തുടർന്ന് ശിഷ്യനും യുവാവുമായ പ്ലേറ്റോയ്ക്ക് ആഥൻസിൽനിന്ന് കടന്നുകളയേണ്ടി വന്നു. 12 വർഷത്തെ യാത്രയ്ക്കു ശേഷം തിരിച്ചെത്തിയ അദ്ദേഹം അക്കാദമി (Academy) എന്ന പേരിൽ ഒരു വിദ്യാലയം സ്ഥാപിച്ചു. സോക്രട്ടീസിന്റെ ആശയങ്ങളുടെ പ്രചാരണമായിരുന്നു പ്ലേറ്റോ ഏറ്റെടുത്ത ദൗത്യം. എന്നാൽ അദ്ദേഹം സ്വയം കരുതിപ്പോന്നതിൽ നിന്നു വ്യത്യസ്തമായി, തന്റെ ഗുരുവിന്റേതിൽനിന്നു മൗലികമായി ഭിന്നമായിരുന്നു പ്ലേറ്റോവിന്റെ ആശയലോകം.

ധാർമികതയ്ക്ക് സോക്രട്ടീസ് നൽകിയ ഊന്നൽ പ്ലേറ്റോവി ലെത്തിയപ്പോൾ പുതിയൊരു ദർശനമായി വളർന്നു. പിൽക്കാലത്ത് അത് പ്ലേറ്റോണിസം(Platonism) എന്ന പേരിൽ അറിയപ്പെട്ടു. രണ്ട് സഹസ്രാ ബ്ദക്കാലം യുറോപ്യൻ ആശയവാദത്തിന്റെ അസ്തിവാരമായി വർ ത്തിച്ചത് പ്ലേറ്റോവാദമാണ് (Platonism). മാറ്റമില്ലാത്ത ശാശ്വത യാഥാർ ഥ്യങ്ങൾ എന്ന സങ്കൽപ്പത്തിനു മേലാണ് പ്ലേറ്റോണിസത്തിന്റെ ഭീമഗോ പുരം പണിതുയർത്തപ്പെട്ടത്. പ്ലേറ്റോചിന്ത അദ്ദേഹത്തിന്റെ മുൻഗാമി കളുടേതിൽനിന്നും പിൻഗാമികളുടേതിൽനിന്നും വ്യത്യസ്തമായിരിക്കു ന്നത് ഈയൊരു കാര്യത്തിലാണ്. പിൽക്കാലത്ത് ഹെഗലിന്റെയും അതിനുശേഷം മാർക്സിന്റെയും സിദ്ധാന്തങ്ങൾക്ക് അടിസ്ഥാനമായ വൈരുധ്യവാദം പ്ലേറ്റോ ഒഴികെയുള്ള യവനദാർശനികന്മാരുടെ ചിന്ത കളിൽനിന്നും കണ്ടെടുത്തതാണ്. പ്ലേറ്റോണിസത്തിന്റെ വ്യാഖ്യാന ത്തിലൂടെ എ ഡി മൂന്നാം നൂറ്റാണ്ടിൽ പ്ലോറ്റിനസ് (Plotinus) ആണ് നിയോപ്ലേറ്റോണിസത്തിന് രൂപംനൽകിയത്.

പ്ലേറ്റോണിസത്തിന്റെ വികസിതരൂപമാണ് നിയോപ്ലേറ്റോണിസമെ ങ്കിൽ, മധ്യകാലഘട്ടത്തിൽ ക്രിസ്തീയസഭകളുടെ നേതൃത്വത്തിൽ യു റോപ്പിലാകെ നിറഞ്ഞുനിന്ന ഗ്നോസ്റ്റിസിസം എന്ന ജീവിതവീക്ഷണം അതിന്റെ തുടർച്ചയായിരുന്നു എന്നു പറയാം. നവോത്ഥാനകാലഘട്ടത്തിലും അതിനെത്തുടർന്നുള്ള ജ്ഞാനോദയ കാലത്തുമാണ് ഗ്നോസ്റ്റിസിസം (Gnosticism) വെല്ലുവിളിക്കപ്പെട്ടതും അഗ്നോസ്റ്റിസിസം (Agnosticism) എന്ന ചിന്താഗതി നിലവിൽ വന്നതും. പ്രാചീനഗ്രീക്കോ-റോമൻ കലാ സാഹിത്യാദികൾ അവഗണിക്കപ്പെട്ടു കിടന്നിരുന്ന മധ്യയുഗത്തിലും പ്ലേറ്റോചിന്തയുടെ (പരോക്ഷ) സ്വാധീനത്തിന് അൽപ്പംപോലും കുറവു ണ്ടായിരുന്നില്ല. സോക്രട്ടീസിന്റെ സ്വതന്ത്രചിന്തകളും അരിസ്റ്റോട്ടിലിന്റെ ശാസ്ത്രീയധാരണകളും വേണ്ടവിധത്തിൽ അംഗീകരിക്കപ്പെടാതിരുന്ന കാലത്തും പ്ലേറ്റോണിയൻ പ്രപഞ്ചസങ്കൽപ്പം കത്തോലിക്കാസഭയ്ക്ക്

സ്വീകാര്യമായിരുന്നുവെന്ന് അർഥം. ചുരുക്കത്തിൽ, നവോത്ഥാനകാലം ക്ലാസ്സിക്കൽ ഗ്രീക്കോ–റോമൻ പാരമ്പര്യത്തിന്റെ മഹത്ത്വമന്വേഷിച്ചു കൊണ്ടുള്ള ഒരു പിൻമടക്കമായിരുന്നില്ല. മറിച്ച്, ചരിത്രത്തിലും പാരമ്പ ര്യത്തിലും തമസ്കരിക്കപ്പെട്ടു കിടന്ന വിമോചനമൂല്യങ്ങളെ വീണ്ടെ ടുക്കാനുള്ള ശ്രമമായിരുന്നു. നവോത്ഥാനസമൂഹങ്ങൾ ഭൂതകാലത്തോടു കാണിക്കുന്ന താൽപ്പര്യം ഇത്തരത്തിലുള്ളതാവാനേ തരമുള്ളൂ.

പ്ലേറ്റോയുടെ അക്കാദമി (Academy) ലോകത്തിന് നൽകിയ ഏറ്റവും വലിയ സംഭാവനയാണ് അരിസ്റ്റോട്ടിൽ (Aristotle, BC 384 - 322). രണ്ടു സഹസ്രാബ്ദക്കാലം യുറോപ്പിലെ ഏറ്റവും ശക്തിമത്തായ ധൈഷണികസാന്നിധ്യം അരിസ്റ്റോട്ടിൽ ചിന്തകളായിരുന്നു. നീണ്ട ഇരു പതു വർഷക്കാലമാണ് അദ്ദേഹം പ്ലേറ്റോയുടെ ശിഷ്യത്വത്തിൽ വിദ്യയ ഭ്യസിച്ചത്. അതിനു ശേഷം അദ്ദേഹം മസിഡോണിയയിലെ അലക്സാ ണ്ടറുടെ ഗുരുക്കന്മാരിൽ ഒരാളായി. പിന്നീടദ്ദേഹം ലിസിയം (Lyceum) എന്ന പേരിൽ സ്വന്തമായൊരു വിദ്യാലയം സ്ഥാപിച്ചു. ലോകചരിത്ര ത്തിൽ ഏറ്റവും അവിശ്വസനീയമായ ബുദ്ധിസാമർഥ്യം പ്രദർശിപ്പിച്ച മഹാപ്രതിഭകളിലൊരാൾ അദ്ദേഹമാണ്. സസ്യശാസ്ത്രം, ജന്തുശാ സ്ത്രം, രസതന്ത്രം(chemistry), ഊർജതന്ത്രം (physics) തുടങ്ങിയവ പ്രത്യേക ശാസ്ത്രശാഖകളായി വളർന്നുവികസിക്കുന്നതിന് എത്രയോ മുമ്പുതന്നെ അവയുടെ അസ്തിവാരമുറപ്പിക്കുന്ന പഠനങ്ങളും നിരീക്ഷ ണങ്ങളും അദ്ദേഹം നടത്തി. മന:ശാസ്ത്രം (psychology) , രാഷ്ട്രതന്ത്രം (politics), മതവിജ്ഞാനീയം, തർക്കം, ചരിത്രം (history), സാഹിത്യം, പ്രസംഗം തുടങ്ങിയ മേഖലകളിലും അദ്ദേഹം സ്തുത്യർഹമായ സംഭാവനകൾ നൽകി. അദ്ദേഹം മുന്നോട്ടുവച്ച വിശകലനരീതിയാണ്– syllogistic- പത്തൊൻപതാം നൂറ്റാണ്ടുവരെ യുറോപ്പിൽ സർവാത്മനാ അംഗീകരിക്കപ്പെട്ടിരുന്നത്. തർക്കശാസ്ത്രത്തിന്റെ, അഥവാ ശാസ്ത്രീയ യുക്തിയുടെ, ചരിത്രമെടുത്താൽ അരിസ്റ്റോട്ടിലിന്റെ സിലോജിസ്റ്റിക് വിശകലനരീതി അതിലെ ഏറ്റവും വലിയ വിപ്ലവമായിരുന്നു. ശാസ്ത്ര ജ്ഞൻ കൂടിയായിരുന്ന അരിസ്റ്റോട്ടിലാണ് ഗണിതശാസ്ത്രപരമായ കൃ ത്യത ദർശനത്തിലേക്കും കൊണ്ടുവന്നത്. നേരിട്ടു ബന്ധപ്പെടുത്താൻ കഴിയാത്ത രണ്ട് ആശയങ്ങളെ മൂന്നാമതൊരാശയംകൊണ്ട് വിളക്കുക യെന്ന അരിസ്റ്റോട്ടിലിയൻ ശൈലി നവോത്ഥാനാനന്തരം ഭൗതിക ശാസ്ത്രഗവേഷണങ്ങളുടെ അടിസ്ഥാനസങ്കേതമായി മാറി. ഗണിതശാ സ്ത്രത്തിന്റെ സഹായത്തോടെയാണ് ഭൗതികശാസ്ത്രത്തിലെ സങ്കീർ ണമായ സമസ്യകൾ പൂരിപ്പിക്കുന്നതെന്ന് നമുക്കറിയാം. സൂക്ഷ്മമായി ചിന്തിച്ചാൽ അതും അരിസ്റ്റോട്ടിലിയൻ സിലോജിസ്റ്റിക് ശൈലിയും വ്യത്യസ്തമല്ലെന്നു കാണാം.

ശാസ്ത്രീയ ചിന്തയ്ക്ക് സഹായകമാകുന്ന രീതിയിൽ അരിസ്റ്റോ ട്ടിൽ ആവിഷ്കരിച്ച സിലോജിസ്റ്റിക് എന്ന രീതി ദൈവികകൽപ്പനകളെ സംശയിക്കുന്നവരുടെ വായടപ്പിക്കാൻവേണ്ടി മധ്യകാലഘട്ടത്തിലും

ജീവിതത്തിന്റെ അർഥമെന്ന അമൂർത്തകൽപ്പനയിൽ കോർത്ത് മനുഷ്യയുക്തിയെ അമ്മാനമാടുന്നതിനുവേണ്ടി അതിനുശേഷവും ഉപയോഗിക്കപ്പെട്ടു.

തമോമയമായ മധ്യയുഗത്തിന് അരിസ്റ്റോട്ടിലിന്റെയും പ്ലേറ്റോ യുടെയും ജാജ്വല്യമാനമായ ചിന്തകളെ മുടിവയ്ക്കാൻ കഴിയുമായി രുന്നില്ല. എന്നാൽ അവയെ മനുഷ്യതശൂന്യമായ മതാത്മകതയുടെ വർണം പുതപ്പിക്കുന്നതിൽ മധ്യയുഗം വിജയിച്ചു.

അതായത്, പൗരാണിക ഗ്രീക്കുദാർശനികരുടെ സംഭാവനകളെ തമസ്കരിക്കുന്നതിനു പകരം അവയിൽനിന്ന് തങ്ങൾക്കനുകൂലമായ തിനെ മാത്രം കണ്ടെടുക്കുകയും മറിച്ചുള്ളവയെ ബോധപൂർവം അവഗ ണിക്കുകയുമാണ് കത്തോലിക്കാമതം ചെയ്തത്. ക്രിസ്ത്യൻ യുഗ ത്തിന്റെ ആദ്യ നൂറ്റാണ്ടുകളിൽ റോമാസാമ്രാജ്യത്തിലെ അടിമകളുടെയും കീഴാളരുടെയും സ്വപ്നവും പ്രതീക്ഷയുമായിരുന്ന ക്രിസ്തുമതം കോ ൺസ്റ്റന്റെയിൻ (Constantine) ചക്രവർത്തിയുടെ കാലത്തോടെ ഭര ണകൂടമതമായി മാറുകയായിരുന്നു.

മധ്യയുഗത്തിലെ ഭരണകുടമതം. ജനജീവിതത്തിന്റെ അവസാന അണുവിലും പിടിമുറുക്കുകയും തങ്ങൾക്കനുകൂലമായ സാമ്പത്തിക–രാ ഷ്ട്രീയവ്യവസ്ഥിതിയുടെ പരിരക്ഷയ്ക്കുള്ള സാമൂഹികപ്രത്യയശാ സ്ത്രമായി അതേ മതത്തെത്തന്നെ രൂപാന്തരപ്പെടുത്തുകയുമാണ് ചെ യ്തത്. അതായത് മധ്യയുഗത്തിന്റെ ഭരണകൂടത്തിനും ഭരണകൂടമ തമായ കത്തോലിക്കാ യാഥാസ്ഥിതികത്വത്തിനുമെതിരായ ധൈഷണിക സാംസ്കാരിക കലാപമായിരുന്നു നവോത്ഥാനം.

നവോത്ഥാനകാല യൂറോപ്പ് ക്ലാസിക്കൽ സാഹിത്യത്തിന്റെ പുന രുജ്ജീവനത്തിനു സാക്ഷ്യം വഹിച്ചു. മതാധിഷ്ഠിതമായ സമൂഹത്തിന് വ്യക്തി കീഴ്പ്പെടുകയെന്ന മധ്യകാലസങ്കൽപ്പത്തിന്റെ സ്ഥാനത്ത് വ്യക്തി സ്വാതന്ത്ര്യത്തിന് പ്രാധാന്യം കൽപ്പിക്കുന്ന ഒരു പുതിയ ചിന്താഗതി പ്രാബ ല്യം നേടി. അന്ധമായ വിശ്വാസങ്ങൾ ക്ഷയിക്കുകയും എന്തിനെയും ഏതിനെയും യുക്തിയുടെ വെളിച്ചത്തിൽ വിചാരണ ചെയ്യുകയെന്ന പുത്തൻ ശൈലി നിലവിൽ വരികയും ചെയ്തു. സാമൂഹ്യചിന്തയുടെയും രാഷ്ട്രീയത്തിന്റെയും ഹൃദയസ്ഥാനത്തുനിന്ന് മതം കുടിയിറക്കപ്പെട്ടു. പച്ചമനുഷ്യരുടെ വികാരവിചാരങ്ങളാണ് ഫ്രാൻസിസ് പെട്രാർക്കിന്റെ കവിതകൾക്കു വിഷയമായത്.

വ്യക്തിസ്വാതന്ത്ര്യത്തിന് ഊന്നൽ നൽകുന്ന ഒരു സാമൂഹ്യ രാ ഷ്ട്രീയ ദർശനം നവോത്ഥാനകാലത്ത് ഉദയംകൊണ്ടു. വ്യക്തിസ്വാത ന്ത്ര്യവാദത്തിന്റെ മൂല്യങ്ങളും അതിന്റെ ഭാഗമായി വരുന്ന മനുഷ്യ പ്രകൃതത്തെക്കുറിച്ചുള്ള സങ്കൽപ്പങ്ങളും നവോത്ഥാനസാഹിത്യത്തെ വ്യത്യസ്തമാക്കി. നവോത്ഥാനകാലത്തെ ദാർശനികാന്വേഷണങ്ങൾ മനുഷ്യന്റെ ധൈഷണികചരിത്രത്തെ ദുരവ്യാപകമായി സ്വാധീനിച്ച ഉപാ ഖ്യാനങ്ങളിൽ ഒന്നാണ്. മതാത്മകമായിരുന്ന ആദിമസങ്കൽപ്പനങ്ങളിൽ

നിന്ന് മതനിരപേക്ഷമായ ശാസ്ത്രീയയുക്തിയിലേക്കുള്ള വളർച്ചയുടെ ചരിത്രമാണ് ആദിമമനുഷ്യൻ ആധുനിക മനുഷ്യനായ കഥ. ശിലായുഗ മനുഷ്യന്റെ അടങ്ങാത്ത അന്വേഷണത്വരയുടെ പരിണതരൂപങ്ങൾ മനു ഷ്യത്വവിഹീനമായ യാഥാസ്ഥിതികത്വത്താൽ തണുത്തുറഞ്ഞുപോയ താണ് ഇന്നു നാം കാണുന്ന മതങ്ങളെല്ലാം. ഭൗതികവാദത്തിന്റെയും യുക്തിവാദത്തിന്റെയും കടന്നാക്രമണത്തിൽനിന്ന് മതത്തെ രക്ഷി ക്കാനുള്ള ആയുധമെന്നനിലയിൽ ദർശന (philosophy) മെന്ന പുതി യൊരു, വൈജ്ഞാനികശാഖയെ വളർത്തിക്കൊണ്ടു വന്ന സെയ്ന്റ് തോ മസ് അകിനാസ് (Saint Thomas Acquines), ജോർജ് ബെർക്കിലി (George Berkeley), സോറൻ കിർക്കഗാർഡ് (Soren Kierkegaard) തുട ങ്ങിയവരെല്ലാം ഭൗതികവാദം മേൽക്കൈ നേടുന്ന ആധുനികയുഗം മത ത്തിന്റെ മരണമണി മുഴക്കുമെന്ന് ഭയപ്പെട്ടിരുന്നു. മധ്യയുഗത്തിന്റെ സാമൂ ഹ്യജീവിതത്തെ അടിമുടി ആശ്ലേഷിച്ചുനിന്ന മതം നവോത്ഥാനത്തിനു ശേഷം അതിന്റേതു മാത്രമായ ഒരു മേഖലയിലേക്ക് ഒതുങ്ങിക്കൂടാൻ സന്നദ്ധമാവുകയും അന്വേഷണങ്ങളുടെ വിശാലമേഖല ശാസ്ത്രീയ ചിന്തയ്ക്കായി ഒഴിഞ്ഞുകൊടുക്കുകയും ചെയ്തു. സർവസമ്മതമായ അറിവുകളോട് കലഹിക്കുന്ന പുതിയ അറിവുകളുടെ അഗ്നിയിൽ ഫ്യൂ ഡൽ വിശ്വാസസംഹിതകളുടെ കന്യാവനങ്ങൾ വെണ്ണീറായി.

ഗ്രീക്കോ–റോമൻ പാരമ്പര്യത്തിന്റെ പുനരുദയമായി നവോത്ഥാന ത്തെ വിശദീകരിക്കുന്നത് ക്ലാസിക്കൽ വിശകലനത്തിന്റെ വൈകല്യമാണ് കാണിക്കുന്നത്. റോമാസാമ്രാജ്യത്തിന്റെ പ്രതാപകാലത്തിലെ രാഷ്ട്രീയ വ്യവസ്ഥയിലേക്കോ സാമൂഹ്യാവസ്ഥയിലേക്കോ തിരിച്ചു പോകാനുള്ള ശ്രമം നവോത്ഥാനത്തിന്റെ ഭാഗമായിരുന്നില്ല. സങ്കൽപ്പസാധ്യമായതിൽ ഏറ്റവും ക്രൂരവും മനുഷ്യത്വരഹിതവുമായിരുന്നു റോമാസാമ്രാജ്യ ത്തിലെ ആചാരങ്ങളും വിനോദങ്ങളും. ക്രിസ്തുമതത്തിന്റെ ആദ്യനാളു കളിൽ റോമൻപാരമ്പര്യത്തിലെ മനുഷ്യത്വരാഹിത്യത്തിനെതിരായ കലാപത്തിന്റെ സ്വരം അതുയർത്തിയിരുന്നു. അടിമയുടമ വ്യവസ്ഥി തിയെ നിലനിർത്തുകയായിരുന്നില്ല അതിനെ തകർക്കുകയായിരുന്നു ആദ്യകാല ക്രിസ്തുമതത്തിന്റെ ലക്ഷ്യം. ഫ്യൂഡൽ സ്വഭാവമുള്ള ഒരു സാമൂഹ്യഘടന നിലവിൽ വന്നതിനുശേഷമാണ് അതിന്റെ പരിരക്ഷ കരായി ക്രിസ്തുമതം (കത്തോലിക്കാമതം) മാറിയത്. നവോത്ഥാനകാല ത്തും ഏറ്റവും പ്രസക്തവും സാർവത്രികവുമായ പ്രമേയങ്ങൾ *ബൈ ബിളിൽനിന്ന്* കടംകൊണ്ടവയായിരുന്നു.

യുദ്ധം ജയിക്കുകയും ശത്രുസൈന്യത്തിൽപ്പെട്ട ആയിരങ്ങളെ കൊന്നു തള്ളുകയും ചെയ്യുന്ന സൈനിക ജനറലിനെ ആദരിക്കുന്ന പ്രൗഢമായ ഘോഷയാത്രകൾ റോമാസാമ്രാജ്യത്തിന്റെ – സൂക്ഷ്മമായി പറഞ്ഞാൽ റോമാ നഗരത്തിന്റെ– സവിശേഷതയായിരുന്നു. സെനറ്റർ മാരും മജിസ്ട്രേട്ടുമാരും ബലിമൃഗങ്ങളും ബന്ധനസ്ഥരായ യുദ്ധത്തട വുകാരും ഈ ഘോഷയാത്രകളിൽ അണിനിരന്നു. കൊള്ളമുതലുകൾ

പ്രദർശനവസ്തുക്കളായി നഗരം ചുറ്റി കൊണ്ടു നടന്നു. ഒരു കയ്യിൽ ഒലിവിലയും മറുകൈയിൽ ദന്തനിർമ്മിതമായ പദവിദണ്ഡും ശിരസ്സിൽ കിരീടവുമായി വിജയിയായ സേനാനി രഥത്തിൽ എഴുന്നള്ളുമായിരുന്നു. പട്ടാളക്കാർ വിജയശ്രീലാളിതനായ സൈന്യാധിപനെ സ്തുതിച്ചുപാടുക എന്നതായിരുന്നു അന്നത്തെ രീതി.

അടിമകളെയും യുദ്ധത്തിൽ തടവുകാരാക്കപ്പെട്ട സൈനികരെയും കൊണ്ട് മരണംവരെ പരസ്പരം പോരാടിപ്പിക്കുകയും അതുകണ്ട് രാജ കുടുംബാംഗങ്ങളും പ്രഭുക്കൻമാരും മറ്റു പൗരപ്രമുഖരും ആഹ്ലാദം കൊള്ളുകയും ചെയ്യുന്ന ഗ്ലാഡിയേറ്റർ മത്സരങ്ങളായിരുന്നു റോമിന്റെ മറ്റൊരു സവിശേഷത. യൂറോപ്യൻ ജനത ലോകമെമ്പാടും ചെയ്തു കൂട്ടിയ മഹാപാതകങ്ങളോർത്ത് അത്ഭുതം കുറുന്നവർ ക്രൂരതയുടെ പര്യായമായ റോമൻ പാരമ്പര്യത്തെക്കുറിച്ച് അജ്ഞരായിരിക്കണം. മര ണപ്പെടുന്ന രാജാക്കന്മാർക്കും പ്രഭുക്കന്മാർക്കും സഹായത്തിനായി യുദ്ധോത്സുകരായ സൈനികരെയും അവരോടൊപ്പം പരലോകത്തേക്ക് പറഞ്ഞയക്കുക എന്നതായിരുന്നു ഗ്ലാഡിയേറ്റർ മത്സരങ്ങൾക്കു പിന്നി ലുള്ള സങ്കൽപ്പം. ജൂലിയസ് സീസറുടെ (Julius Caesar) ഭരണകാല മായപ്പോഴേക്കും അറുന്നൂറോളം പോരാളികൾ ഒരുമിച്ചണിനിരക്കുന്ന പ്രദർശനാർഥമുള്ള ചാവേർ പോരാട്ടങ്ങൾ റോമാനഗരത്തിലെ പതിവു പരിപാടിയായി മാറിക്കഴിഞ്ഞിരുന്നു. തുടർച്ചയായി വിജയിക്കുന്ന ഗ്ലാഡിയേറ്റർ പോരാളികളെ സ്വതന്ത്രരാക്കുന്ന രീതിയും റോമിൽ ഉണ്ടായിരുന്നു. സ്ത്രീകൾ, കള്ളന്മാർ, കുറ്റവാളികൾ, അടിമകൾ എന്നി വരെപോലും പോർക്കളത്തിലേക്ക് തള്ളിവിട്ടിരുന്നു.

ലോകചരിത്രത്തിലെ ഏറ്റവും പ്രസിദ്ധനായ ഗ്ലാഡിയേറ്റർ, ഒരു പക്ഷേ സ്പാർട്ടക്കസ് (Spartacus) ആണ്. ക്രിസ്തുവിനു മുമ്പ് കുരിശിൽ തറയ്ക്കപ്പെട്ട ക്രിസ്തുവിനു സമനായ മനുഷ്യസ്നേഹിയെന്ന് സ്പാർട്ട ക്കസിനെ വിളിക്കാം. കൊള്ളനടത്തിയെന്ന പേരിൽ പിടികൂടി അടിമയായി വിൽക്കപ്പെട്ട ഒരു റോമൻ സൈനികനായിരുന്നു സ്പാർട്ടക്കസ്. ഗ്ലാഡി യേറ്റർ സങ്കേതത്തിൽ കലാപമുണ്ടാക്കി രക്ഷപ്പെട്ട അദ്ദേഹം മറ്റുള്ളവ രോടൊപ്പം വെസുവിയസ് കൊടുമുടിയിൽ തമ്പടിച്ചു. തടങ്കൽപ്പാളയങ്ങ ളിൽനിന്ന് ഓടിയെത്തിയ അടിമകളും അസഹ്യമായ ചൂഷണംകൊണ്ട് പൊറുതിമുട്ടിയ ദരിദ്രകർഷകരും അദ്ദേഹത്തിന്റെ നേതൃത്വം അംഗീക രിക്കുകയും, മരണം മുന്നിൽ കണ്ടുകൊണ്ടുള്ള ഒരു പോരാട്ടത്തിന് തയ്യാ റാവുകയും ചെയ്തു. 90,000 പേരുള്ള അടിമസൈന്യം ദക്ഷിണ ഇറ്റലി മുഴുവൻ കീഴടക്കി. രണ്ടു സൈനിക കോൺസലുകൾ അവരുടെ പട യോട്ടത്തിൽ പരാജയത്തിന്റെ രുചിയറിഞ്ഞു. സിസാൽ പൈൻ-ഗൗളിൽ (Cisalpine-Gaul) വച്ച് അദ്ദേഹം സ്വാതന്ത്ര്യത്തിന്റെ ലോകത്തിലേക്ക് തുറന്നുവിട്ട അടിമകൾ പിരിഞ്ഞു പോകാനല്ല, വിമോചനയുദ്ധം തുടരാ നാണ് ആഗ്രഹിച്ചത്. എന്നാൽ ക്രാസസ് (Marcus Licinius Crassus)

നേതൃത്വം നൽകിയ റോമാസൈന്യം ഒടുവിൽ സ്പാർട്ടക്കസിന്റെ ഗ്ലാഡിയേറ്റർ പടയെ തുരത്തി. പതിനായിരക്കണക്കിന് വിമോചന പ്പോരാളികൾ യുദ്ധത്തിൽ കൂട്ടക്കുരുതി ചെയ്യപ്പെട്ടു. ശേഷിച്ച ആറായിരം പേർ കുരിശിൽ തറച്ചു കൊല്ലപ്പെട്ടു. കൂട്ടത്തിൽ സ്പാർട്ടക്കസും.

ക്രിസ്തുമതം ശക്തിപ്രാപിച്ചതോടെയാണ് മനുഷ്യത്വഹീനമായ ഈ വിനോദം ചരിത്രത്തിലേക്കു പിൻവലിഞ്ഞത്.

അടിമത്തം തിരിച്ചുകൊണ്ടുവരാനുള്ള ആഗ്രഹത്തിന്റെയോ അടിമയുടമസ്ഥതയെക്കുറിച്ചുള്ള ഗൃഹാതുരത്വത്തിന്റെയോ നേരിയ ലാഞ്ഛനപോലും നവോത്ഥാനകാലകലയിലോ സാഹിത്യത്തിലോ കാണാനാവില്ല. അധിനിവേശങ്ങളും മുതലാളിത്തകൃഷിയുമാണ് ലജ്ജാ കരമായ അടിമയുടമസ്ഥതയ്ക്ക് ഒരു പുത്തൻ രൂപംനൽകിയത്.

പാശ്ചാത്യനാഗരികത പടുത്തുയർത്തപ്പെട്ടിട്ടുള്ള അസ്തിവാര മായാണ് ലോകമിന്ന് ഗ്രീക്കോ-റോമൻ സംസ്കാരത്തെ കണക്കാക്കു ന്നത്. ബി സി രണ്ടായിരാമാണ്ടിനുശേഷം പലപ്പോഴായി ഗ്രീസിൽ കുടി യേറിപ്പാർത്ത അയോളിയന്മാർ (Aeolians), അയോണിയന്മാർ (Ionians), ഡോറിയന്മാർ (Dorians) തുടങ്ങിയ ജനവിഭാഗങ്ങൾ വളർത്തിയെടുത്ത ഗോത്രജീവിതവ്യവസ്ഥയുടെ തുടർച്ചയും വികാസവുമായിരുന്നു ഗ്രീ സിന്റെ സുവർണകാലം. റോമാസാമ്രാജ്യം നവോ ത്ഥാനയൂറോപ്പിന്റെ മന സിൽ ഉയർത്തെഴുന്നേ റ്റത് രാഷ്ട്രീയഗരിമ യുടെയും അപരാജിത മായ സൈനികശക്തിയു ടെയും ഓർമയായിട്ടാ ണെങ്കിൽ ഭാവന തളിർ ക്കുകയും ജീവിതം പു ഷ്പിക്കുകയും ചെയ്ത

കൊളോസിയം

ഒരു യുഗത്തിന്റെ ഗൃഹാതുരത്വമായിരുന്നു അവരെ സംബന്ധിച്ചിട ത്തോളം ഗ്രീസിന്റെ സുവർണകാലം.

ഗ്രീസിലൊരിക്കലും രാജാധികാരം ഏകപക്ഷീയമായിരുന്നില്ല. സ്വയംഭരണമുള്ള നഗരരാഷ്ട്രങ്ങളുടെ സമുച്ചയമായ ഗ്രീസ് അക്കാരണം കൊണ്ടുതന്നെ ലോകത്തിൽ അദ്വിതീയമായിരുന്നു. ഇണങ്ങുകയും പിണങ്ങുകയും ചെയ്തുപോന്ന നൂറ്റമ്പതോളം നഗരരാഷ്ട്രങ്ങൾ ഗ്രീസിലുണ്ടായിരുന്നു. സ്പാർട്ടയും ഏഥൻസും പരസ്പരവിരുദ്ധങ്ങളായ രണ്ടു ജീവിതമാതൃകകൾ ആവിഷ്കരിച്ചു. രാഷ്ട്രത്തിനുവേണ്ടി ജീവൻ ത്യജിക്കാൻ പോലും മടി കാണിക്കാത്ത സ്പാർട്ടന്മാരുടെ അച്ചടക്ക ത്തിനും ധീരതയ്ക്കും ചരിത്രത്തിൽ സമാനതകളില്ല. ജനാധിപത്യമെന്ന

ആശയം ലോകത്തിന് സംഭാവന ചെയ്ത ഏഥൻസിന്റെ കാര്യമാകട്ടെ ഇതിനു നേർവിപരീതമായിരുന്നു. മുഴുവൻ സമയ ബുദ്ധിജീവികളായി രുന്ന പ്ലേറ്റോ, അരിസ്റ്റോട്ടിൽ തുടങ്ങിയവരിൽനിന്ന് വ്യത്യസ്തമായി, പ്രാചീനഗ്രീസിൽ ജനാധിപത്യപ്രക്രിയ കരുപ്പിടിപ്പിക്കുന്നതിൽ നേരിട്ടു നേതൃത്വം നൽകുന്നതിലൂടെ ക്ലൈസ്തനീസ് (Cleisthenes), പെരിക്ലിസ് (Pericles, 495-420 BC), സോളൻ (Solon) തുടങ്ങിയവർ തുടങ്ങിവച്ച പ്രവണതകളാണ് പിന്നീട് ലോകത്തിനാകെ അലങ്കാരമായിത്തീർന്നത്. ഗ്രീക്ക് കലാസാഹിത്യാദികളുടെ സുവർണകാലമായാണ് പെരിക്ലിസിന്റെ ഭരണകാലം അറിയപ്പെടുന്നത്. പ്ലേഗ് ബാധിച്ച് ജനങ്ങൾ മരിച്ചു വീണു കൊണ്ടിരുന്ന ഗ്രീസിനോട് അദ്ദേഹം നടത്തിയ ചരിത്രപ്രസിദ്ധമായ പ്രസംഗം ജനാധിപത്യത്തിന്റെ ആദ്യകാലചരിത്രത്തിൽ തങ്കലിപികളാൽ എഴുതപ്പെട്ടതാണ്.

ഭാഷയെ ഒരു കലയായും സംസ്കാരമായും വളർത്തിയെടുക്കാൻ ഗ്രീക്കുകാർക്കു കഴിഞ്ഞു.അന്ധഗായകനായ (Homer) ഹോമർ സമാ ഹരിച്ച ഇലിയഡും (Iliad) ഒഡിസിയും (Odyssey) മനുഷ്യഭാവനയുടെ ഉത്തുംഗശൃംഗങ്ങളിൽ നിന്ന് ഉറപൊട്ടിയ വാക്കുകളാണ്. ഗ്രീക്കുകാരുടെ വീരസാഹസികത്വത്തിന് പ്രാധാന്യം നൽകുന്ന ഈ കൃതികൾ രണ്ടും അതിരുകളില്ലാത്ത മനുഷ്യഭാവനയുടെയും അടങ്ങാത്ത ഉൽക്കർഷേച്ഛ യുടെയും സമാനതകളില്ലാത്ത സൗന്ദര്യാരാധനയുടെയും അടയാളങ്ങൾ പേറുന്നവയാണ്.

ഇലിയഡോ ഒഡിസിയോ പോലുള്ള ഒരു കൃതി കത്തോലിക്കാ മതയാഥാസ്ഥിതികത്വം അരങ്ങുവാണ മധ്യകാലയുറോപ്പിൽ ഉണ്ടാവുക അസംഭവ്യമായിരുന്നു. ഈ കൃതിയുടെ കർത്താവ് ഹോമറല്ല എന്നൊരു അഭിപ്രായം പണ്ഡിതന്മാർക്കിടയിൽ നിലനിൽക്കുന്നുണ്ട്. എന്തുതന്നെ യായാലും അന്നത്തെ ഗ്രീഷ്യൻ മനസിന്റെ സൗന്ദര്യാത്മകാവിഷ്കാര മാണിതെന്ന കാര്യത്തിൽ തർക്കമുണ്ടാവാൻ ഇടയില്ല. മധ്യകാലയു റോപ്പിനു നഷ്ടമായതും നവോത്ഥാനലോകം തിരിച്ചുപിടിക്കാൻ ശ്രമിച്ച തും ഇതേ മന:സ്ഥിതിയാണ്.

ഭാവഗീതങ്ങൾ ആദരിക്കപ്പെട്ട കാലയളവായിരുന്നു പെരിക്ലിസിന്റെ ഭരണകാലം. ബി സി അഞ്ചാം നൂറ്റാണ്ടിൽ തിബ്സിൽ ജീവിച്ചിരുന്ന പിണ്ടാർ (Pindar) ഭാവഗീതങ്ങളുടെ ഒരു അത്ഭുതപ്രപഞ്ചംതന്നെ സൃ ഷ്ടിച്ചു. തിബ്സ് മുഴുവൻ കൊള്ളയടിച്ച അലക്സാണ്ടർ ചക്രവർത്തി മാസിഡോണിയക്കാരുടെകൂടി പ്രിയകവിയായിരുന്ന പിണ്ടാറിന്റെ വീടു മാത്രം സംരക്ഷിച്ചതായാണ് മനസിലാക്കപ്പെട്ടിട്ടുള്ളത്. ഗ്രീക്കുകാർ അദ്ദേ ഹത്തെ 'ഗീതങ്ങളുടെ ദൈവം' എന്ന് വിളിച്ചു. 'കാവ്യദേവ'നെന്ന് സാ ക്ഷാൽ പ്ലേറ്റോ വിശേഷിപ്പിച്ച സഫോ (Sapho) ഹോമറെപ്പോലെ തന്നെ ആദരിക്കപ്പെട്ടിരുന്നു. സ്റ്റെസികോറസ് (Stesichorus) രചിച്ച മനോഹര മായ സംഘഗാനങ്ങൾ ദൈവപ്രീതിക്കുവേണ്ടി ആലപിക്കപ്പെട്ടു. ഗ്രാമീ

ണജീവിതത്തിന്റെ വിവിധ വശങ്ങള്‍ ഇഴചേരുന്ന കവിതകള്‍ രചിച്ച തിയോക്രിറ്റസും (Theocritus) ഗ്രീസിന്റെ ഗ്രാമീണജീവിതം ഗീതകങ്ങ ളില്‍ ആവാഹിച്ച ഹെസിയോഡ്ഡും (Hessiod) ഒരു കാലഘട്ടത്തിന്റെ തിള ക്കമാര്‍ന്ന രത്നങ്ങളായിരുന്നു.

രണ്ടര സഹസ്രാബ്ദങ്ങള്‍ക്കു മുമ്പേ ഗ്രീസിലെ ഓപ്പണ്‍ എയര്‍ തിയേറ്ററുകളില്‍ നാടകങ്ങള്‍ അരങ്ങേറിയിരുന്നു. പതിനയ്യായിരത്തോളം കാണികള്‍ക്കിരിക്കാവുന്ന ഒരു ഓപ്പണ്‍എയര്‍ തീയേറ്റര്‍ ഏഥന്‍സില്‍ സജ്ജീകരിക്കപ്പെട്ടിരുന്നുവത്രെ. ഈഷ്കിലിസി(Aeschylus)ന്റെയും സോഫോക്ലിസി(Sophocles)ന്റെയും യുറിപ്പിഡിസി(Eurypedes)ന്റെയും ദുരന്തനാടകങ്ങള്‍ ലോകത്തിന്റെ വിവിധ കോണുകളില്‍ ഇന്നും പുത്തന്‍ രൂപഭാവങ്ങളില്‍ അവതരിപ്പിക്കപ്പെട്ടുവരുന്നു. സങ്കല്‍പ്പസാധ്യമായതില്‍ ഏറ്റവും വലിയ ദുരന്തമാണ് *ഈഡിപ്പസ്* എന്ന നാടകത്തില്‍ സോഫോ ക്ലിസ് ചിത്രീകരിച്ചത്. അതിലെ നായകന്‍ സ്വന്തം മാതാവിനെ വിവാഹം കഴിക്കുകയും ഒടുവില്‍ സത്യം മനസിലാക്കുമ്പോള്‍ ജീവനൊടുക്കു കയും ചെയ്യുന്നു. ശുഭാന്ത നാടകകൃത്തായ അരിസ്റ്റോഫെനിസില്‍ (Aristophanes) നിന്നാണ് രാഷ്ട്രീയ ആക്ഷേപഹാസ്യത്തിന്റെ ചരിത്രം ആരംഭിക്കുന്നത്. യുപോളിസ് (Eupolis), മെനാന്‍ഡര്‍ (Menander) തുട ങ്ങിയ പ്രതിഭാശാലികള്‍ ശുഭാന്തനാടകങ്ങളുമായി അരിസ്റ്റോഫെനി സിന്റെ സഹയാത്രികരായി.

പുരാതനഗ്രീക്കുകാര്‍ വികസിപ്പിച്ചെടുത്ത നാടകസങ്കേതങ്ങള്‍ ഒട്ടൊക്കെ മധ്യകാലഘട്ടത്തിലും നിലനിന്നു. എന്നാല്‍ ജീവിതഗന്ധിയായ ഗ്രീക്കുനാടകങ്ങള്‍ അവഗണിക്കപ്പെടുകയും കത്തോലിക്കാമതത്തിന്റെ ആശയപ്രചരണോപാധിയായി യൂറോപ്യന്‍ നാടകവേദി ചുരുങ്ങുകയും ചെയ്തു. നവോത്ഥാനത്തെ വരവേറ്റ യൂറോപ്യന്‍ നാടകവേദി അതിന്റെ നഷ്ടവസന്തത്തെ മടക്കി വിളിക്കുന്നതാണ് വിശ്വവിഖ്യാതനായ വില്യം ഷേക്സ്പിയറിലൂടെ ലോകം കണ്ടത്.

പെരിക്ലിയന്‍ കാലഘട്ടത്തില്‍ ജീവിച്ചിരുന്ന ഹെറോഡൊട്ടസാണ് (Herodotus) അറിയപ്പെടുന്ന ആദ്യത്തെ ചരിത്രകാരന്‍. പരുക്കന്‍ ശിലാ ശില്‍പ്പങ്ങള്‍ നിര്‍മിച്ചിരുന്ന ആര്‍ക്കയിക് (archaic) യുഗത്തില്‍ പിച്ചവച്ച് പെരിക്ലിയന്‍ യുഗത്തിലൂടെ വളര്‍ന്ന ഗ്രീക്കു ശില്‍പ്പകല ഹെല്ലിനിസ്റ്റിക് കാലഘട്ടത്തില്‍ പൂര്‍ണത കൈവരിച്ചു. ആകര്‍ഷകങ്ങളായ ഡോറിക് (Doric) കോളങ്ങളും അലങ്കാരബഹുലമായ അയോണിയന്‍ സ്തൂപ ങ്ങളും പില്‍ക്കാലത്ത് ശ്രദ്ധേയമായിത്തീര്‍ന്ന കോറിന്തിയന്‍ (Corinthian) സ്തൂപങ്ങളും ഗ്രീക്കു നിര്‍മാണ കലയുടെ ഗാംഭീര്യം വിളിച്ചറിയിക്കുന്നു. ഇതിന്റെ തുടര്‍ച്ചയായിരുന്ന റോമന്‍ വാസ്തുശില്‍പ്പശൈലി നവോത്ഥാ നാനന്തരലോകത്തില്‍ വമ്പിച്ച തിരിച്ചു വരവ് നടത്തി.

ഫിഡിയാസ് (Phidias), ആല്‍ക്കമെനസ് (Alcamenes), ആഗോറ ക്രിസ്റ്റ്, ലൈസിപ്പസ് (Lysippus), മിറോണ്‍, പ്രാക്സിറ്റലസ് തുടങ്ങിയവര്‍ നിര്‍മിച്ച പ്രതിമകള്‍ പെരിക്ലിയന്‍ യുഗത്തിലും തുടര്‍ന്നും ഗ്രീക്കുനഗര

ങ്ങളെ അലങ്കരിച്ചു. രണ്ടായിരം വർഷത്തെ നീണ്ട ഇടവേളക്കുശേഷം മൈക്കലാഞ്ചലോയുടെയും റാഫേലിന്റെയും മറ്റും ശില്പങ്ങളിലൂടെ ഈ കാലം പുനർജ്ജനിക്കുന്നതിന് യൂറോപ്പ് സാക്ഷ്യം വഹിച്ചു. പോളിഗ്നോ ട്ടസ് (Polygnotus), അപ്പോളോഡോറസ് (Apollo dorus), പരാ സിയസ്(Parassius), തുടങ്ങിയവരുടെ മനോഹരങ്ങളായ പെയിന്റിങ്ങു കൾ പൂർണമായും സൂക്ഷിച്ചു വയ്ക്കാനും അതേപടി നവോത്ഥാനത്തിനു കൈമാറാനും കാലത്തിനായില്ല. എങ്കിലും മനുഷ്യത്വവാദപരവും യഥാത ഥവുമായിരുന്ന ഗ്രീക്കുചിത്രകലയെക്കുറിച്ച് സാമാന്യമായി മനസിലാ ക്കിയ നവോത്ഥാനകലാകാരന്മാർ അതിനോട് സമാനമായ ഒരു പുതു ശൈലിക്ക് രൂപംനൽകി. ആസ്വാദകലോകം ഹൃദയപൂർവം ഓർമിക്കുന്ന മഹാന്മാരിൽ മഹാന്മാരായ കലാകാരന്മാരുടെ പട്ടികയിൽനിന്ന് മൈക്ക ലാഞ്ചലോയെയും ലിയോനാർഡോ ഡാവിഞ്ചിയെയും ഒഴിവാക്കാനാവി ല്ലെന്ന കാര്യം പ്രത്യേകം പറയേണ്ടതില്ല.

ഉപകരണസംഗീതത്തെക്കാൾ വായ്പാട്ടുകൾക്ക് പ്രാധാന്യം നൽ കിയ ഒരു ജനകീയസംഗീതസംസ്കാരം ഗ്രീസിനുണ്ടായിരുന്നു. ഹോ മറും ടെർപാൻഡറും (Terpander) ഹെസിയോഡും (Hessoid) വികാര സാന്ദ്രമായ ഭാവഗീതങ്ങൾ രചിച്ചതായി ചരിത്രം പറയുന്നു. സംഗീ തത്തിനും സാഹിത്യത്തിനും തുല്യപ്രധാന്യമുള്ള നാടകരൂപമായ ഒപ്പെറ പെരിക്ലിയൻ ഗ്രീസിൽ വ്യാപകമായി പ്രചരിച്ചിരുന്നു. ഗണിതം, വാനനി രീക്ഷണം, ഭൂമിശാസ്ത്രം, ഊർജതന്ത്രം, വൈദ്യശാസ്ത്രം, തുടങ്ങിയ മേഖലകളിൽ ഗ്രീസ് കൈവരിച്ച അത്ഭുതാവഹമായ നേട്ടങ്ങൾ കലാ സാംസ്കാരികരംഗങ്ങളിലെ അസൂയാർഹമായ പുരോഗതിക്ക് സമാന്തര മാണ്. ഇവയുടെയെല്ലാം തുടർന്നുള്ള പുരോഗതിക്കുമേൽ കരിനിഴൽ വീഴ്ത്തിക്കൊണ്ടാണ് മധ്യകാലഘട്ടത്തിൽ യാഥാസ്ഥിതിക കത്തോലി ക്കാമതം പിടിമുറുക്കിയത്.

മിലെറ്റസിൽ ജീവിച്ചിരുന്ന ഥെയ്ലിസ് (625-546 ബി സി) എന്ന ജ്യോതിശാസ്ത്രജ്ഞൻ ബി സി 586 ലെ സൂര്യഗ്രഹണം കൃത്യമായി പ്രവചിച്ചിരുന്നതായി ചരിത്രം രേഖപ്പെടുത്തിയിട്ടുണ്ട്. പൈഥഗോരസിന്റെ ജ്യോമട്രിക്കൽ തിയറം അക്കാലത്തെ സ്തുത്യർഹമായൊരു കണ്ടെത്ത ലായിരുന്നു. ശാസ്ത്രീയമായ കാലാവസ്ഥാനിരീക്ഷണത്തിനായി ജ്യോതിശാസ്ത്രപരവും ഭൂമിശാസ്ത്രപരവുമായ അറിവുകൾ സമാഹ രിക്കുകയും ഒരു നിരീക്ഷണകേന്ദ്രം സ്ഥാപിക്കുകയും ചെയ്ത അന ക്സിഗോറസ്സ് നടത്തിയ ചുവടുവയ്പുകൾ അദ്ദേഹത്തിന്റെ ശാസ്ത്ര ശാഖയെ സംബന്ധിച്ചിടത്തോളം സമാനതകളില്ലാത്തതാണ്. തനിക്കു മുൻപുള്ള ഗണിതശാസ്ത്രജ്ഞന്മാരുടെ സംഭാവനകൾ മുഴുവൻ ക്രോഡീകരിക്കുകയും ലിവറിന്റെ തത്വവും പ്ലവനസിദ്ധാന്തവും ആവി ഷ്കരിക്കുകയും ചെയ്ത യൂക്ലിഡ് രണ്ടായിരത്തോളം കൊല്ലക്കാലം ആരാധനയോടെ മാത്രം സ്മരിക്കപ്പെട്ട ഗണിതശാസ്ത്രപ്രതിഭയാണ്. "എനിക്ക് നിൽക്കാനൊരിടം തരൂ ഈ ഭൂമിയെ ഞാൻ ചലിപ്പിക്കാം"

പെരിക്ലിസ്

എന്നു പ്രഖ്യാപിച്ച ആര്‍ക്കിമിഡീസിന്റെ 'കാല'ത്തെയല്ല അതിന്റെ ആത്മാവിനെയാണ് നവോത്ഥാനം മടക്കി വിളിച്ചത്.

അനക്സഗോരസിന്റെയും (Anaxagoras 500-428 BC) അനക്സിമാന്റെറിന്റെയും (Anaximander, 610-540 BC) അരിസ്റ്റോട്ടിലിന്റെയും ജീവശാസ്ത്രസിദ്ധാന്തങ്ങള്‍ വികസിപ്പിക്കാനോ സമാനമായ പുതിയ അന്വേഷണങ്ങള്‍ നടത്താനോ മധ്യകാലഘട്ടത്തില്‍ ആരുമുണ്ടായില്ല. ഉറക്കത്തില്‍ ഓപ്റ്റിക് നെര്‍വുകള്‍ പ്രവര്‍ത്തിക്കുന്നതെങ്ങനെ എന്നതിനെക്കുറിച്ചു പോലും പ്രാചീനഗ്രീസില്‍ പഠനങ്ങള്‍ നടന്നു. ഹിപ്പോക്രേറ്റസിന്റെയും (Hippocrates) ആല്‍ക്മിയോണിന്റെയും (Alcmaeon) പഠനങ്ങള്‍ പില്‍ക്കാല വൈദ്യശാസ്ത്രകാരന്മാര്‍ക്ക് പ്രചോദനവും മാതൃകയും ആയിത്തീര്‍ന്നു. രോഗങ്ങള്‍ക്കുകാരണം പിശാചുക്കളുടെ പ്രവര്‍ത്തനമാണെന്ന, ശിലായുഗം മുതല്‍ നിലവിലിരുന്ന, മൂഢവിശ്വാസത്തെ തകര്‍ത്തത് ഹിപ്പോക്രേറ്റസിന്റെ സംഭാവനകളാണ്. ശരീരവ്യായാമവും ഭക്ഷണക്രമീകരണവും ആരോഗ്യത്തിന് നല്ലതാണെന്ന ആശയം ഒരുപക്ഷേ അദ്ദേഹത്തിന്റേതാണ്. ഹിപ്പോക്രേറ്റസും ഡെമോക്രേറ്റസും ചേര്‍ന്നാണ് ഭിഷഗ്വരവൃത്തിയുടെ അലിഖിതമായ ധര്‍മസംഹിത ആവിഷ്കരിച്ചത്. അവര്‍ പ്രചരിപ്പിച്ച വിശ്വാസപ്രമാണങ്ങള്‍ ഇന്നും ഇളക്കം തട്ടാത്ത ആധാരശിലകളാണ്. അവരെത്തുടര്‍ന്ന് ശ്രദ്ധേയനായിത്തീര്‍ന്ന ഹിറോഫിലസാണ് (Heropheles) ഹൃദയസ്പന്ദനങ്ങളെക്കുറിച്ച് ആദ്യമായി പഠനം നടത്തിയത്.

ശാസ്ത്രീയമായ അറിവുകള്‍ ശാസ്ത്രകാരന്മാരുടെ വ്യക്തിപരമായ സംഭാവനകള്‍ അല്ലെന്ന തിരിച്ചറിവിലേക്കാണ് പ്രാചീന ഗ്രീസിന്റെയും മധ്യയുഗത്തിന്റെയും നവോത്ഥാനത്തിന്റെയും താരതമ്യപഠനം നമ്മെ നയിക്കേണ്ടത്. ശാസ്ത്രീയമായ അന്വേഷണങ്ങള്‍ പെരിക്ലിയന്‍ യുഗത്തില്‍ എപ്രകാരം പ്രോത്സാഹിപ്പിക്കപ്പെട്ടിരുന്നുവെന്നും മധ്യയുഗത്തില്‍ കത്തോലിക്കാമതത്തിന്റെ ആധിപത്യം ശാസ്ത്രീയാന്വേഷണങ്ങള്‍ക്കുമേല്‍ കാളിമ പടര്‍ത്തിയതെങ്ങനെയെന്നും യാഥാസ്ഥിതികത്വത്തിന്റെ ഇരുട്ടിലേക്ക് കൊള്ളിയാന്‍പോലെ കടന്നുവന്ന നവോത്ഥാനത്തിന്റെ പ്രകാശമേറ്റ് യുറോപ്പില്‍ ജ്ഞാനോദയത്തിന്റെ വസന്തം വിടര്‍ന്നതെങ്ങനെയെന്നുമുള്ള അന്വേഷണം ലോകത്തിലെങ്ങുമുണ്ടായ നവോത്ഥാനസംരംഭങ്ങളെ വിലയിരുത്തുന്നതില്‍ അതിപ്രധാനമാണ്.

പെരിക്ലിസിന്റെയും ഐസോക്രാറ്റസിന്റെയും (Isocrates) ഡിമോ

സ്തനിസിന്റെയും (Demosthenes) വാഗ്ധോണികളിൽ പുളകമണിഞ്ഞ യുറോപ്യൻമനസാണ് മധ്യയുഗത്തിൽ പാതിരിമാരുടെ വിരസമായ ധർമ പ്രഘോഷണങ്ങളാൽ വീർപ്പുമുട്ടിക്കപ്പെട്ടത്. മാസിഡോണിയയിലെ ഫിലിപ്പിന്റെ കുതിരപ്പടയാളികൾ അടുത്തുവരുന്ന കുളമ്പടിനാദംകേട്ട് സ്വപ്നമുണർന്നിരുന്ന ഗ്രീക്കുകാരുടെ സിരകളിലേക്ക് കർമോദ്യു ക്തിയുടെ കനൽ കോരിയിട്ടത് വിക്നായ ഡിമൊസ്തനീസിന്റെ വാക്കു കളാണ്. മാസിഡോണിലെ ഫിലിപ്പ് യുദ്ധത്തിൽ പരാജയപ്പെട്ടുവെന്ന വാർത്ത കേട്ട് ജീവനൊടുക്കിയ ഐസോക്രാറ്റസും (Isocrates) അതേ മാസിഡോണിൽനിന്നു നേരിട്ട അപമാനം താങ്ങാനാവാതെ ആത്മഹത്യ ചെയ്ത ഡിമൊസ്തനീസും സ്വതന്ത്രമായി ചിന്തിച്ചവരും സ്വന്തം ശരികൾക്കുവേണ്ടി ജീവൻ വെടിഞ്ഞവരുമാണ്. സോഫിസ്റ്റുകൾ (Soph- ists) എന്നറിയപ്പെട്ടിരുന്ന അധ്യാപകർ രാഷ്ട്രീയക്കാരായ യുവാക്കൾക്ക് പ്രസംഗകലയിൽ പരിശീലനം നൽകിക്കൊണ്ട് ഗ്രീസിലാകെ അലഞ്ഞു നടന്നിരുന്നു.

ആസ്തികവാദം, നാസ്തികവാദം, അജ്ഞേയവാദം, യുക്തിവാദം, എപ്പിക്യൂറിയാനിസം, ദോഷാനുദർശനം തുടങ്ങിയ ചിന്താപദ്ധതികളും അതതു കാലങ്ങളിൻ മേൽകൈ നേടി. ഇവയിൽ കത്തോലിക്കാ മത യാഥാസ്ഥിതികത്വത്തെ സഹായിക്കാത്ത യാതൊന്നും മധ്യകാലഘട്ട ത്തിൽ പ്രോത്സാഹിപ്പിക്കപ്പെടുകയുണ്ടായില്ല. പ്രൊട്ടഗോറസിന്റെയും (Protagorous) അദ്ദേഹത്തിന്റെ സമകാലികരായ മറ്റു യാഥാസ്ഥിതികരു ടെയും കാലശേഷം കാലിക്ലസ് (Callicles), ത്രേസിമാക്കസ് (Thracymacus) തുടങ്ങിയ സോഫിസ്റററുകൾ സ്വതന്ത്രമായ യുക്തിചിന്തയുടെ പ്രാധാന്യം ഉദ്ബോധിപ്പിച്ചുകൊണ്ട് ഗ്രീസുമുഴുവൻ ചുറ്റിസഞ്ചരിച്ചു. സന്യാസിമാരങ്ങളുടെ ചുവരുകൾക്കിടയിൽ അറിവുകൾ തളയ്ക്കപ്പെട്ടി രുന്ന മധ്യകാലഘട്ടവുമായുള്ള ഗ്രീഷ്യൻ പൗരാണികതയുടെ താരതമ്യം നവോത്ഥാനത്തിന്റെ ആത്മാവിലേക്ക് വെളിച്ചം വീശുമെന്നുറപ്പാണ്.

ക്ലാസിക്കൽ യുഗത്തിന്റെ മരണം

രാഷ്ട്രീയ സംവിധാനങ്ങളുടെ ഏറ്റവും സമ്പന്നമായ പരീക്ഷണ ഭൂമിയായിരുന്നു ഗ്രീസ്. മധ്യകാലഘട്ടത്തിലെ രാഷ്ട്രീയ വ്യവസ്ഥിതി യുമായി പ്രാചീനഗ്രീസിന്റെ വ്യവസ്ഥിതിയെ താരതമ്യം ചെയ്യുന്നതു രസകരമായിരിക്കും. രാജഭരണ (monarchy) ത്തിലായാലും പിന്നീടുവന്ന പ്രഭുഭരണ (aristocracy) ത്തിലായാലും സാധാരണജനങ്ങളുടെ താൽപ്പ ര്യങ്ങൾ പരിഗണിക്കപ്പെട്ടിരുന്നുവെന്നു പറയുക സാഹസമായിരിക്കും. പിന്നീടത് ധനികരായ ഒരു ചെറുന്യൂനപക്ഷത്തിന്റെ ഭരണമായി (oli- garchy) അധ:പതിച്ചു. ജനങ്ങൾക്കിടയിൽ വ്യാപകമായിരുന്ന അസം തൃപ്തി മുതലെടുത്ത് ഏകാധിപതികൾ ഉയർന്നുവരികയും അവർ എല്ലാ എതിർപ്പുകളെയും അടിച്ചമർത്തി ഭരിക്കുകയും ചെയ്തു. ഈ ഏകാധി

പതികൾക്കിടയിൽ ജനക്ഷേമം മുൻനിർത്തി പ്രവർത്തിച്ചവരും സ്വാർഥ മതികളും ഉണ്ടായിരുന്നു. പ്രഭുക്കന്മാർക്കും ഏകാധിപതികൾക്കുമിട യിലെ കിടമത്സരം ഇരുകൂട്ടരുടെയും ശക്തി ക്ഷയിപ്പിക്കുകയും മൂന്നാമ തൊരു ശക്തിയായി ജനായത്തസമ്പ്രദായം ഉയർന്നുവരികയുമായിരുന്നു.

ഇന്നത്തേതുമായി താരതമ്യം സാധ്യമല്ലെങ്കിലും, ഗ്രീഷ്യൻ ജനാ ധിപത്യം ലോകത്തിന്റെ രാഷ്ട്രീയചരിത്രത്തിലെ ഒരു വമ്പിച്ച കുതിച്ചു ചാട്ടമായിരുന്നു. പ്രത്യക്ഷജനാധിപത്യം (direct democracy) വലിയ സമൂഹങ്ങളിൽ സാധ്യമല്ല. എങ്കിലും അതിന്റെ പ്രതീകാത്മകമൂല്യത്തിന് ഇന്നും യാതൊരു കുറവുമില്ല.

സ്ത്രീകളെ 'പരിഷ്കൃത' ഗ്രീക്കുസമൂഹം 'രാഷ്ട്രീയജീവി' (po-litical being) കളായി ഗണിച്ചിരുന്നില്ല. അടിമകൾക്കും വിദേശികൾക്കും അവരുടെ ജനാധിപത്യപ്രക്രിയയിൽ പങ്കാളിത്തമുണ്ടായിരുന്നില്ല. അടി മത്തം നിലനിന്നിരുന്ന ഗ്രീക്കുസമൂഹത്തിൽ അടിമകൾക്ക് പൗരാവകാ ശങ്ങൾ അനുവദിക്കുന്ന കാര്യം ചിന്തിക്കാൻപോലും കഴിയുമായിരുന്നില്ല. എന്നാൽ ഗ്രീസിലെ 'മാന്യന്മാ'(gentry)ർക്കിടയിൽ നിലവിലിരുന്ന ജനാ ധിപത്യസംസ്കാരത്തിന് സമാനമായ മറ്റൊരു രാഷ്ട്രീയാവസ്ഥ ലോക ത്തിൽ ഉരുത്തിരിഞ്ഞുവരാൻ പിന്നെയും രണ്ടു സഹസ്രാബ്ദങ്ങൾ കാത്തിരിക്കേണ്ടിവന്നു. അടിമയുടമ വ്യവസ്ഥിതിയുടെ തകർച്ചയോടെ ജനകീയജനാധിപത്യത്തിനുമുന്നിലുള്ള തടസങ്ങൾ നീങ്ങുകയല്ല ചെയ്തത്. അടിമയുടമ സമ്പ്രദായത്തിന്റെ ചാരത്തിൽനിന്ന് ഫ്യൂഡ ലിസം ഉയർന്നുവരികയുമായിരുന്നില്ല. അടിമത്തത്തിന്റെ തകർച്ചയും ഫ്യൂഡലിസത്തിന്റെ ഉദയവും സമാന്തരവും പരസ്പരപൂരകവുമായ രണ്ടു പ്രക്രിയകളായിരുന്നു. അടിമയുടമത്വത്തിനെതിരായ സാമൂഹ്യശ ക്തികളുടെ സഖ്യശക്തിയായിരുന്ന ക്രിസ്തുമതം ഫ്യൂഡലിസം ശക്തി പ്പെട്ടതോടെ അതിന്റെ വക്താക്കളും ഏറ്റവും പ്രധാനപ്പെട്ട ഗുണഭോക്താ ക്കളുമായി മാറുകയാണുണ്ടായത്.

നവോത്ഥാനമെന്നത് ആ പദം തെറ്റായി ധ്വനിപ്പിക്കുന്നതുപോലെ (literary meaning) പഴയകാലത്തിന്റെ പുനരുജ്ജീവന (revivalism) മായി രുന്നില്ല. നവോത്ഥാനസാഹിത്യത്തിലെവിടെയും അടിമസമ്പ്രദായം ഗൃഹാതുരമായി പരാമർശിക്കപ്പെടുന്നില്ല. ബി സി 3,4,5 നൂറ്റാണ്ടുകളിൽ ശക്തമായിരുന്ന സ്റ്റോയിക് തത്വചിന്ത (Stoicism) ബുദ്ധിജീവികളുടെ സ്വാതന്ത്ര്യത്തിൽ വിശ്വാസമർപ്പിച്ച ആദ്യത്തെ ഡൈഷണികസംരംഭങ്ങ ളിൽ ഒന്നായിരുന്നു. അടിമത്തത്തെ തുറന്നു വിമർശിക്കാൻ സോക്ര ട്ടീസോ അരിസ്റ്റോട്ടിലോ പോലും തയ്യാറാവാതിരുന്നപ്പോൾ ഉച്ചനീചത്വ ങ്ങൾക്കെതിരെ സംസാരിക്കാൻ സ്റ്റോയിക് ചിന്തകർ മുന്നോട്ടുവന്നു. രാഷ്ട്രവും ഭരണകുടവുമെല്ലാം സമൂഹത്തിന്റെ സൗകര്യത്തിനുവേണ്ടി സൃഷ്ടിക്കപ്പെട്ടതാണെന്ന് അവർ കരുതി. സ്റ്റോയിക്കുകൾ സാർവദേ ശീയപൗരത്വത്തിനുവേണ്ടി വാദിച്ചു. ക്രേറ്റസിന്റെ (Crates the cynic)

ശിഷ്യനായ സീനോ (Zeno of Citium) ആണ് ആദ്യത്തെ സ്റ്റോയിക് ചിന്തകനായി കണക്കാക്കപ്പെടുന്നത്. പിൽക്കാലത്ത് ക്രിസ്തുമത തത്വങ്ങളുടെ രൂപവൽക്കരണത്തിൽ സ്റ്റോയിക് തത്വചിന്ത നിർണായക മായ സ്വാധീനം ചെലുത്തി. എന്നാൽ സ്റ്റോയിക് തത്വങ്ങളെ മുഴുവൻ കാറ്റിൽപറത്തുന്നതായിരുന്നു കത്തോലിക്കാമതം യൂറോപ്പിൽ സ്ഥാപിച്ച സമഗ്രാധിപത്യം. നവോത്ഥാനകാലത്ത് കത്തോലിക്കാമതയാഥാസ്ഥിതി കത്വത്തിന്റെ രാഷ്ട്രീയമേൽക്കോയ്മ ചോദ്യം ചെയ്യപ്പെടുകയും സ്റ്റോയിക് ചിന്തകന്മാരുടെ കൃതികൾ വ്യാപകമായി വായിക്കപ്പെടാൻ തുടങ്ങുകയും ചെയ്തു.

ദാരിദ്ര്യത്തെയും കഷ്ടപ്പാടുകളെയും മഹത്വവൽക്കരിച്ച ഒരു ദാർശ നികസമീപനമായിരുന്നു സിനിസിസത്തിന്റെ (Cynicism) പ്രത്യേകത. അടിമത്തത്തെ സാധുകരിക്കുന്ന പ്ലേറ്റോണിക് ആദർശങ്ങൾക്ക് മധ്യ കാലഘട്ടത്തിലും കാര്യമായ ഇടിവുതട്ടിയിരുന്നുമില്ല. രോഗാതുരമായ ഫ്യൂഡലിസത്തിന്റെ പിടിയിൽനിന്ന് ആദ്യം സ്വതന്ത്രമായ നാഗരികവർഗ ങ്ങളുടെ പ്രതീക്ഷകൾക്കും സങ്കൽപ്പങ്ങൾക്കുമായിരുന്നു നവോത്ഥാന യുഗത്തിലെ കവികളും കലാകാരന്മാരും ചിറകുനൽകിയത്.

പാശ്ചാത്യ-പൗരസ്ത്യ നാഗരികതകളുടെ വളർച്ചയിൽ പ്രാചീന ഗ്രീക്കു സംസ്കാരം നൽകിയ സംഭാവനകൾ വിലമതിക്കാനാവാത്ത താണ്. പ്രാചീനഗ്രീസിന്റെ ശാസ്ത്ര-സാങ്കേതിക നേട്ടങ്ങൾ മധ്യയുഗ ത്തിൽ ഒരു ചെറിയ ന്യൂനപക്ഷത്തിന്റെ കൈകളിൽ അമർന്നു. അവർ അവയ്ക്കാധാരമായ അറിവുകളെ സ്ഥാപനവൽക്കരിച്ചുവെങ്കിലും തുട രന്വേഷണങ്ങളെ നിരുത്സാഹപ്പെടുത്തുകയും പലപ്പോഴും തകർക്കുകയും ചെയ്തു. മാനവികമായ സ്വതന്ത്രഭാവനയുടെ കതിരിൽ ക്രിസ്തീയ സങ്കൽപ്പങ്ങൾ വച്ചുകെട്ടുകയും ശാസ്ത്രീയയുക്തിയുടെ ലാഞ്ഛന കളെ മുളയിലേ കരിച്ചുകളയുകയും ചെയ്തു.

പ്രാചീന ഗ്രീഷ്യൻസാഹിത്യം അവരുടെ നാടോടിസംസ്കാര ത്തിന്റെ ഭാഗമായിരുന്നു. അക്കാരണത്താൽത്തന്നെ അതു ജനകീയവു മായിരുന്നു. അക്ഷരമാല രൂപംകൊള്ളുന്നതിന് എത്രയോ മുമ്പുതന്നെ ഗ്രീസിൽ കവിതകൾ പ്രചാരത്തിൽ വന്നിരുന്നു. ഹോമറിന്റെ *ഇലിയഡും ഒഡീസിയും* ജനകീയകാവ്യങ്ങളായിരുന്നു. പൗരാണികഗ്രീസിൽ പ്രചാ രത്തിലിരുന്ന പ്രണയകവിതകളും വിലാപഗീതങ്ങളും ഹാസ്യഗാനങ്ങളും മാനവികതാവാദികളായ നവോത്ഥാനകാല കവികൾക്ക് പകർന്നു നൽകിയ പ്രചോദനം വിവരിക്കാവതല്ല. സോഫോക്ലിസിന്റെ *ഈഡിപ്പസ്, ആന്റിഗണി* എന്നീ നാടകങ്ങൾ ലോകനാടകവേദിയിൽ ഇന്നും സജീവ സാന്നിധ്യമാണ്. മതപരമായ ചടങ്ങുകളിൽനിന്നാണ് ഗ്രീക്കുനാടകസ കേതങ്ങൾ ഉരുത്തിരിഞ്ഞുവന്നത്. ദേവന്മാരുടെയും ദേവതകളുടെയും ചെയ്തികൾ വിവരിച്ചുകൊണ്ടുള്ള, പാട്ടുപാടി നൃത്തം ചെയ്യുന്ന, രീതി ക്രമേണ നാടകമായി വളർന്നു. ഗ്രീസിന്റെ സുവർണകാലമായ പെരി

ക്ലിയൻയുഗം ആയപ്പോഴേക്കും നാടകങ്ങൾ മതനിരപേക്ഷമായ ജീവി താവസ്ഥകൾ ആവിഷ്കരിക്കുന്ന, മണ്ണിന്റെയും രക്തത്തിന്റെയും മണ മുള്ള, കലാരൂപമായി മാറിക്കഴിഞ്ഞിരുന്നു. സോഫോക്ലിസിന്റെ നാടക ങ്ങളിൽ ദൈവങ്ങൾ വിമർശിക്കപ്പെടുകപോലും ചെയ്തിരുന്നു. അരിസ്റ്റോ ഫെനിസിന്റെ ശുഭാന്തനാടകങ്ങൾ മധ്യയുഗത്തിൽ സ്വീകരിക്കപ്പെടാതെ പോയതിനുള്ള കാരണങ്ങൾക്ക് അവയുടെ പേരിൽത്തന്നെ സൂചനയുണ്ട്. *കടന്നലുകൾ* (*the wasps*), *തവളകൾ* (*the frogs*) എന്നീ നാടകങ്ങൾ ഉദാഹരിക്കാം.

പെലൊപ്പൊണേഷ്യൻ യുദ്ധത്തെക്കുറിച്ചുള്ള തുസിഡൈഡ്സിന്റെ (Thucydides) കൃതിയാണ് ലോകത്തിലെ ആദ്യത്തെ 'ചരിത്രഗ്രന്ഥമായി' പലരും കണക്കാക്കുന്നത്. കെട്ടുകഥകളുടെയും മതാത്മകസങ്കല്പങ്ങളു ടെയും സ്ഥാനത്ത് യഥാർഥ സംഭവങ്ങൾ യഥാതഥമായി ചിത്രീകരിക്കാൻ അദ്ദേഹം ശ്രദ്ധിച്ചു.

മരംകൊണ്ടും ഇഷ്ടികകൊണ്ടും കല്ലുകൊണ്ടും നിർമിക്കപ്പെട്ട ഗ്രീക്കുക്ഷേത്രങ്ങൾ ഗ്രീഷ്യൻ വാസ്തുശില്പ്പത്തിന്റെ പരീക്ഷണകേ ന്ദ്രങ്ങൾ കൂടിയായിരുന്നു. ഇവയുടെ ഡോറിക്, അയോണിയൻ ശൈലി കളാണ് പിന്നീട് ഗ്രീക്, റോമൻ വാസ്തുശില്പ്പശൈലികൾക്ക് വഴിമാ റിയത്. ലളിതവും ശക്തവുമായ ഡോറിക് ശൈലിയും അലങ്കാരപ്രധാ നമായ അയോണിയൻ ശൈലിയും ഗ്രീക് വാസ്തുശില്പ്പത്തിന്റെ രണ്ടു മുഖങ്ങളാണ്. വെണ്ണക്കല്ലിൽ തീർത്ത 'പാർത്തിനോൺ' (Parthenon) ക്ഷേത്രം അഥീനാദേവിക്കുവേണ്ടി നിർമിച്ചതാണ്. സ്വർണത്തിലും ദന്ത ത്തിലും നിർമിച്ച അഥീനാദേവിയുടെ വിഗ്രഹത്തിന് മുപ്പതടിയോളം ഉയ രമുണ്ടായിരുന്നു. എറക്തിയം (ക്ഷേത്രം), പ്രോപിലിയ (പ്രവേശനകവാ ടം), ഓഡിയൺ (വിനോദശാല) തുടങ്ങിയ നിർമിതികൾ ഗ്രീഷ്യൻ ശില്പ്പ വൈദഗ്ധ്യത്തിന്റെ മകുടോദാഹരണങ്ങളാണ്. ഗ്രീഷ്യൻ വാസ്തുകല യുടെ സവിശേഷതകളായ ലാളിത്യവും ഉറപ്പുമാണ് പിന്നീട് റോമൻ വാസ്തുശൈലിയുടെ അടിസ്ഥാനമായി മാറിയത്.

ഗ്രീക്കുകലയുടെ ഏറ്റവും പ്രധാനപ്പെട്ട സവിശേഷത അതിന്റെ മാനുഷികമുഖമാണ്. ദേവന്മാർക്കും ദേവതകൾക്കും അവർ മനുഷ്യരൂപം സങ്കല്പ്പിച്ചു. 'സൗന്ദര്യം നന്മയാണ്' എന്നൊരു സങ്കല്പ്പംതന്നെ അവർ വികസിപ്പിച്ചെടുത്തു. ഏഥൻസിൽ വെണ്ണക്കല്ല് സുലഭമായിരുന്നു. കലാ കാരന് പരിപൂർണമായ സ്വാതന്ത്ര്യവും നൽകപ്പെട്ടിരുന്നു. സർവോപരി, മാനുഷികഭാവങ്ങളിലുള്ള താൽപ്പര്യം ഗ്രീസിലെ സാമൂഹ്യജീവിത ത്തെയും സംസ്കാരത്തെയും ആശ്ലേഷിച്ചിരുന്നു. ഇതെല്ലാം ചേർന്ന് മത ങ്ങളുടെ സർവാതിശായിത്വത്തിന് വെല്ലുവിളിയുയർത്തുന്ന ജീവിതഗന്ധി യായ മാനുഷികഭാവങ്ങളുടെയും പ്രചോദനങ്ങളുടെയും ഒരിക്കലും വറ്റാത്ത സ്രോതസായി ഗ്രീസിനെ മാറ്റിയിരുന്നു. ഈ സമൃദ്ധിയിലേ ക്കാണ് നവോത്ഥാനചിന്തയുടെ വേരുകൾ ചെന്നെത്തിയത്. ഫീഡിയാസ്

(Phidias), മീറോൺ (Myron), പോളിക്ലിറ്റസ് (Polyclitus) എന്നിവരുടെ ശിൽപ്പങ്ങളാണ് നവോത്ഥാനകാലത്ത് നിർമിക്കപ്പെട്ട അനേകമനേകം മനോഹരശിൽപ്പങ്ങൾക്ക് മാതൃകയായത്. മനുഷ്യശരീരത്തിന്റെ വശ്യ മായ സൗന്ദര്യമാണ് അവയുടെ പ്രമേയം, പോളിഗ്നോട്ടസ് (Polygnotus) ചുമരുകളിലും അപ്പോളോഡോറസ് മരപ്പലകകളിലും വരച്ച ചിത്രങ്ങ ളുടെ പ്രചോദനം മൈക്കലാഞ്ചലോയുടെയും ഡാവിഞ്ചിയുടെയും ചുമർചിത്രങ്ങളിൽ കാണാം. ഗ്രീക്കു നാടകസങ്കേതങ്ങളും എലിസ ബത്തൻ നാടകങ്ങളിൽ പുനരാവിഷ്കരിക്കപ്പെട്ടു.

ഏതാനും നൂറ്റാണ്ടുകൾക്കുശേഷം അലക്സാണ്ടറുടെ ദിഗ്വിജയ കാലത്ത് മെസൊപ്പൊട്ടേമിയ, ഈജിപ്ത്, പടിഞ്ഞാറൻ ഇന്ത്യ, പേർഷ്യ എന്നിവിടങ്ങൾ വൈജ്ഞാനികവും സാംസ്കാരികവുമായ വമ്പിച്ച പുരോ ഗതിക്കു സാക്ഷ്യംവഹിച്ചു. ഹെല്ലനിക് യുഗം എന്നു വിളിക്കപ്പെട്ട ഈ കാലഘട്ടത്തിന്റെ സവിശേഷത ഗ്രീക്കുസംസ്കാരത്തിന്റെയും പൗര സ്ത്യസംസ്കാരത്തിന്റെയും സങ്കലനമാണ്. ക്രമേണ അവരുടെ വാസ്തുകലാശൈലിയിൽനിന്ന് ഗ്രീക്കു ശൈലിയുടെ പ്രത്യേകതകളായ ലാളിത്യവും മിതത്വവും (restraint) അപ്രത്യക്ഷമായി. വലിപ്പവും പ്രൗഢിയും അലങ്കാരഭംഗിയുമായിരുന്നു ഹെലനിക് വാസ്തുകല (Hellenic Architecture)യുടെ സവിശേഷത. ലളിതസുന്ദരങ്ങളായ ഗ്രീഷ്യൻ ദേവാലയങ്ങളുടെ സ്ഥാനത്ത് പ്രൗഢഗംഭീരങ്ങളായ ഹെലനിക് കൊട്ടാ രങ്ങൾ ഉയർന്നുവന്നു.

പെരിക്ലിയൻ യുഗവുമായി തട്ടിച്ചുനോക്കിയാൽ, ഹെലനിക് കാല ഘട്ടത്തിന്റെ സാഹിത്യസംഭാവനകൾ കാര്യമായ പരാമർശമർഹിക്കു ന്നില്ല. ഗ്രാമീണജീവിതത്തിന്റെ നിഷ്കളങ്കതയും ലാളിത്യവും വഴിഞ്ഞൊ ഴുകുന്ന തിയോക്രാറ്റസിന്റെ (Theocrates) കവിതകൾ മാത്രമേ പെരി ക്ലിയൻ കാവ്യസാഹിത്യവുമായി താരതമ്യമർഹിക്കുന്നുള്ളൂ. എങ്കിലും, ശ്രദ്ധേയമായ ഏതാനും ശുഭാന്തനാടകങ്ങൾ ഇക്കാലയളവിൽ രചിക്ക പ്പെട്ടു. ജീവിതഗന്ധിയായ പ്രണയകഥകൾ ഇവയ്ക്കു വിഷയമായി. വ്യക്തികേന്ദ്രീകൃതമല്ലാത്ത ചരിത്രരചനാരീതിക്കു തുടക്കംകുറിച്ചത് ഹെലനിക് ചരിത്രകാരനായ പൊളീവിയസ് ആണ്.

പൗരാണികഗ്രീസിന്റെ ദാർശനികപാരമ്പര്യത്തെ പിൻപറ്റുകയും എന്നാൽ അതിന്റെ നന്മകളിൽ പലതിനെയും നിഷേധിക്കുകയും ചെയ്യുന്ന തത്വചിന്താപദ്ധതികളാണ് ഹെലനിക് കാലഘട്ടത്തിൽ പ്രാമുഖ്യം നേടിയത്. ഡയോജനിസും മറ്റു സിനിക്കുകളും പരിഷ്കൃത ജീവിതത്തെ നിഷേധിക്കുകയും പ്രകൃതിയുമായി താദാത്മ്യം പ്രാപിച്ചു കൊണ്ടുള്ള ഒരു ജീവിതശൈലിക്കുവേണ്ടി വാദിക്കുകയും ചെയ്തു. എല്ലാ ലൗകികാഡംബരങ്ങളും ചിട്ടകളും യഥാർഥമായ മനുഷ്യസ്വാത ന്ത്ര്യത്തിനെതിരാണെന്ന് അവർ കരുതി.

സാർത്രിന്റെയും മാർട്ടിൻഹൈഡഗറിന്റെയും എക്സിസ്റ്റൻഷ്യലി

സത്തെ അനുസ്മരിപ്പിക്കുന്ന രീതിയിൽ ജീവിതത്തിന്റെ അർഥത്തെ സംബന്ധിച്ചുള്ള അപരിഹാര്യമായ ഉൽക്കണ്ഠ മനസിൽ കൊണ്ടുനട ന്നവരാണ് സ്കെപ്റ്റിക്കുകൾ (Sceptics) എന്നറിയപ്പെട്ടവർ. ഇന്ദ്രിയസി ദ്ധമായ (sensory) അറിവുകളിൽ വിശ്വാസമർപ്പിക്കാൻ സിനിക്കുകൾ തയാറായില്ല. സ്കെപ്റ്റിക് ചിന്താഗതിയുടെ വിഹ്വലതകൾക്കുള്ള മരു ന്നുമായാണ് അന്ധമായ കത്തോലിക്കാവിശ്വാസം രംഗമേറ്റത്. സ്റ്റോയി സിസത്തിന്റെ പിതാവായി കണക്കാക്കപ്പെടുന്ന സീനോയ്ക്കും ധാരാളം അനുയായികളുണ്ടായി. സ്റ്റോയിക്കുകൾ ദൈവേച്ഛയുടെ അപ്രമാദിത്വ ത്തിൽ വിശ്വാസമർപ്പിച്ചു. എല്ലാവരുടെയും പിതാവായ ഈശ്വരനെന്ന സ്റ്റോയിക് സങ്കൽപ്പമാണ് ക്രിസ്തുവിനെ ആഴത്തിൽ സ്വാധീനിച്ചതും പിന്നീട് 'സാർവദേശീയസാഹോദര്യ'മെന്ന കത്തോലിക്കാസങ്കൽപ്പ (catholicism)മായി വികസിച്ചതും. ഏകദൈവസങ്കൽപ്പവും ലോകസമാ ധാനമെന്ന തത്വവും സ്റ്റോയിക്കുകൾ ഉയർത്തിപ്പിടിച്ചു. ക്രിസ്തുവിനെ ഒരു ചരിത്രപുരുഷനായി കണക്കാക്കിയാൽ അദ്ദേഹമൊരു സ്റ്റോയിക് ചിന്തകനാണെന്നു സമ്മതിക്കേണ്ടിവരും. എന്നാൽ, ക്രിസ്തുവിന്റെ ജീവി തത്തെ സംബന്ധിച്ച് വേണ്ടത്ര തെളിവുകൾ ലഭ്യമല്ലാത്തതിനാൽ ഈ വാദത്തിന് നിലനിൽപ്പില്ല.

ശാരീരികവും മാനസികവുമായ വേദനയിൽനിന്നുള്ള മോചനമാണ് യഥാർഥ സുഖമെന്നു പ്രചരിപ്പിച്ച എപിക്യൂറിയൻ ചിന്താഗതിയും ഹെല നിക് കാലഘട്ടത്തിൽ സജീവമായിരുന്നു. ശരീരത്തിന്റെ നാശം ജീവ ന്റെയും അവസാനമാണെന്നും മരണാനന്തരജീവിതം വെറും മിഥ്യയാ ണെന്നും എല്ലാ സുഖങ്ങളും ഇഹലോകജീവിതകാലത്തുതന്നെ നേടേ ണ്ടതാണെന്നും പ്രഖ്യാപിച്ച എപിക്യൂറിയാനിസം (Epicureanism) തികഞ്ഞ ഭൗതികവാദമാണ്. മാനവികസാഹിത്യത്തിന്റെ അന്തർധാര യായി പ്രവർത്തിച്ച ജീവിതവീക്ഷണത്തിന്റെ ചെറിയൊരു ലാഞ്ഛന എപിക്യൂറിയൻ ചിന്താഗതിയിലും കാണാവുന്നതാണ്. സ്റ്റോയിസിസ ത്തെപ്പോലെ എപിക്യൂറിയനിസത്തിന്റെയും സ്വാധീനം ദുരവ്യാപകമാ യിരുന്നു. പഴയനിയമത്തിലെ സോളമന്റെ 'സഭാപ്രസംഗങ്ങ' (ecclessi- astes)ളിൽനിന്നാണ് എപിക്യൂറസ് തന്റെ ആശയങ്ങൾ വികസിപ്പിച്ചെടു ത്ത്. സോളമന്റെ സഭാപ്രസംഗങ്ങളുടെ പദാനുപദവായനയിൽ എപി ക്യൂറിയസിന്റെ (Epicurius) ലോകപ്രസിദ്ധങ്ങളായ ഉദ്ധരണികളുമായി അവയ്ക്കുള്ള സാമ്യം ആരുടെയും ശ്രദ്ധയിൽപ്പെടും. ഭൂമി ഉരുണ്ടതാ ണെന്നു വാദിക്കുകയും ഭൂമിയുടെ ചുറ്റളവ് കണക്കാക്കുകയും ചെയ്ത ഇറാത്തോസ്തനീസ് (Eratosthenes) എന്ന ശാസ്ത്രജ്ഞൻ ഹെലനിക് യുഗത്തിന്റെ സംഭാവനയാണ്. അദ്ദേഹത്തിന്റെ കണക്കിൽ നേരിയ വ്യത്യാസം മാത്രമേ ഉണ്ടായിരുന്നുള്ളുവെന്ന് അനേക നൂറ്റാണ്ടുകൾക്കു ശേഷം ശാസ്ത്രീയമായി തെളിയിക്കപ്പെട്ടു. സൗരയൂഥത്തിന്റെ കേന്ദ്രം സൂര്യനാണെന്നും ഗ്രഹങ്ങൾ അതിനുചുറ്റും കറങ്ങുകയാണെന്നുമുള്ള

ആശയം അരിസ്റ്റാർക്കസ് (Aristarchus) മുന്നോട്ടുവച്ചു. തന്റെ സിദ്ധാന്തം തികച്ചും ശരിയും ശാസ്ത്രീയവും ആയിരുന്നിട്ടും അദ്ദേഹത്തിന് അത് സംശയരഹിതമായി തെളിയിക്കാൻ സാധിച്ചില്ല. ഭൂമിയുടെ അക്ഷത്തിന്റെ അളവ് കൃത്യമായി നിർണയിക്കുകയും അധിവർഷമെന്ന ആശയം ആവി ഷ്കരിക്കുകയും നക്ഷത്രങ്ങളെക്കുറിച്ചുള്ള അസംഖ്യം വിവരങ്ങൾ വെളി ച്ചത്തുകൊണ്ടുവരികയും ചെയ്ത മഹാശാസ്ത്രജ്ഞനായ ഇറാത്തോ സ്തനീസ് തന്റെ കണ്ടെത്തലുകളുടെ പേരിൽ പീഡിപ്പിക്കപ്പെടുകയു ണ്ടായില്ല. ഹെലനിക് കാലഘട്ടത്തിൽ അരിസ്റ്റാർക്കസ് നടത്തിയ ചില അഭിപ്രായപ്രകടനങ്ങൾ ആവർത്തിച്ചതിന്റെ പേരിലാണ്, അനേകനൂറ്റാ ണ്ടുകൾക്കുശേഷം, മഹാന്മാരായ പല ശാസ്ത്രകാരന്മാരും ദാർശനികരും പീഡിപ്പിക്കപ്പെട്ടതെന്നോർക്കുക. ബ്രൂണോയുടെ (Giordano Bruno) വധവും ഗലീലിയോയുടെ തടവും ഉദാഹരണം.

ഹെലനിക് കാലഘട്ടം ശരീരഘടനാശാസ്ത്രത്തിനു നൽകിയ സംഭാവനകൾ മഹത്തരങ്ങളാണ്. ചാൽസിഡോണിലെ ഹെറോഫിലസ് (Herophilus of Chalcedon) മനുഷ്യശരീരം കീറിമുറിച്ച് പഠനങ്ങൾ നട ത്തി. മനുഷ്യമസ്തിഷ്കത്തെ സംബന്ധിച്ചും നാഡീവ്യൂഹത്തെ സംബ ന്ധിച്ചുമുള്ള അദ്ദേഹത്തിന്റെ കണ്ടെത്തലുകൾ ശ്രദ്ധേയമായി. നാഡീ സ്പന്ദനത്തിലെ വ്യതിയാനങ്ങൾ പരിശോധിച്ച് രോഗനിർണയം നട ത്തുന്ന രീതി അദ്ദേഹമാണ് തുടങ്ങിവച്ചത്.

ഈ നേട്ടങ്ങൾ തുടർന്നുകൊണ്ടുപോകാൻ പിന്നീടുവന്ന റോമാ സംസ്കാരത്തിനായില്ല. മധ്യകാലഘട്ടത്തിലാകട്ടെ അന്ധവിശ്വാസങ്ങളും ദുരാചാരങ്ങളും ഇവയുടെ സ്ഥാനം ഏറ്റെടുത്തു.

ഗണിതശാസ്ത്രത്തിലും ഭൗതികശാസ്ത്രത്തിലും ഹെലനിക്‌യുഗം നൽകിയ സംഭാവനകൾ ശ്രദ്ധേയമാണ്. യൂക്ലിഡ് (Euclid), ആർക്കിമി ഡീസ്, ഹീറോൻ (Heron) എന്നിവർ മഹത്തായ കണ്ടെത്തലുകൾ നട ത്തി. എന്നാൽ തുടർന്നു വന്ന റോമൻ സംസ്കാരം ഈ രംഗങ്ങളിൽ നൽകിയ സംഭാവനകൾ നാമമാത്രങ്ങളായിരുന്നു.

ഹെലനിക് യുഗത്തിന്റെ അവസാനത്തോടനുബന്ധിച്ച് ഇറ്റലിയിലെ ടൈബർനദീതീരത്തുള്ള റോമാനഗരം കേന്ദ്രമാക്കി വളർന്നുവന്ന മഹാ സാമ്രാജ്യം വിവിധങ്ങളായ അനേകം സംസ്കാരങ്ങളെയും ജനതക ളെയും കൂട്ടിയിണക്കി. യൂറോപ്പ്, ഏതാണ്ട് പൂർണമായിത്തന്നെ റോമിന്റെ അധികാരത്തിൻകീഴിൽ വന്നു. പടിഞ്ഞാറൻ ഏഷ്യയിലേക്കും വടക്കൻ ആഫ്രിക്കയിലേക്കും അധികാരം വ്യാപിപ്പിക്കാൻ സാമ്രാജ്യത്തിനു കഴിഞ്ഞു.

ഇറ്റലിയിൽ കുടിയേറിപ്പാർത്ത ജനവിഭാഗങ്ങളിലൂടെയും തെക്കൻ ഇറ്റലിയിലും സിസിലിയിലും സ്ഥാപിക്കപ്പെട്ട കോളനികളിലൂടെയും ഗ്രീക്കുസംസ്കാരം റോമിലെത്തി. ക്രിസ്ത്വബ്ദത്തിന്റെ ആരംഭത്തിനു തൊട്ടുമുമ്പുവരെയുള്ള ഏതാനും നൂറ്റാണ്ടുകളിൽ റിപ്പബ്ലിക്കൻ മാത്യ

കയിലുള്ള ഒരു ഭരണക്രമമാണ് റോമിൽ നിലനിന്നത്. ബി സി 29 ൽ അഗസ്റ്റസ് സീസറിന്റെ (Augustus Caesar) കീഴിലാണ് റോം ഒരു സാമ്രാജ്യമായി മാറിയത്. ഇന്തോ യൂറോപ്യൻ വർഗമായ ലത്തീൻകാരാണ് റോമാസാമ്രാജ്യത്തിന്റെ സ്രഷ്ടാക്കൾ. മധ്യയുഗത്തിൽ ലാറ്റിൻ ഭാഷയ്ക്കു കൈവന്ന അമിതമായ പ്രാധാന്യത്തിന്റെ കാരണമിതാണ്. ഇന്ത്യയിൽ സംസ്കൃതത്തിനുണ്ടായിരുന്ന സ്ഥാനമാണ് യൂറോപ്പിൽ ലാറ്റിൻ ഭാഷയ്ക്കുണ്ടായിരുന്നത്. ലാറ്റിൻഭാഷയുടെ മേൽക്കോയ്മാ സ്ഥാനം ദേശീയഭാഷകളുടെ വികാസത്തിനു തടസമായിനിന്നു. നവോത്ഥാനകാലഘട്ടത്തിലാണ് പ്രാദേശികഭാഷകളിൽ സാഹിത്യരചന ആരംഭിച്ചത്. നവോത്ഥാനാനന്തരമുള്ള ഏതാനും നൂറ്റാണ്ടുകൾകൊണ്ട് വിശ്വഭാഷകളായി വളരാൻ ഇംഗ്ലീഷിനും ഫ്രഞ്ചിനും കഴിഞ്ഞു. മധ്യയുഗത്തിന്റെ ഡൈഷണികവ്യവഹാരങ്ങളിൽ ദേശീയഭാഷകൾ നേരിട്ടുപോന്ന വിവേചനം തെളിയിക്കുന്നതാണ് നവോത്ഥാനകാലത്ത് ദേശീയഭാഷകൾ കൈവരിച്ച സ്ഫോടനാത്മകമായ വികാസം.

റോമിന്റെ നേട്ടങ്ങളുടെ പട്ടികയിൽ ഏറ്റവും പ്രധാനം അതിന്റെ രാഷ്ട്രീയപരീക്ഷണങ്ങളും അവ ലോകത്തിനു സംഭാവനചെയ്ത അനുഭവപാഠങ്ങളുമാണ്. കോൺസൽമാർക്കും മജിസ്ട്രേറ്റുമാർക്കുമിടയിൽ അധികാരങ്ങൾ വിഭജിച്ചുനൽകുകയും സെനറ്റും അസംബ്ലിയും ചേർന്ന് അവരെ നിയന്ത്രിക്കുകയും ചെയ്യുന്ന റോമിന്റെ ഭരണസംവിധാനം ലോകത്തിന്റെ രാഷ്ട്രീയചരിത്രത്തിലെ നിർണായകമായ ഒരു ഘട്ടമായിരുന്നു. ഭരണഘടനയിൽ അവർ കാലാകാലങ്ങളിൽ ആവശ്യമായ മാറ്റങ്ങൾ വരുത്തിക്കൊണ്ടിരുന്നു.

റിപ്പബ്ലിക്കൻ കാലഘട്ടത്തിലെ റോമിന്റെ ചരിത്രം പട്രീഷ്യന്മാരും (Patricians) പ്ലിബിയന്മാരും (Plebians) തമ്മിലുള്ള മത്സരത്തിന്റേതാണ്. ഉന്നതകുലജാതരായ പട്രീഷ്യന്മാർ പിൽക്കാലത്തു വന്നുചേർന്നവരായി കണക്കാക്കപ്പെട്ടിരുന്ന പ്ലിബിയന്മാർക്കുമേൽ സമ്പൂർണമായ ആധിപത്യം നിലനിർത്തിയിരുന്നു. മജിസ്ട്രേറ്റുമാരായി തിരഞ്ഞെടുക്കപ്പെടാനോ സെനറ്റിൽ പ്രവർത്തിക്കാനോ മതപരമോ രാഷ്ട്രീയമോ ആയ സ്ഥാനമാനങ്ങൾ വഹിക്കാനോ പ്ലിബിയന്മാർക്ക് അവകാശം നൽകപ്പെട്ടിരുന്നില്ല. സൈനികവൃത്തി പ്ലിബിയന്മാർക്കും അനുവദനീയമായിരുന്നു വെങ്കിലും, യുദ്ധത്തിൽ പിടിച്ചെടുക്കപ്പെടുന്ന ഭൂമിയിലോ സമ്പത്തിലോ അവർക്ക് യാതൊരുവിധ അവകാശവും അനുവദിക്കപ്പെട്ടിരുന്നില്ല. പട്രീഷ്യരായ ന്യായാധിപന്മാരിൽനിന്ന് ഇവർക്ക് ഒരിക്കലും നീതി ലഭിച്ചിരുന്നില്ല. ബി സി മൂന്നാം നൂറ്റാണ്ടിന്റെ തുടക്കത്തിൽ പ്ലിബിയരുടെ ആവലാതികൾ പരിഹരിക്കപ്പെട്ടതോടെയാണ് ഇരുകൂട്ടർക്കുമിടയിലെ സംഘർഷത്തിന് അറുതിവന്നത്. കാലക്രമേണ റോമിന്റെ ഭരണസംവിധാനത്തിൽ അഴിച്ചുപണികൾ നടക്കുകയും പ്ലിബിയന്മാർക്ക് അർഹമായ പ്രാതിനിധ്യവും അംഗീകാരവും നൽകപ്പെടുകയും ചെയ്തു.

'പന്ത്രണ്ടു ഫലകങ്ങൾ' (twelve tables) എന്ന പേരിൽ അക്കാലത്ത് ക്രോഡീകരിച്ചു പ്രസിദ്ധപ്പെടുത്തിയ നിയമങ്ങളാണ് പിൽക്കാലത്ത് പ്രഖ്യാതമായ റോമൻ നിയമസംഹിതയുടെ അസ്തിവാരം. റോമാ നഗരം സാമ്രാജ്യത്തിന്റെ അധികാരകേന്ദ്രമായി മാറുമ്പോഴേക്കും പട്രീ ഷ്യന്മാരും പ്ലിബിയന്മാരുമായ റോമാക്കാർ നിയമത്തിനുമുന്നിൽ സമന്മാ രായി അംഗീകരിക്കപ്പെട്ടുകഴിഞ്ഞിരുന്നു.

ഒരു നഗരരാഷ്ട്രമായിരുന്ന റോം നൂറ്റാണ്ടുകൾ നീണ്ടുനിന്ന തുടർച്ച യായ ഘോരയുദ്ധങ്ങളിലൂടെയാണ് ഭൂവിസ്തൃതി കൈവരിച്ചതും ക്രമേണ ഒരു മഹാസാമ്രാജ്യമായി വളർന്നതും. ഇത് അവരുടെ മനോ ഭാവത്തിലും ജീവിതരീതിയിലും ഗണ്യമായ സ്വാധീനം ചെലുത്തി. അന്നോളം ഭിന്നിച്ചു കിടന്നിരുന്ന അസംഖ്യം ജനസമൂഹങ്ങളെ റോമാ സാമ്രാജ്യം ഏകീകൃതമായൊരു ഭരണസംവിധാനത്തിൻകീഴിൽ കൊണ്ടു വന്നു. ഗ്രീക്കുകോളനികളായിരുന്ന തെക്കൻ ഇറ്റലിയും സിസിലിയും റോമിന്റെ അധീനതയിൽ വന്നതോടെ ഗ്രീക്കു സംസ്കാരത്തിന് റോമിൽ സ്വീകാര്യത കൈവന്നു. ഹോമറുടെ കവിതകളും ഗ്രീഷ്യൻ ദുരന്തനാട കങ്ങളും മറ്റും ലാറ്റിൻ ഭാഷയിലേക്ക് വിവർത്തനം ചെയ്യപ്പെട്ടു. ഗ്രീക്കു കലകൾക്കും ഗ്രീക്കു സംഗീതത്തിനും റോമിൽ ആരാധകരുണ്ടായി.

നഗരരാഷ്ട്രമായി തുടങ്ങി റിപ്പബ്ലിക് ആയി വളരുകയും കാലാ ന്തരേണ ഒരു വൻ സാമ്രാജ്യമായി മാറുകയും സമഗ്രവും സുശക്തവു മായ ഒരു ഭരണവ്യവസ്ഥയും നിയമസംവിധാനവും കരുപ്പിടിപ്പിക്കുകയും ചെയ്ത റോമിന്റെ സംഭാവനകളിൽ ഏറ്റവും പ്രമുഖമായത് മഹത്തായ ഗ്രീക്കു സംസ്കാരത്തിന്റെ പല ഘടകങ്ങളും സ്വാംശീകരിക്കാനും പിൽക്കാല തലമുറകൾക്ക് പകർന്നു നൽകാനും അതിനു സാധിച്ചു എന്നുള്ളതാണ്. ലാറ്റിൻ ഭാഷയെ പശ്ചിമ യൂറോപ്പിന്റെ പൊതുഭാഷ യാക്കി വളർത്തിയെടുത്തത് റോമൻ ഭരണമാണ്. സാമ്രാജ്യത്തിന്റെ തകർച്ചയ്ക്കുശേഷവും ലാറ്റിൻഭാഷയുടെ മേൽക്കോയ്മ ചോദ്യം ചെയ്യ പ്പെട്ടില്ല. നവോത്ഥാനകാലത്ത് ദേശീയഭാഷകൾക്കുണ്ടായ പുത്തൻ ഉണർവാണ് ലാറ്റിൻ ഭാഷയുടെ മേധാവിത്വത്തിന് വെല്ലുവിളിയുയർത്തി യത്. കത്തോലിക്കാസഭ എല്ലാ വ്യവഹാരങ്ങൾക്കും ലാറ്റിൻ ഭാഷതന്നെ ഉപയോഗിച്ചു. ദേശീയഭാഷകളിലേക്ക് *ബൈബിൾ* വിവർത്തനം ചെയ്യ പ്പെട്ടത് നവോത്ഥാനകാലത്തു മാത്രമാണ്.

റോമൻ സാഹിത്യത്തിൽ ക്ലാസിക്കൽ ഗ്രീക്കുപാരമ്പര്യം ചെലു ത്തിയ സ്വാധീനം വളരെ വലുതാണ്. വെർജിലിന്റെ (Virgil) *ഈനിഡ്* (Aeneid), ശൈലികൊണ്ടുമാത്രമല്ല, പ്രമേയത്തിന്റെ കാര്യത്തിൽപോ ലും, ഹോമറുടെ *ഒഡീസിയെ* അനുകരിച്ച് രചിക്കപ്പെട്ടതാണ്. ഹോറേ സിന്റെയും (Horace) ഓവിഡിന്റെയും (Ovid) കൃതികളിലും ഗ്രീക്കു സ്വാധീനം പ്രകടമാണ്.

സിസെറോ, മാർക്കസ് അറീലിയസ്, ഗാലൻ (Galen), സെനേക്കാ, പ്ലിനി (Pliny) തുടങ്ങിയവരെല്ലാം ക്ലാസിക്കൽ ഗ്രീഷ്യൻ ദാർശനികപാര മ്പര്യം മുന്നോട്ടുകൊണ്ടുപോകുന്നതിൽ നിർണായക സംഭാവനകൾ നൽകുകയുണ്ടായി. വാസ്തുകലാശിൽപ്പരംഗത്ത് റോമ ലോകത്തിനു നൽകിയ സംഭാവനകൾ വിലമതിക്കാനാവാത്തതാണ്. റോമൻ വാസ്തു ശിൽപ്പചരിത്രത്തിലെ സുവർണയുഗം ഗ്രീസിൽനിന്ന് ഇറക്കുമതിചെയ്യ പ്പെട്ട ശിൽപ്പുകലാശൈലികളുടെ വികാസത്തിന്റെ ഫലമായിരുന്നു. കൂറ്റൻ കുംഭഗോപുരങ്ങളും പ്രൗഢമായ കമാനങ്ങളും റോമൻ വാസ്തുശൈ ലിയുടെ സവിശേഷതകളാണ്. പ്രൗഢഗംഭീരങ്ങളായ വിദ്യാലയങ്ങളും ദേവാലയങ്ങളും വിനോദശാലകളും ഉദ്യാനങ്ങളും റോമാസാമ്രാജ്യ ത്തിലെ വൻനഗരങ്ങളെ അലങ്കരിച്ചു. കൊളോസിയവും (Colosseum) പാർതിനോൺ ക്ഷേത്രവും ലോകത്തിൽ മറ്റെങ്ങും കാണാനാവാത്ത വാസ്തുഗാംഭീര്യത്തിന്റെ അവിശ്വസനീയമാതൃകകളാണ്.

നിർമാണകല (engineering)യിൽ അത്ഭുതാവഹമായ നേട്ടങ്ങൾ കാഴ്ചവച്ച റോമിന് ശാസ്ത്രരംഗത്ത് അത്രതന്നെ നിർണായകമായ സംഭാവനകൾ നൽകാൻ കഴിഞ്ഞില്ല. റോമൻ ശാസ്ത്രത്തെക്കുറിച്ച്, ചിന്തിക്കുന്ന ഏതൊരാളുടെയും മനസിൽ ആദ്യം തെളിയുന്ന ചിത്രങ്ങൾ പ്ലിനി, ടോളമി (Ptolemy) എന്നിവരുടേതാണ്. പ്രപഞ്ചകേന്ദ്രത്തിൽ ഭൂമി നിശ്ചലമായി നിൽക്കുകയാണെന്ന ടോളമിയുടെ സിദ്ധാന്തം മധ്യകാല ഘട്ടം മുഴുവൻ കൊണ്ടാടപ്പെട്ടു. എന്നാൽ, സാമ്രാജ്യത്തിന്റെ നിയന്ത്ര ണത്തിൽ വന്ന വിദൂരദേശങ്ങളിലല്ലാതെ, റോമിലോ പരിസരപ്രദേശങ്ങ ളിലോ ശ്രദ്ധേയരായ ശാസ്ത്രപ്രതിഭകൾ ഉണ്ടായില്ല. പെർഗാമമിലെ ഗാലൻ (Galen of Pergamum) സാഹിത്യ-വൈദ്യശാസ്ത്ര രംഗങ്ങളിൽ നിർണായകമായ സംഭാവനകൾ നൽകി. സൊറാനസ്, റൂഫസ്, അല ക്സാണ്ഡ്രിയയിലെ ഹീറോ തുടങ്ങിയവർ ലോകത്തിന്റെ ശാസ്ത്രച രിത്രത്തിൽ ഇടംനേടിയവരാണ്.

തുടക്കത്തിൽ കൊടിയ പീഡനങ്ങൾക്കു വിധേയമായ കത്തോലി ക്കാമതം പിന്നീട് റോമാസാമ്രാജ്യത്തിന്റെ ഔദ്യോഗികമതമായി മാറി. പഴയകാല റോമൻമതത്തിന്റെ ആചാരങ്ങളും ചടങ്ങുകളും സ്വാംശീക രിച്ച കത്തോലിക്കാമതം ഒരു പുതിയ സംസ്കാരവും ജീവിതവീക്ഷ ണവും വികസിപ്പിച്ചെടുക്കുകയും അതിനെ ലോകത്തിന്റെ പകുതിഭാഗ ത്തെങ്കിലും പ്രചരിപ്പിക്കുകയും ചെയ്തു. റോമൻ ഗവൺമെന്റിന്റെ മാതൃക പിന്തുടർന്ന് സുശക്തമായൊരു ഭരണസംവിധാനം കരുപ്പിടിപ്പിച്ച കത്തോലിക്കാമതം പശ്ചിമയുറോപ്പിൽ ഒരു സമാന്തരഭരണകൂടമായി പ്രവർത്തിക്കുകയും രാഷ്ട്രീയഭരണകൂടങ്ങളെ കയറിട്ടു നടത്തിക്കു കയും ചെയ്തു. നവോത്ഥാനം, ഒരു സാമൂഹ്യ-രാഷ്ട്രീയ പ്രക്രിയയെന്ന നിലയിൽ, ഈ മതാത്മകസാർവദേശീയതയ്ക്കെതിരായിരുന്നു.

അടിമത്തവ്യവസ്ഥിതി, അതിന്റെ ചരിത്രത്തിലെ ഏറ്റവും നികൃ ഷ്ടമായ രൂപംകൈവരിച്ചത് റോമാസാമ്രാജ്യത്തിന്റെ സുവർണകാലത്താ യിരുന്നു. യുദ്ധങ്ങളിൽ തടവുകാരായി പിടിക്കപ്പെട്ടവർ അടിമകളായി മാറി. അടിമകളെ വാങ്ങുകയും വിൽക്കുകയും ചെയ്യുന്നത് അക്കാലത്ത് റോമിൽ സാധാരണമായിരുന്നു. പൈശാചികവും മൃഗീയവുമായ ചൂഷ ണങ്ങൾക്കും പീഡനങ്ങൾക്കുമിരയായി മൃഗതുല്യരായി കഴിഞ്ഞുകൂടി യിരുന്ന അടിമകളായിരുന്നു റോമിലെ ജനസംഖ്യയിൽ നല്ലൊരു പങ്കും. അടിമകളുടെ ചോരയും വിയർപ്പുംകൊണ്ട് തടിച്ചുകൊഴുത്ത പ്രഭുക്ക ന്മാരും പ്രഭ്വികളും സുഖലോലുപരായി കഴിഞ്ഞുകൂടി. അവരെ രസിപ്പി ക്കാൻ വിനോദശാലകളിൽ അടിമകൾ പരസ്പരം വെട്ടിമരിച്ചു. പശ്ചിമ യൂറോപ്പിന്റെ സാമൂഹ്യ-രാഷ്ട്രീയ ചിത്രം മാറ്റിമറിച്ച ഫ്യൂഡൽ പരി വർത്തനത്തോടെയാണ് അടിമത്തത്തിന് അറുതിവന്നത്. ഈ പ്രകി യയ്ക്കു സമാന്തരമായി കത്തോലിക്കാമതത്തിന്റെ സ്ഥാപനവൽക്കര ണവും നടന്നു.

ക്രൂരതയ്ക്കു പേരുകേട്ടവരായിരുന്നു റോമിലെ വരേണ്യവിഭാഗം. ഹിംസ്രമൃഗങ്ങൾ തമ്മിലും മനുഷ്യരും മൃഗങ്ങളും തമ്മിലുമുള്ള ബീഭ ത്സമായ പോരാട്ടങ്ങൾ അവർ ആസ്വദിച്ചിരുന്നു. മനുഷ്യർ തമ്മിൽ നട ക്കുന്ന മരണംവരെയുള്ള പോരാട്ടങ്ങളായിരുന്നു അവരുടെ ഇഷ്ടവി നോദം. ജന്മിത്വം ശക്തിപ്പെട്ടതോടെ അടിമസമ്പ്രദായത്തിനു നിലനിൽപ്പി ല്ലാതായി. ഭൂമി മുഴുവൻ ജന്മിമാരുടെ കൈകളിലമർന്നു.

ക്രിസ്തുമതം റോമിൽ അവതരിപ്പിക്കപ്പെട്ടതോടെ അതീവസ ങ്കീർണമായ ഒരു സാംസ്കാരികസംഘർഷത്തിനാണ് സാമ്രാജ്യത്തിലു ടനീളം നാന്ദികുറിക്കപ്പെട്ടത്. പ്രേതപൂജയും ബഹുദൈവാരാധനയും റോമിലെ പ്രാചീനമതത്തിന്റെ ഭാഗമായിരുന്നു. പ്രകൃതിപൂജയും പല യിടങ്ങളിലും നിലനിന്നിരുന്നു. ഓരോ തൊഴിലിന്റെ പേരിലും അവർക്കു പ്രത്യേകം പ്രത്യേകമായി ദൈവങ്ങൾ ഉണ്ടായിരുന്നു. ജുപിറ്റർ (Jupi-ter), മാർസ് (Mars) തുടങ്ങിയ ഗ്രീക്കുദൈവങ്ങൾ അവർക്കും ആരാധ്യ രായിരുന്നു. ദാനധർമാദികളും നൃത്തവും മെഴുകുതിരി കത്തിക്കലു മെല്ലാം അവരുടെ ആചാരങ്ങളുടെ ഭാഗമായിരുന്നു. മരച്ചുവട്ടിൽ നിർമിച്ച ബലിപീഠങ്ങൾക്കു ചുറ്റും ആവേശപൂർവ്വം നൃത്തംചെയ്യുകയും സ്വന്തം ശരീരം കീറിമുറിച്ച് ബലിപീഠത്തിൽ രക്തമൊഴുക്കുകയും ചെയ്യുന്ന രീതിയും സാധാരണമായിരുന്നു. ഇതിന്റെ പ്രതീകാത്മകമായ ആവി ഷ്കാരമായാണ് കത്തോലിക്കാമതത്തിൽ കുർബാന (Holy Qurbana) എന്ന ചടങ്ങ് വികസിച്ചുവന്നത്. മെഴുകുതിരി കത്തിച്ച് പ്രാർത്ഥിക്കുന്ന രീതി പൗരാണിക റോമൻ പാരമ്പര്യത്തിൽനിന്ന് അതേപടി സ്വീകരിക്ക പ്പെട്ടതാണ്.

ചില ആചാരാനുഷ്ഠാനങ്ങൾ സ്വാംശീകരിക്കപ്പെട്ടു എന്ന വസ്തുത അംഗീകരിച്ചാൽത്തന്നെയും, സമഗ്രമായൊരു സാംസ്കാരികാധിനിവേ

ശത്തിലൂടെയാണ് കത്തോലിക്കാമതം യുറോപ്യൻ സംസ്കാരത്തെ പരി
വർത്തിപ്പിച്ചതെന്ന് നിസ്സംശയം പറയാം. ആചാരവൈജാത്യങ്ങളുടെയും
വിശ്വാസഭേദങ്ങളുടെയും സംഗമഭൂമിയായിരുന്ന റോമും സാമ്രാജ്യത്തിന്റെ
നിയന്ത്രണത്തിൻകീഴിൽ വന്ന പശ്ചിമയുറോപ്പാകെയും ക്രിസ്തുമതവി
ശ്വാസത്തിന്റെയും സാർവലൗകികമെന്നു കരുതപ്പെട്ട പ്രാർഥനാവിധി
കളുടെയും വൈജാത്യങ്ങളെ അംഗീകരിക്കാത്ത ഒരു ജീവിതവീക്ഷണ
ത്തിന്റെയും സ്റ്റീംറോളറുകൊണ്ട് പരുവപ്പെടുത്തപ്പെട്ടു. ഇതേ അച്ചിൽത്ത
ന്നെയാണ് നവോത്ഥാനാനന്തരകാലത്ത് പാശ്ചാത്യേതരസമൂഹ
ങ്ങൾക്കും ആചാരവിചാരങ്ങളുടെയും സംസ്കാര-രാഷ്ട്രീയങ്ങളുടെയും
സാർവലൗകികമായൊരു വാർപ്പുമാതൃക നിർമിച്ചുനൽകപ്പെട്ടത്.

4

വലിയ ലോകത്തിന്റെ വാതിലുകൾ

മധ്യകാല ചിന്തകരായ ആൽബർട്ട് മാഗ്നസിന്റെയും (Albertus Magnes) തോമസ് അക്വിനാസിന്റെയും (Thomas Aquinas) രീതികളെ വെല്ലുവിളിച്ചുകൊണ്ടാണ് ഇംഗ്ലീഷ്കാരനായ റോജർ ബേക്കൺ (Roger Bacon) വൈജ്ഞാനികരംഗത്ത് പുതിയൊരു പന്ഥാവ് വെട്ടിത്തുറന്നത്. റോമൻ കത്തോലിക്കാസഭയുടെ ചരിത്രത്തിലെതന്നെ ഏറ്റവും പ്രഖ്യാതരായ ദൈവശാസ്ത്രകാരന്മാരിൽ ഒരാളായ അക്വിനാസ് സൃഷ്ടിച്ച വിസ്മയകരമായ ധൈഷണികപ്രഭാവം ദുർബലമാകുന്ന തിനുമുമ്പാണ് പുതിയൊരു ജ്ഞാനാന്വേഷണശൈലിയുമായി ബേക്കൺ രംഗപ്രവേശം ചെയ്തത്. അരിസ്റ്റോട്ടിലിയൻ ചിന്തയുടെ ചൂരും ചൊരുക്കും ക്രിസ്തീയ മതദർശനത്തിലേക്ക് ആവാഹിച്ചെടുക്കാനാണ് ഡൊമിനിക്കൻ സന്യാസിയായ അക്വിനാസ് ശ്രമിച്ചത്. പ്ലേറ്റോവിന്റെ ചിന്തകളുമായി താദാത്മ്യപ്പെടാൻ ആദ്യകാല ക്രിസ്തീയബുദ്ധിജീവി കൾ കാട്ടിയ താൽപ്പര്യത്തിന്റെ ഒരു പുനരുജ്ജീവനം അക്വിനാസിൽ ദൃശ്യമായി. ശാസ്ത്രയുഗത്തിന്റെ പിറവി മുൻകൂട്ടി കാണാൻ കഴിഞ്ഞ ദൈവശാസ്ത്രജ്ഞനാണദ്ദേഹം. യുക്തിചിന്ത വിശ്വാസത്തിനെതിര ല്ലെന്നും ഈശ്വരചിന്തയുടെ സീമകൾ ലംഘിക്കാതെതന്നെ കാര്യകാര ണബുദ്ധിയുടെ ലോകം തുറക്കാൻ കഴിയുമെന്നും അക്വിനാസ് വാദിച്ചു. ദൈവാസ്തിത്വത്തെക്കുറിച്ചുള്ള ബോധത്തിൽനിന്നാണ് എല്ലാ അറിവും ആരംഭിക്കുന്നതെന്നും യുക്തിചിന്ത അതിന്റെ സ്വാഭാവികമായ വളർച്ചയാണെന്നും അദ്ദേഹം വിശ്വസിച്ചു (എന്നാൽ ശാസ്ത്രീയ യുക്തി യുടെ വേലിയേറ്റത്തിൽ തകർന്നുപോയേക്കാവുന്ന വിശ്വാസഗോപുര ങ്ങൾക്കുവേണ്ടി വിലപിക്കുന്നതിൽ അർഥമില്ലെന്ന് ബേക്കൺ മനസി ലാക്കി). തോമിസം (Thomism) എന്ന പേരിൽ അദ്ദേഹത്തിന്റെ

ആശയങ്ങൾ അറിയപ്പെടുന്നു. മനുഷ്യാത്മാവിന്റെ അമരത്വവും അനിവാ
ര്യമായ ഈശ്വരചിന്തയുടെ സാംഗത്യവുമാണ് തോമിസത്തിന്റെ അടി
സ്ഥാനപ്രമാണങ്ങൾ. ശാസ്ത്രത്തിന്റെ വികാസം മതത്തിനു നേർക്കുയർ
ത്താവുന്ന വെല്ലുവിളികൾ കണ്ടറിഞ്ഞ അദ്ദേഹം ശാസ്ത്രീയയുക്തി
യെയും തത്വചിന്തയെയും മന:ശാസ്ത്രസിദ്ധാന്തങ്ങളെയും സമഗ്രമായി
ഉൾക്കൊള്ളുന്ന ഒരു ദൈവശാസ്ത്രപദ്ധതിക്ക് രൂപം നൽകാനാണ്
ശ്രമിച്ചത്. അടിസ്ഥാനപരമായി ഒരു അരിസ്റ്റോട്ടിലീയൻ ആയിരുന്നിട്ടു
കൂടിയും അദ്ദേഹം ക്രിസ്തീയ മതമേലധികാരികളുടെ അപ്രീതിക്കു
പാത്രമാവുകയും ഒടുവിൽ ജയിലിൽ അടയ്ക്കപ്പെടുകയും ചെയ്തു.

അക്വിനാസിന് സമകാലികനായിരുന്ന ആൽബർട്ട് മഗ്നസും
ദൈവശാസ്ത്രത്തെ ഇതര വൈ
ജ്ഞാനികശാഖകളുമായി കൂട്ടിയിണ
ക്കാൻ ശ്രമിച്ചു. ദൈവശാസ്ത്ര
ത്തിന്റെ പ്രഭാവം എല്ലാ വിജ്ഞാന
ശാഖകളെയും ഞെരുക്കിക്കളഞ്ഞ
മധ്യകാലഘട്ടത്തിൽനിന്ന് വ്യത്യ
സ്തമായി ശാസ്ത്രീയയുക്തിയുടെ
സാംഗത്യത്തെ നിഷേധിച്ചുകൊണ്ട്
ദൈവശാസ്ത്രത്തിനുപോലും നില
നിൽക്കാനാവില്ലെന്ന സ്ഥിതി വന്നു
ചേർന്നു. ദൈവചിന്തയിൽനിന്ന് ശാ
സ്ത്രീയയുക്തിയിലേക്കുള്ള പരിവർ
ത്തനത്തിന്റെ സൂചനയായിരുന്നു
ദൈവശാസ്ത്രകാരന്മാരായ തോമസ്
അക്വിനാസിന്റെയും ആൽബെർട്ട്
മാഗ്നസിന്റെയും ശ്രദ്ധേയമായ നില
പാടുകൾ. റോമൻ കത്തോലിക്കാ
മതം അതിരൂക്ഷമായ ജനരോഷ

തോമസ് അക്വിനാസ്

ത്തിനു പാത്രമായ കാലത്ത് മത നേതൃത്വത്തിനെതിരായ അമർഷം
സമ്പൂർണമായ മതനിഷേധമായി മാറാതിരുന്നത് അക്വിനാസിനെയും
ആൽബർട്ട് മഗ്നസിനെയും പോലുള്ള ദൈവശാസ്ത്രകാരന്മാരുടെ
നവീനമായ ദൈവശാസ്ത്ര ശൈലിയുടെകൂടി സ്വാധീനഫലമായിരുന്നു.
ഓക്സ്ഫഡിലെയും പാരിസ് യൂണിവേഴ്സിറ്റിയിലെയും വിദ്യാ
ഭ്യാസത്തിനുശേഷം ഫ്രാൻസിസ്കൻ സന്യാസചര്യയിൽ ആകൃഷ്ട
നായിത്തീർന്ന റോജർ ബേക്കന്റെ ലക്ഷ്യം സഭയെയോ തോമസ്
അക്വിനാസ്, ആൽബർട്ട് മാഗ്സ് തുടങ്ങിയ ദൈവശാസ്ത്രചിന്തകന്മാ
രെയോ തള്ളിപ്പറയുകയായിരുന്നില്ല. വെടിമരുന്നിന്റെ നിർമ്മാണപ്രക്രിയ
ശാസ്ത്രീയമായി വിശദീകരിച്ചുകൊണ്ടാണ് ബേക്കൺ ശാസ്ത്ര
സാഹിത്യരംഗത്ത് ശ്രദ്ധേയനായിത്തീർന്നത്. യന്ത്രങ്ങൾ ഘടിപ്പിച്ച
കപ്പലുകളും വാഹനങ്ങളും പറക്കുന്ന യന്ത്രങ്ങളും അദ്ദേഹം ഭാവനയിൽ
കണ്ടു.

പരീക്ഷണാത്മകശാസ്ത്ര(Experimental Science)ത്തെക്കുറിച്ചുള്ള ബേക്കന്റെ സങ്കൽപ്പങ്ങളിൽ വലിയ അളവിൽ അതിശയോക്തിയുടെ അംശമുണ്ടായിരുന്നു. എങ്കിലും അപ്രതിരോധ്യമായ ശാസ്ത്രപുരോഗ തിയെക്കുറിച്ചുള്ള അദ്ദേഹത്തിന്റെ ദീർഘദർശനങ്ങൾ നൂറ്റാണ്ടുകളോളം ശാസ്ത്രകാരന്മാർക്കും ശാസ്ത്രകുതുകികൾക്കും പ്രചോദനമായി നില കൊണ്ടു.

ഗണിതത്തിലെയും വാനശാസ്ത്രത്തിലെയും വൈദ്യത്തിലെയും ദൈവശാസ്ത്രത്തിലെയും ലഭ്യമായിരുന്ന മുഴുവൻ അറിവുകളും സ്വാം ശീകരിച്ച കോപ്പർനിക്കസ് (Nicolaus Copernicus 1473 -1543) ഗണിത ശാസ്ത്രപരമായ കൃത്യതകൊണ്ട് ഭൗതികശാസ്ത്രത്തെ ആധുനികത യിലേക്ക് അടുപ്പിക്കുകയും സാമ്പ്രദായികമായ പ്രപഞ്ചവീക്ഷണത്തിന് കനത്ത ആഘാതമേൽപ്പിക്കുകയും ചെയ്തു. സമ്പന്നനായിരുന്ന അദ്ദേ ഹത്തിന് തന്റെ വാനശാസ്ത്രപഠനങ്ങളും പരീക്ഷണങ്ങളും തുടർന്നു കൊണ്ടു പോകാൻ പ്രയാസമുണ്ടായില്ല. 'കോപ്പർനിക്കൻ സിസ്റ്റം' എന്ന റിയപ്പെടുന്ന ഒരു പുത്തൻ പ്രപഞ്ചവിശകലനപദ്ധതിക്കുതന്നെ അദ്ദേഹം രൂപംനൽകി. അദ്ദേഹത്തിന്റെ *വാനപഥങ്ങളെക്കുറിച്ചുള്ള ആറുലേഖന ങ്ങൾ (Six books concerning the Revolution of the heavenly orbs)* എന്ന കൃതിയുടെ പ്രസിദ്ധീകരണം(1543) പ്രപഞ്ചവിജ്ഞാനീയ ത്തിന്റെയും ശാസ്ത്രീയചിന്തയുടെയും ചരിത്രത്തിലെ ഒരു വഴിത്തിരി വായിരുന്നു.

'സൗരയൂഥ'ത്തിന്റെ കേന്ദ്രം സൂര്യനാണെന്ന ആശയമാണ് കോപ്പർ നിക്കൻ ചിന്തയുടെ കേന്ദ്രം. ആകാശവിതാനത്തിൽ താരതമ്യേന സ്ഥിര തയാർന്ന സ്ഥാനങ്ങളിൽ കാണപ്പെടുന്ന നക്ഷത്രങ്ങളെ അപേക്ഷിച്ച് ഗ്രഹങ്ങൾക്കുണ്ടാകുന്ന കൂടുതൽ സ്പഷ്ടമായ സ്ഥാനവ്യതിയാനങ്ങൾ വച്ചുകൊണ്ട് മറിച്ചൊരു നിഗമനം അംഗീകരിക്കാൻ കോപ്പർനിക്കസിനു കഴിയുമായിരുന്നില്ല. മധ്യകാലഘട്ടത്തിൽ ചോദ്യംചെയ്യപ്പെടാതെ അംഗീകരിക്കപ്പെട്ടുപോന്ന ടോളമിയുടെ സിദ്ധാന്തമനുസരിച്ച് ഭൂമിയാണ് പ്രപഞ്ചകേന്ദ്രം. ടോളമിയുടെ സിദ്ധാന്തങ്ങളെ വെല്ലുവിളിക്കുകയോ വികസിപ്പിക്കുകയോ ചെയ്യാനുള്ള യാതൊരുദ്യമവും വകവച്ചുകൊടു ക്കാൻ റോമൻ കത്തോലിക്കാസഭയ്ക്കു കഴിയുമായിരുന്നില്ല. ഈ സത്യം മറ്റുള്ളവരെക്കാൾ നന്നായി മനസിലാക്കിയിരുന്ന കോപ്പർനിക്കസ് എന്തുചെയ്യണമെന്നറിയാതെ വിഷമിച്ചു.

ഗണിതശാസ്ത്രപരമായ യുക്തിയുടെ പിൻബലത്തോടെ കോപ്പർ നിക്കസ് എത്തിച്ചേർന്ന നിഗമനങ്ങൾ അന്നോളം സങ്കൽപ്പിക്കപ്പെട്ടിരുന്ന തിന്റെ അനേകമടങ്ങു വലിപ്പമുള്ള ഒരു പ്രപഞ്ചചിത്രം വരച്ചു കാട്ടി. ഭൂമിക്ക് പ്രപഞ്ചകേന്ദ്രമെന്ന പദവി നിഷേധിക്കുന്ന ഒരു ശാസ്ത്രസിദ്ധാന്തം യാഥാസ്ഥിതികവൃത്തങ്ങൾക്കിടയിൽ ഉണ്ടാക്കിയേക്കാവുന്ന കോലാ ഹലങ്ങൾ മുൻകൂട്ടിക്കണ്ട അദ്ദേഹം തന്റെ കൃതിയുടെ പ്രസിദ്ധീകരണം ജീവിതാന്ത്യംവരെ നീട്ടിക്കൊണ്ടുപോയി. സാമ്പ്രദായികവും യാഥാ

സ്ഥിതികവുമായ പ്രപഞ്ചദർശനം അടിമുടി മാറ്റിപ്പണിയേണ്ടതിന്റെ ആവ ശ്യകതയിലേക്ക് കോപ്പർനിക്കസിന്റെ സിദ്ധാന്തങ്ങൾ വിരൽചൂണ്ടി. താൻ മരണക്കിടക്കയിൽ ആയിരിക്കവേ പ്രസിദ്ധീകരിച്ച കൃതിയുടെ പേരിൽ കോപ്പർനിക്കസിനെ വിചാരണ ചെയ്യാനോ ശിക്ഷിക്കാനോ സഭ യ്ക്ക് കഴിയുന്നതിനുമുമ്പേ, ലോകത്തിലെ മഹാധൈഷണികരുടെ ഗണ ത്തിൽ തനിക്കു സ്ഥാനം നല്കിയ കണ്ടെത്തലുകൾ മാത്രമവശേഷി പ്പിച്ച്, കോപ്പർനിക്കസ് വിടവാങ്ങി. ആധുനികവും ശാസ്ത്രീയവുമായ പ്രപഞ്ചവീക്ഷണം പിച്ചവച്ചത് കോപ്പർനിക്കൻ ചിന്തയുടെ ബലത്തി ലാണ്. എന്നാൽ, കുറവുകൾ തീർത്ത് കോപ്പനിക്കൻ ചിന്തയെ ശാസ്ത്രീ യമായി സാധൂകരിച്ചതിലും ശാസ്ത്രലോകത്തിലെ സജീവചർച്ചയാക്കി മാറ്റിയതിലും ജൊഹാന്നസ് കെപ്ലർ (Johannes Kepler) വഹിച്ച പങ്ക് അതുല്യവും ചരിത്രപ്രധാനവുമാണ്.

കോപ്പർനിക്കൻ ചിന്തയുടെ ശാസ്ത്രീയത സാധൂകരിക്കുകയും അതിനുവേണ്ടി ശക്തിയുക്തം വാദിക്കുകയും ചെയ്ത ഗലീലിയോ ഗലീലി ശാസ്ത്രചരിത്രത്തിലെ മഹാരഥന്മാരുടെ പട്ടികയിൽ കോപ്പർ നിക്കസിനു സമശീർഷനാണ്. കോപ്പർനിക്കസ് നിർത്തിയിടത്തു നിന്നാണ് ഗലീലിയോ ആരംഭിച്ചത്.

പീസായിലെ ഒരു സംഗീതജ്ഞന്റെ മകനായി പിറന്ന ഗലീലിയോ വിനെ ആവേശിച്ചത് അനന്തമായ ശാസ്ത്രസത്യങ്ങൾ ആച്ഛാദനം ചെയ്യപ്പെട്ടുകിടന്ന പ്രപഞ്ചത്തിന്റെ താളമാണ്. അദ്ദേഹത്തിനു നേരിടേ ണ്ടിവന്ന പ്രതികരണങ്ങളാവട്ടെ, അങ്ങേയറ്റം പരുക്കനായിരുന്നു. അരി സ്റ്റോട്ടിലിന്റെ ചലനനിയമങ്ങളെ വെല്ലുവിളിച്ചുകൊണ്ട് ശാസ്ത്ര ലോകത്ത് സാന്നിധ്യമറിയിച്ച അദ്ദേഹമാണ് ദുരദർശിനികൾ (telescope) ഉപയോഗിച്ച് വാനനിരീക്ഷണം നടത്തിയ ആദ്യശാസ്ത്രജ്ഞൻ. തന്റെ ദുരദർശിനിയിലൂടെ ചന്ദ്രനെ സൂക്ഷ്മനിരീക്ഷണത്തിനു വിധേയമാക്കിയ അദ്ദേഹം അതൊരു "തങ്കത്താഴികക്കുട"മല്ലെന്നും ചന്ദ്രോപരിതലം വളരെ പരുക്കനാണെന്നും മനസിലാക്കി. 'ക്ഷീരപഥം' (Milky Way) നക്ഷത്രജാലമാണെന്ന അദ്ദേഹത്തിന്റെ കണ്ടെത്തൽ പരമ്പരാഗതമായ പ്രപഞ്ചവീക്ഷണത്തെ വെല്ലുവിളിക്കാൻ പോന്നതായിരുന്നു. കോപ്പർനി ക്കൻ ചിന്ത ശാസ്ത്രീയമാണെന്ന ഗലീലിയോവിന്റെ വാദം അരിസ്റ്റോട്ടി ലിയന്മാരായ ബുദ്ധിജീവികളെ പ്രകോപിപ്പിച്ചു. റോമൻ കത്തോലിക്കാ സഭയുടെ അകമഴിഞ്ഞ പിന്തുണയും അവർക്കുണ്ടായിരുന്നു. ഏറെത്താ മസിയാതെ, കോപ്പർനിക്കാനിസം (Copernicanism) മതവിരുദ്ധമായി പ്രഖ്യാപിക്കാൻ സഭ തയ്യാറായി. അദ്ദേഹത്തിന്റെ *രണ്ടു പ്രപഞ്ചവീ ക്ഷണങ്ങൾ - ഒരു സംവാദം* (Dialogue Concerning the Two Chief World Systems) ശാസ്ത്രസാഹിത്യത്തിലെ ഒരു ക്ലാസിക്കായി കണക്കാ ക്കപ്പെടുന്നു. എന്നാൽ, ഗലീലിയോയെ വിചാരണ ചെയ്ത മതദ്രോഹ വിചാരണക്കോടതി (Inquisition) അദ്ദേഹത്തെ കുറ്റക്കാരനെന്നു മുദ്ര കുത്തി വീട്ടുതടങ്കലിലാക്കി.

ഭൗമാന്തരീക്ഷത്തിൽ പ്രവേശിക്കുമ്പോൾ പ്രകാശകണങ്ങൾക്ക് എന്തുസംഭവിക്കുന്നുവെന്നും പ്രകാശത്തോടുള്ള മനുഷ്യനേത്രങ്ങളുടെ പ്രതികരണം ഏതുവിധത്തിലാണെന്നും ദുരദർശിനിയിലൂടെ വിദുരസ്ഥ ങ്ങളായ വസ്തുക്കളെ നിരീക്ഷിക്കുമ്പോൾ പ്രകാശം ഏതുതരം പ്രക്രിയയ്ക്കാണ് വിധേയമാകുന്നതെന്നുമുള്ള പരീക്ഷണങ്ങളും ചിന്ത കളുമാണ് ജൊഹാന്നസ് കെപ്ലറെ കോപ്പർനിക്കൻ ചിന്തയുടെ പോരാ ളിയാക്കി മാറ്റിയത്. ചൊവ്വയുടെ (Mars) ഭ്രമണപഥത്തിന് ദീർഘവൃത്താ കൃതിയാണെന്ന് അദ്ദേഹം കണ്ടെത്തി. ഗ്രഹങ്ങളുടെ സഞ്ചാരത്തെ സംബന്ധിച്ച് കെപ്ലർ ആവിഷ്കരിച്ച "മൂന്ന് നിയമങ്ങൾക്ക്" (Kepler's Three Laws) അടിസ്ഥാനമായത് ഈ നിഗമനമാണ്. സൂര്യനിൽനിന്നുള്ള അകലം ഗ്രഹങ്ങളുടെ ഭ്രമണവേഗതയെ സ്വാധീനിക്കുന്നുണ്ടെന്ന് കെപ്ലർ സ്ഥാപിച്ചു.

ഗണിതകാരനും വാനശാസ്ത്രജ്ഞനും തത്വചിന്തകനും അസാമാ ന്യമായ പ്രസംഗപാടവത്തിനുടമയുമായ ബ്രൂണോ ഗലീലിയോയുടെ സമകാലികനായിരുന്നു. ഒരു ഡൊമിനിക്കൻ പാതിരിയായിരുന്ന അദ്ദേ ഹത്തിന് സഭാനേതൃത്വത്തിന് അനഭിമതനായതിനെത്തുടർന്ന് പുറത്തു പോകേണ്ടിവന്നു. യൂറോപ്പുമുഴുവൻ ചുറ്റിസഞ്ചരിച്ച അദ്ദേഹം ഭൂകേ ന്ദ്രിതമായ പ്രപഞ്ചസങ്കൽപ്പത്തിനെതിരെ പ്രസംഗിച്ചു. പ്രപഞ്ചവിജ്ഞാ നീയത്തിലെ അദ്ദേഹത്തിന്റെ അപാരമായ ദീർഘദർശിത്വം റോമൻ കത്തോലിക്കാ സമുദായത്തിനോ കാൽവിനിസ്റ്റുകൾക്കോ ലുഥറൻമാർ ക്കോ സ്വീകാര്യമായില്ല. വെനീസിലെ മതദ്രോഹവിചാരണക്കോടതി ബ്രൂ ണോയെ അറസ്റ്റുചെയ്ത് വിചാരണയെത്തുടർന്ന് റോമിനു കൈമാറി. ഏഴുവർഷത്തെ വിചാരണയ്ക്കുശേഷം അദ്ദേഹം ചുട്ടുകൊല്ലപ്പെട്ടു. മതസഹിഷ്ണുതയുടെയും ഉദാരചിത്തതയുടെയും ബുദ്ധിപരമായ ഉൽപതിഷ്ണുത്വത്തിന്റെയും ആശയങ്ങൾ പ്രചരിപ്പിച്ച ബ്രൂണോ നൂറ്റണ്ടുകളോളം യൂറോപ്പിലെ ബുദ്ധിജീവികളെ പ്രചോദിപ്പിച്ചു കൊണ്ടിരുന്നു. *ദി എക്സ്പൽഷൻ ഓഫ് ദി ട്രയംഫന്റ് ബീസ്റ്റ്(The expulsion of the Trimphant Beast), ഓൺ ദി ഇൻഫിനിറ്റ് യൂണിവേഴ്സ് ആന്റ് വേൾഡ്സ് (On the Infinite Universe and Worlds)* എന്നീ കൃതികളിൽ ബ്രൂണോ തന്റെ ആശയങ്ങൾ അവതരിപ്പിച്ചിട്ടുണ്ട്.

ക്ലാസ്സിക്കൽ വിശകലനമനുസരിച്ച് ശാസ്ത്രവിപ്ലവം (scientific revolution) എന്നറിയപ്പെടുന്നത് നവോത്ഥാനകാലത്തുണ്ടായ ശാസ്ത്ര നേട്ടങ്ങളല്ല. എന്നാൽ അതിനുള്ള പശ്ചാത്തലമൊരുക്കിയത് നവോ ത്ഥാനമായിരുന്നുവെന്ന് ആരും സമ്മതിക്കും. സാമൂഹ്യ – സാംസ്കാരിക – സാമ്പത്തിക മേഖലകളിലുണ്ടായ മാറ്റങ്ങൾക്കനുബന്ധമായിരുന്നു ശാസ്ത്രരംഗത്തെ വളർച്ചയും. മനുഷ്യന്റെ വൈജ്ഞാനികപുരോഗതി ഇടയ്ക്കുവച്ച് മുറിഞ്ഞുപോവുകയോ മറ്റേതെങ്കിലും ബിന്ദുവിൽ പുനരാ രംഭിക്കുകയോ ചെയ്യുന്നില്ല. എന്നാൽ സാംസ്കാരിക പുരോഗതിക്കു മുന്നിലുള്ള എല്ലാ തടസ്സങ്ങളും വൈജ്ഞാനികമായ മുന്നേറ്റത്തിന്

ബാധകമാണ്. മാനവചരിത്രം മുഴുവനെടുത്തു പരിശോധിച്ചാൽ, സാംസ്കാരിക ഉണർവിന്റെ യുഗങ്ങളാണ് ശാസ്ത്രവിപ്ലവങ്ങൾക്കു നാന്ദികുറിച്ചതെന്നു കാണാം. സമൂഹത്തെ ഭരിക്കുന്ന പ്രപഞ്ചവീ ക്ഷണം ശാസ്ത്രാന്വേഷണങ്ങൾക്കു സഹായകമാണോ എന്നതാണ് കാതലായ പ്രശ്നം. ശാസ്ത്രീയമായ പ്രപഞ്ചവീക്ഷണമാണ് ശരിയായ ജീവിതവീക്ഷണത്തിലേക്കു നയിക്കുന്നത്. പ്രകൃതി പ്രതിഭാസങ്ങളെ തൃപ്തികരമായി വ്യാഖ്യാനിക്കാൻ നിലവിലുള്ള സങ്കേതങ്ങൾ പര്യാപ്ത മല്ലെന്നുള്ള തിരിച്ചറിവിലേക്കാണ് നവോത്ഥാനകാലത്തെ കലാ–സാം സ്കാരിക മുന്നേറ്റം ശാസ്ത്രകാരന്മാരെ ഉണർത്തിയത്.

ഇഴപിരിക്കാനാവാത്തവിധം പരസ്പരം ബന്ധപ്പെട്ടിരിക്കുന്ന കല യുടെയും ശാസ്ത്രത്തിന്റെയും അപൂർവസുന്ദരമായ സമ്മേളനമാണ് ആദ്യകാലനവോത്ഥാനം നമുക്കു മുന്നിൽ അവതരിപ്പിക്കുന്നത്. ഒറ്റപ്പെട്ട കണ്ടുപിടുത്തങ്ങളല്ല, സമൂഹത്തിന്റെ മനോഭാവത്തിൽ സംഭവിച്ച സമൂലമായ മാറ്റങ്ങളാണ്, നവോത്ഥാനകാലത്തെ ശാസ്ത്രത്തിന്റെ സുവർണയുഗമാക്കുന്നത്. 'സയന്റിഫിക് മെതേഡ്' എന്ന് വിശേഷിപ്പി ക്കപ്പെടുന്ന അന്വേഷണരീതി നവോത്ഥാനത്തിന്റെ സംഭാവനയാണ്. അരിസ്റ്റോട്ടിലിയൻ തത്വങ്ങളെ അവസാനവാക്കായി കരുതുന്ന രീതിക്ക് അതോടെ അന്ത്യംകുറിക്കപ്പെട്ടു. ഉൾവിളികളല്ല, ശാസ്ത്രീയമായ നിരീക്ഷണപരീക്ഷണങ്ങളാണ് അറിവിന്റെ ആധാരമെന്ന് പണ്ഡിത ന്മാർക്കു ബോധ്യമായി. കോപ്പർനിക്കസും ഗലീലിയോയും മറ്റനേകം ശാസ്ത്രകാരന്മാരും ഈ പുത്തൻ അവബോധത്തിന്റെ സന്തതികളാ യിരുന്നു. എന്നാൽ, കത്തോലിക്കാസഭയുടെ അതിരൂക്ഷമായ എതിർ പ്പിനെ നേരിട്ടുകൊണ്ടാണ് ആദ്യകാല ശാസ്ത്രകാരന്മാരിൽ മിക്കവരും പ്രവർത്തിച്ചത്. അവരിലൂടെ ദർശനം ശാസ്ത്രത്തിനു വഴിമാറുക യായിരുന്നു. ശാസ്ത്രത്തിന്റെ വഴിയിൽ തടസമായി നിന്ന മതത്തെ ഉടച്ചു വാർക്കാനുള്ള ശ്രമം മതത്തെയും പൊതുസമൂഹത്തെയും ഒരുപോലെ പിടിച്ചു കുലുക്കുകയും മുതലാളിത്ത യുഗത്തിന്റെ മതം എന്ന് 'മാക്സ് വെബർ' വിശേഷിപ്പിച്ച പ്രൊട്ടസ്റ്റന്റിസം പിറവികൊള്ളുകയും ചെയ്തു. ആത്മീയതയെ ഒരു സ്വകാര്യ വിഷയമാക്കി മാറ്റാനും മനുഷ്യന്റെ ഭൗതികജീവിതത്തിനുമേലുള്ള നിയന്ത്രണം ഒരളവുവരെയെങ്കിലും ഒഴിവാക്കുവാനും പ്രൊട്ടസ്റ്റന്റുമതം (Protestantism) തയാറായി. ഭൗതിക ശാസ്ത്രം (Physics), വാനശാസ്ത്രം (astronomy), ജീവശാസ്ത്രം (bi-ology), ശരീരഘടനാശാസ്ത്രം (anatomy) തുടങ്ങിയവയെല്ലാം വിപ്ലവാ ത്മകമായ വികാസത്തിനു സജ്ജമായത് ഈ കാലഘട്ടത്തിലാണ്. വെസാലിയസിന്റെ (Vesalius) *ഡി ഹ്യൂമനി കോർപൊറിസ് ഫാബ്രിക (De humani corporis fabrica)* എന്ന കൃതിയുടെ പ്രസിദ്ധീകരണം ഈ രംഗത്തുണ്ടായ നിർണായകമായ ചുവടുവയ്പായിരുന്നു.

മതാത്മകമായ യാഥാസ്ഥിതികധാരണകൾക്കുമേൽ ശാസ്ത്രീ യമായ പ്രപഞ്ചവീക്ഷണത്തിന്റെ മേധാവിത്വം അരക്കിട്ടുറപ്പിച്ചത് സർ

ഐസക് ന്യൂട്ടനാണ്. യുവാവായ ന്യൂട്ടണിൽ റെനെ ദെക്കാർത്തെ (Rene Descartes) യുടെ ചിന്തകൾ ആഴത്തിൽ സ്വാധീനം ചെലുത്തിയിരുന്നു. ഓപ്റ്റിക്സ് (Optics) എന്ന ഭൗതികശാസ്ത്രശാഖയ്ക്ക് അടിസ്ഥാനമിട്ടത് ന്യൂട്ടൺ നടത്തിയ പരീക്ഷണങ്ങളാണ്. അദ്ദേഹം രചിച്ച *പ്രിൻസിപിയ** *മാത്തമാറ്റിക്ക (Principia Mathematica)* ശാസ്ത്രചരിത്രത്തിലെ സമാനതകളില്ലാത്ത കാൽവയ്പ് എന്നു വിശേഷിപ്പിക്കാവുന്ന 'ന്യൂട്ടന്റെ ചലനനിയമങ്ങൾ' (Newtons Laws of Motion) ഉൾക്കൊള്ളുന്ന കൃതിയാണ്. റോബർട്ട് ഹുക്ക് (Robert Hooke), ജി ഡബ്ല്യൂ ലീബ്നിസ് (GW Leibniz) തുടങ്ങിയ ശാസ്ത്രകാരന്മാരുമായി ചില കണ്ടുപിടു ത്തങ്ങളുടെ കർത്തൃത്വത്തെച്ചൊല്ലി ന്യൂട്ടന് തർക്കിക്കേണ്ടിവന്നു. മതവും ശാസ്ത്രവും തമ്മിലുള്ള വിവാദാസ്പദമായ ബന്ധം ശാസ്ത്രകാരന്മാർ ക്കിടയിലെ തർക്കങ്ങൾക്കും രചനാത്മകമായ ശാസ്ത്രസംവാദങ്ങൾക്കും വഴിമാറുന്ന ഒരു കാലത്തിന്റെ സൂചനയായിരുന്നു ലോകം ഉറ്റുനോക്കിയ ഈ മഹാരഥന്മാരായ ശാസ്ത്രകാരന്മാർക്കിടയിലെ അഭിപ്രായഭി ന്നതകൾ.

യൂറോപ്പിനെ, വിശേഷിച്ചും പശ്ചിമയുറോപ്പിനെ, സംബന്ധിച്ചിട ത്തോളം ന്യൂട്ടന്റെ കാലമെത്തിയപ്പോഴേക്കും നവോത്ഥാനം ശാസ്ത്ര രംഗത്തെ അതിന്റെ സംഭാവനകൾ പൂർത്തീകരിച്ചു കഴിഞ്ഞിരുന്നു. എന്നാൽ ലോകത്തിന്റെ മറ്റുഭാഗങ്ങളിൽ സാമൂഹ്യനവോത്ഥാനമെന്ന പ്രക്രിയ അപ്പോഴും ഒരു ലക്ഷ്യം മാത്രമായി തുടർന്നു. മുതലാളിത്ത ഉൽപ്പാദന സമ്പ്രദായങ്ങൾ ശക്തിപ്പെട്ടതിന്റെ ഫലമായി വൻതോ തിലുള്ള വ്യവസായവൽക്കരണത്തിലൂടെ കടന്നുപോയ പശ്ചിമ–മധ്യ യുറോപ്യൻ രാജ്യങ്ങൾ കാലാന്തരേണ ലോകത്തിലെ മറ്റുസമൂഹങ്ങൾ ക്കുമേൽ രാഷ്ട്രീയവും സൈനികവും സാമ്പത്തികവുമായ മേൽക്കോ യ്മ സ്ഥാപിച്ചു. ഇത് പാശ്ചാത്യേതര സമൂഹങ്ങളുടെ സാംസ്കാരിക ജീവിതത്തിനുമേൽ ദുരവ്യാപകമായ സ്വാധീനം ചെലുത്തി. പാശ്ചാത്യ മായതെല്ലാം അനുകരണീയമാണെന്നു കരുതുന്ന ഒരു സാംസ്കാരിക പ്രവണത ഏഷ്യയിലേയും ആഫ്രിക്കയിലേയും തെക്കേ അമേരിക്ക യിലേയും ജനസമൂഹങ്ങൾക്കിടയിൽ വളർന്നുവന്നു. സാമൂഹ്യശാസ്ത്ര കാരന്മാർ പാശ്ചാത്യവൽക്കരണം (Westernisation) എന്നു വിശേഷിപ്പി ക്കുന്ന ഈ പ്രവണത പാശ്ചാത്യേതരസമൂഹങ്ങളുടെ നവോത്ഥാന പ്രക്രിയയിൽ ഗുരുതരമായ ബലഹീനതകൾ കടന്നുകൂടുന്നതിന് ഇടയാക്കി. ആധുനികത (Modernism)യെക്കുറിച്ചുള്ള വക്രീകരിക്കപ്പെട്ട സങ്കൽപ്പങ്ങൾ ഇവിടങ്ങളിൽ പ്രാബല്യം നേടിയത് പുരോഗമന ശക്തികളെ സംബന്ധിച്ചിടത്തോളം, തീക്ഷ്ണമായ വെല്ലുവിളിയായി. അത് ഒരളവുവരെ ഇന്നും തുടരുന്നു.

---

* *പ്രിൻസിപ്പിയ മാത്തമാറ്റിക്ക* എന്ന പേരിൽ സ്റ്റെല്ലും ഒരു ഗ്രന്ഥമെഴുതിയിട്ടുണ്ട്.

5

മനുഷ്യൻ എന്ന അച്ചുതണ്ട്

ക്ലാസിക് സാഹിത്യങ്ങൾ പഠിച്ചിരുന്ന വിദ്യാർഥികൾക്കും അവരുടെ ഗുരുക്കന്മാരായ പണ്ഡിതന്മാർക്കുമിടയിൽ മാത്രം പ്രചരിച്ചിരുന്ന 'umanista' എന്ന ഇറ്റാലിയൻ പദത്തിൽനിന്നാണ് 'ഹ്യൂമനിസം' എന്ന വാക്ക് ഉരുത്തിരിഞ്ഞു വന്നത്. മതത്തിന്റെയോ ദൈവത്തിന്റെയോ സഹായമില്ലാതെ ശരിതെറ്റുകൾ വിവേചിച്ചറിയാൻ കെൽപ്പുള്ള മനുഷ്യനെക്കുറിച്ചഭിമാനിക്കുന്ന ഒരു പുതിയ സംസ്കാരം നവോത്ഥാനത്തോടെ പിറവിയെടുത്തു. മതത്തിനും അതിലൂടെ ഈശ്വരനും പരിപൂർണമായി കീഴടങ്ങുന്ന 'വിനീതനായ മനുഷ്യൻ' എന്ന സങ്കൽപ്പം പഴഞ്ചനായി മാറുകയും പുതിയ മനുഷ്യൻ കൂടുതൽ സ്വതന്ത്രവും സംതൃപ്തവുമായ ജീവിതാവസ്ഥകൾ സ്വപ്നം കാണാൻ തുടങ്ങുകയും ചെയ്തു. മാനവികതാവാദം (Humanism) എന്നറിയപ്പെടുന്ന പുതിയൊരു ജീവിതവീക്ഷണം ഉരുത്തിരിഞ്ഞു. എല്ലാ നന്മതിന്മകളുടേയും ശരിതെറ്റുകളുടേയും ഔചിത്യാനൗചിത്യങ്ങളുടേയും മാനദണ്ഡം മനുഷ്യനും അവന്റെ നന്മയും മാത്രമാണെന്നു വന്നു.

മതത്തിനെതിരായ ദാർശനികകലാപമായും മതേതരമായ ഒരു പുത്തൻജീവിതവീക്ഷണമായും ആരംഭിച്ച മാനവികത ക്രമേണ മതത്തെ മാറ്റിത്തീർക്കുകയും അതിന്റെ കൂടി ഭാഗമായി മാറുകയും ചെയ്തു. ദൈവികവെളിപാടുകളെന്നു കരുതപ്പെടുന്ന 'വേദ'ങ്ങളെ അടിസ്ഥാനമാക്കിയുള്ള പ്രകൃത്യാതീതചിന്തയ്ക്കും (transcendentalism) വിശ്വാസത്തിനും മാനവികത ആഘാതമേൽപ്പിച്ചു. എന്നാലിത് കേവലമായ മതനിഷേധം ആയിരുന്നില്ല. മനുഷ്യന്റെ പ്രശ്നങ്ങൾക്കുള്ള പരിഹാരം മനുഷ്യൻതന്നെയാണ് കണ്ടെത്തേണ്ടതെന്ന തിരിച്ചറിവ് ഈ പുത്തൻ ജീവിതാവബോധത്തിന്റെ അന്തർധാരയായി വർത്തിച്ചിരുന്നു എന്നു മാത്രം. വ്യക്തിയെയും സമൂഹത്തെയും സംബന്ധിക്കുന്ന ഏതൊ

രവലോകനത്തിലും മനുഷ്യനെയും മനുഷ്യത്വത്തെയും കേന്ദ്രസ്ഥാ
നത്തു നിർത്തുക എന്നതാണ് ഹ്യുമനിസത്തിന്റെ അന്തസ്സത്ത. നിർ
ണായകഘട്ടങ്ങളിൽ മതനിരപേക്ഷതയ്ക്കുവേണ്ടി വഴിമാറിനിൽക്കാൻ
സന്നദ്ധമായ ഒരു ആധ്യാത്മിക വ്യവഹാരമാക്കി നവോത്ഥാനം മതത്തെ
മാറ്റി. മാനവികചിന്തയ്ക്കു മുതൽക്കൂട്ടാവുന്ന കഥകളും പ്രബോ
ധനങ്ങളും ദർശനശകലങ്ങളും തേടി മതസാഹിത്യത്തിലും മതസങ്കൽ
പ്പങ്ങളിലും ആണ്ടുമുങ്ങാൻ മാനവികതാവാദികൾ ഒരിക്കലും മടിച്ചു
നിന്നിട്ടില്ല. നവോത്ഥാനകാലഘട്ടത്തിൽ ഏറ്റവുമധികം ചിത്രങ്ങളും
ശിൽപ്പങ്ങളും രചിക്കപ്പെട്ടത് *ബൈബിൾപ്രമേയങ്ങളെ* അടിസ്ഥാനമാക്കി
യായിരുന്നു. പിൽക്കാല മാനവികതാവാദികളായ ഉട്ടോപ്യൻ സോഷ്യലി
സ്റ്റുകൾ ഏറ്റവുമധികം കടപ്പെട്ടിരിക്കുന്നതും *ബൈബിളിനോടും*
ക്രിസ്തീയദർശനത്തോടുമാണ്. കമ്യൂൺ എന്ന സങ്കൽപ്പം ക്രിസ്തുമത
ത്തിന്റെ ആദ്യകാലാനുഭവങ്ങളിൽനിന്ന് സങ്കൽപ്പവാദസോഷ്യലിസ്റ്റുകൾ
കടംകൊണ്ടതാണെന്നു കരുതാൻ ന്യായമുണ്ട്.

മാനവികമായ കാഴ്ചപ്പാടുകൾക്ക് പല മതാചാരങ്ങളെയും സങ്കൽ
പ്പങ്ങളെയും വച്ചു പൊറുപ്പിക്കാനാവില്ലെന്നുറപ്പാണ്.എന്നാൽ, അക്കാര
ണംകൊണ്ടുമാത്രം മാനവികചിന്ത മതവിരുദ്ധമാകുന്നില്ല. മതത്തിന്റെ
അടിസ്ഥാനമൂല്യങ്ങൾ ഉയർത്തിപ്പിടിച്ചുകൊണ്ടുതന്നെ അതിനെ
മാറ്റിമറിക്കാമെന്ന് നവോത്ഥാനകാലത്തെ മതപരിഷ്കരണപ്രസ്ഥാന
ങ്ങൾ തെളിയിച്ചു. പ്രൊട്ടസ്റ്റന്റ് മതത്തിന്റെ രൂപീകരണത്തിനും വ്യാപന
ത്തിനും സമാന്തരമായി കത്തോലിക്കാമതം സ്വയം മാറുകയും തങ്ങൾ
തള്ളിക്കളഞ്ഞ പലതിനെയും പിന്നീട് അംഗീകരിക്കാൻ അവർ നിർബന്ധി
തരായിത്തീരുകയും ചെയ്തു. ചുരുക്കത്തിൽ, ഒരു നിരീശ്വരവാദിക്ക്
മാനവികചിന്താഗതി വച്ചുപുലർത്തുന്നതിനോ ഹ്യുമനിസ്റ്റിന് സ്വന്തം
വിശ്വാസങ്ങളിൽ ഉറച്ചുനിന്നുകൊണ്ട് ഈശ്വരാസ്തിത്വത്തെ ചോദ്യംചെ
യ്യുന്നതിനോ യാതൊരു തടസവുമില്ല. എന്നാൽ, എല്ലാ മാനവികതാ
വാദികളും ദൈവനിഷേധികളല്ല; എല്ലാ ദൈവനിഷേധികളും മാനവിക
താവാദികൾ ആയിരിക്കണമെന്നു നിർബന്ധവുമില്ല. ഹ്യുമനിസം ഒരു
സിദ്ധാന്തമല്ലതന്നെ; അതൊരു ചിന്താശൈലിയും ജീവിതസമീപന
വുമാണ്.

14-ാം നൂറ്റാണ്ടിൽ ഫ്ളോറൻസിനെ ശ്മശാനഭൂമിയാക്കിയ മഹാ
വ്യാധിയാണ് 'ബ്ലാക്ക്ഡെത്ത്' (Black Death) എന്ന് അറിയപ്പെടുന്നത്.
നവോത്ഥാനത്തിന്റെ ആരംഭഘട്ടത്തിൽ ഇതിന്റെ വ്യഥയും ശൂന്യതയും
കലാസൃഷ്ടികളെ പൊതിഞ്ഞുനിൽക്കുന്നതു കാണാം. മരണത്തെ
മുഖാമുഖം കാണുകയും ഉറ്റവർ അപ്രതീക്ഷിതമായി പിരിഞ്ഞുപോവു
കയും ചെയ്യുമ്പോഴാണ് ജീവിതത്തിന്റെ അർഥത്തെക്കുറിച്ച് മനുഷ്യൻ
ഏറ്റവും കൂടുതൽ ചിന്താകുലനാകുന്നത്. മൈക്കലാഞ്ചലോ കോറിയിട്ട
ഓരോ രൂപത്തിലും സർവജഗത്തിനെയും ചുഴ്ന്നു നിൽക്കുന്ന മരണ
ത്തിന്റെ സാന്നിധ്യമുണ്ട്. ലോകം ഇന്നോളം കണ്ടിട്ടുള്ളതിൽ 'ഏറ്റവും

മഹാനും ശോകാകുലനുമായ കലാകാരനാ'യാണ് അദ്ദേഹം അറിയ പ്പെടുന്നത്. ഡാവിഞ്ചിയുടെ രചനകളും വ്യംഗ്യമായ അർഥങ്ങളുടെയും വിവാദാസ്പദമായ സൂചനകളുടെയും ലോകങ്ങൾ അനുഭവവേദ്യ മാക്കുന്നവയാണ്. ആധുനികരായ കലാകാരന്മാരുടെ അമൂർത്ത രചനകളെക്കാൾ ധന്യാത്മകമാണ് ഡാവിഞ്ചിയുടെ പെയിന്റിങ്ങുകൾ.

പണം ഒരു 'സാമൂഹ്യശക്തിയായി'മാറുന്നതിന് നവോത്ഥാനം സാക്ഷ്യംവഹിച്ചു. ഫ്യൂഡലിസത്തിൽനിന്നുള്ള പരിവർത്തന ഘട്ടത്തിൽ പണം ഒരു വിപ്ലവാത്മകശക്തിയായിരുന്നുവെന്ന് പ്രത്യേകം പറയേണ്ട തില്ല. ഫ്യൂഡൽവിരുദ്ധ പരിവർത്തനത്തിന്റെ മുന്നണിയിലായിരുന്നു ഇറ്റാലിയൻ നഗരങ്ങളിലെ സമ്പന്നകുടുംബങ്ങളുടെ സ്ഥാനം. ഫ്ളോ റൻസ് നഗരത്തെ നവോത്ഥാനകലയുടെ ഏറ്റവും പ്രധാനപ്പെട്ട കേന്ദ്രമാ ക്കി വളർത്തിയെടുക്കുന്നതിൽ ഡീമെഡീസി കുടുംബം വഹിച്ച പങ്കിന് ചരിത്രത്തിൽ സമാനതകളില്ല. പണം മുടക്കാൻ ഡീമെഡീസിമാർ തയാ റായില്ലെങ്കിൽ, മൈക്കലൊഞ്ചലോയുടെയും ഡാവിഞ്ചിയുടെയും ലോകോ ത്തരങ്ങളായ സൃഷ്ടികളിൽ പലതും പിറവികൊള്ളുമായിരുന്നില്ല. ഇന്നു നാമറിയുന്ന വിധത്തിലുള്ള ക്രിസ്തുവിന്റെയും പുണ്യവാളന്മാരുടെയും രൂപങ്ങൾ നവോത്ഥാനകലാകാരന്മാരുടെ വിരൽത്തുമ്പിൽ പിറവികൊ ണ്ടവയാണ്. ഡീമെഡീസിയുടെ പണമാണ് ക്രിസ്തുവിന്റെ മുഖാകൃതി നിർണയിച്ചതെന്നു പറഞ്ഞാൽ, ഒരുപക്ഷേ, വിശ്വാസികൾ പ്രകോപിത രായേക്കും.

ശാസ്ത്രത്തെക്കുറിച്ചു തർക്കമുണ്ടായാൽ ശാസ്ത്രകാരന്മാർക്കി ടയിൽ ഒത്തുതീർപ്പുണ്ടാക്കുകയെന്നതായിരുന്നു മധ്യകാലഘട്ടത്തിലെ ശൈലിയെങ്കിൽ, നവോത്ഥാനം അതിന് മാറ്റം കുറിച്ചു. അലംഘ നീയ ങ്ങളായ ശാസ്ത്ര–ജീവിതസത്യങ്ങൾ മനുഷ്യന്റെ സൃഷ്ടിയല്ലെന്നും ദാർശനികർ/ശാസ്ത്രകാരന്മാർക്കിടയിലെ ഒത്തുതീർപ്പുകൾ അവയെ സ്വാധീനിക്കുന്നില്ലെന്നും മനുഷ്യൻ മനസിലാക്കിയത് നവോത്ഥാന കാലത്തായിരുന്നു. അത് പുതിയെരു അന്വേഷണരീതിക്ക് നാന്ദി കുറിച്ചു.

പ്രതിഭാശാലിയായ മനുഷ്യന്റെ കഴിവുകളുടെ വ്യാപ്തിയും പച്ചയായ ജീവിതത്തിന്റെ മഹത്വവും കണ്ടെത്തിയത് നവോത്ഥാനകാല ത്തെ മാനവികതാവാദികളാണ്. യേശുക്രിസ്തുവിന്റെ ദിവ്യത്വത്തിൽ ഊന്നുന്നതിനു പകരം അദ്ദേഹത്തെ ഒരു മനുഷ്യനെന്ന നിലയിൽ മനസി ലാക്കാൻ ശ്രമിച്ചവരിൽ നിന്നാണ് ഹ്യൂമനിസം എന്ന പദമുണ്ടായത്. ഹ്യൂമനിറ്റേറിയന്മാരിൽ പലരും ക്രിസ്തുവിന്റെ ദിവ്യത്വത്തെ അപ്പാടെ നിഷേധിക്കുകയും ചെയ്തു. ദൈവികത്വത്തിന്റെ നിഷേധത്തെക്കാൾ അവർക്കു പ്രധാനം മനുഷ്യമഹത്വത്തിന്റെ വീണ്ടെടുപ്പായിരുന്നു എന്നു മാത്രം.

നവോത്ഥാനകലത്തോടെ വികസ്വരമായിത്തീർന്ന അസംഖ്യം വൈജ്ഞാനികധാരകളിൽ ഓരോന്നിന്റെയും അന്തർധാരയായി വർത്തി ക്കുന്ന ജീവിതവീക്ഷണമെടുത്താൽ, അതിൽ മാനവികതാവാദത്തിന്റെ

പ്രകടമായ സ്വാധീനം കാണാം. *ബൈബിളിന് പ്രൊട്ടസ്റ്റന്റ്* ദൈവശാ സ്ത്രകാരന്മാർ നൽകിയ വ്യാഖ്യാനങ്ങളിൽ ഈ മാറ്റത്തിന്റെ സൂചന കളുണ്ട്. പാരമ്പര്യത്തിന്റെ അന്ധമായ അനുശീലനം മാനവികചിന്ത മുന്നോട്ടു വയ്ക്കുന്ന ജീവിതവീക്ഷണത്തിനെതിരാണ്. ഗൂഢാത്മക (mystical) ചിന്താഗതികൾക്കും അതിൽ സ്ഥാനമില്ല. ആത്യന്തികമായ ഉത്തരങ്ങൾക്കുവേണ്ടിയുള്ള അന്വേഷണങ്ങൾക്ക് മാനവികചിന്ത അവധിനൽകുന്നു. ദൈവികവെളിപാടുകളിൽ പ്രതീക്ഷയർപ്പിച്ചു കൊണ്ടുള്ള അനന്തമായ കാത്തിരിപ്പിനും അതിൽ ഇടമില്ല.

ഓരോരുത്തരുടെയും വ്യക്തിപരവും സാമൂഹ്യവുമായ താൽപര്യ ങ്ങളാണ് അവരവരുടെ ശരിതെറ്റുകളിൽ പ്രതിഫലിക്കുന്നത്. സമൂഹ ത്തിന്റെ പൊതുവായ നന്മ എല്ലാറ്റിനും ബാധകമായ മാനദണ്ഡമായി അംഗീകരിച്ചുകൊണ്ടാണ് വ്യത്യസ്ത താൽപര്യങ്ങൾക്കിടയിൽ സമ ന്വയം സാധ്യമാക്കുന്നത് (സാധ്യമാക്കേണ്ടത്). ഭൂമിയിലെ ഏറ്റവും ശ്രേഷ്ഠമായ ജീവിവർഗം മനുഷ്യനാണെന്ന 'അബ്രഹാമിയൻ' കാഴ്ച പ്പാടിൽ നിന്നുകൊണ്ടാണ് യൂറോപ്പിലെ ഹ്യൂമനിസ്റ്റുകൾ സംസാരിച്ച തെന്ന കാര്യം പ്രത്യേകം പറയേണ്ടതില്ല.

'വ്യക്തിവാദത്തിന്' സമാന്തരമായാണ് വികസിച്ചുവന്നതെങ്കിലും, സമൂഹത്തിന്റെ പങ്കിനെ ഒട്ടും കുറച്ചു കാണുന്നില്ല എന്നതാണ് മാനവിക ചിന്ത (Humanism) യുടെ മഹത്വം. മാനുഷികമൂല്യങ്ങളിൽ അധിഷ്ഠി തമായ പരസ്പരസഹകരണത്തിന്റെ ഫലമായാണ് വ്യക്തികളുടെ അപരിമേയങ്ങളായ കഴിവുകൾ പൂർണവികാസം കൈവരിക്കുന്നതെന്ന കാര്യത്തിൽ ഹ്യൂമനിസ്റ്റുകൾക്കിടയിൽ കാര്യമായ അഭിപ്രായഭേദങ്ങ ളില്ല.

നവോത്ഥാനകാലത്തോടെ യൂറോപ്പിൽ സജീവമായിത്തീർന്ന മാന വികചിന്ത ഗ്രീക്കുപാരമ്പര്യത്തിന്റെ പരിഷ്കൃതമായ പുനരാവിഷ്കാ രമായിരുന്നുവെന്ന കാര്യം ഈ ഗ്രന്ഥത്തിന്റെ ആദ്യഭാഗത്ത് നാം കണ്ട താണ്. പൗരസ്ത്യലോകത്തിലേക്ക് തിരിഞ്ഞാൽ, കൺഫ്യൂഷ്യസിന്റെ കാലത്ത് ചൈനയിലും ബുദ്ധകാലഘട്ടത്തിൽ ഇന്ത്യയിലും ശക്തിപ്പെട്ട നവീകരണവാദപരമായ ചിന്താഗതികളോട് പുതിയ യുഗത്തിലെ മാനവികചിന്തയ്ക്ക് വളരെ വലിയ കടപ്പാടുണ്ടെന്ന് കാണാം. വ്യക്തിക്കു പ്രാധാന്യം നൽകിയ നവോത്ഥാനകാല ചിന്താഗതിയെ വ്യക്തിവാദ മെന്നു വിളിച്ചുകൂടാ. (സമഷ്ടിവാദം-അഥവാ സോഷ്യലിസം- എന്ന ആശയത്തിന്റേതിനു നേർവിപരീതമായ അർഥമാണ് വ്യക്തിവാദമെന്ന പദത്തിന് നൽകപ്പെട്ടിട്ടുള്ളത്). മുതലാളിത്തപരിവർത്തനഘട്ടത്തിൽ തികച്ചും വിപ്ലവാത്മകമാണ് വ്യക്തികേന്ദ്രീകൃതചിന്ത(individualism) യുടെ ഉള്ളടക്കം. ഫ്യൂഡൽയുഗത്തിൽ കത്തോലിക്കാമതം നനച്ചു വളർത്തിയ അതീന്ദ്രിയചിന്ത (transcendentalism)യ്ക്കെതിരായ കലാപത്തിന്റെ ജൈവമുഖമായിരുന്നു അത്.

അറിവിനുവേണ്ടിയുള്ള അടങ്ങാത്ത ദാഹവും അറിവിനെ പൊതുന ന്മയ്ക്കുവേണ്ടി ഉപയോഗപ്പെടുത്താനുള്ള ആഗ്രഹവും നവോത്ഥാനകാ

ലത്തിന്റെ സവിശേഷതയായിരുന്നു. പരമ്പരാഗതമായ കാഴ്ചപ്പാടുകളിൽ നിന്നും ജ്ഞാനസമ്പാദനരീതികളിൽനിന്നും വിശകലനസങ്കേത ങ്ങളിൽനിന്നും നവോത്ഥാനബുദ്ധിജീവികൾ സ്വയം വിച്ഛേദിച്ചു. അത് പുതിയൊരു ഡൈഷണികസംസ്കാരത്തിന് ആരംഭംകുറിച്ചു. റോജൻ ബേക്കൺ കണ്ടുപിടിച്ച ദുരദർശിനി അനേകം കണ്ടെത്തലുകൾക്ക് മുന്നോടിയായി. പിൽക്കാല ശാസ്ത്രകാരന്മാർ കൂടുതൽ ശക്തിയുള്ള ദൂരദർശിനികൾ വികസിപ്പിച്ചെടുത്തു. ദൂരദർശിനിയിലൂടെ നടത്തിയ പ്രപഞ്ചനിരീക്ഷണങ്ങളിലൂടെ ശാസ്ത്രകാരന്മാർ നടത്തിയ കണ്ടെത്ത ലുകൾ കത്തോലിക്കാമതയാഥാസ്ഥിതികത്വത്തെ ഞെട്ടിച്ചു. പ്രപഞ്ച ത്തെക്കുറിച്ചുള്ള പുത്തൻധാരണകൾ മനുഷ്യന്റെ ജീവിതാവബോ ധത്തെ അടിമുടി മാറ്റിമറിക്കുന്നതിൽ നിർണായകമായ സംഭാവനകൾ നൽകി. ആവിക്കപ്പൽ, വിമാനം തുടങ്ങിയ സാധ്യതകളെക്കുറിച്ച് ബേ ക്കൺ നടത്തിയ പ്രവചനങ്ങൾ അദ്ദേഹം നൽകിയ ജീവിതവീക്ഷണം സ്വാംശീകരിച്ച പിൽക്കാല ശാസ്ത്രകാരന്മാരിലൂടെ സാക്ഷാൽക്കരി ക്കപ്പെട്ടു.

മധ്യകാലഘട്ടത്തിൽ തമസ്കരിക്കപ്പെട്ടുകിടന്നിരുന്ന ഗ്രീക്കോ റോമൻ സാഹിത്യത്തിന് നവോത്ഥാനകാലത്തുണ്ടായ പുനരുജ്ജീവ നമാണ് അരിസ്റ്റാർക്കസ്, ആർക്കമിഡീസ് (Archimedes), പ്ലിനി, ടോളമി, ഗേലൻ തുടങ്ങിയ പഴയകാല ശാസ്ത്രജ്ഞരുടെ കണ്ടുപിടുത്തങ്ങളെ ക്കുറിച്ച് പുതിയ തലമുറയ്ക്ക് അറിവ് പകർന്നത്. അവർ നിറുത്തിയി ടത്തുനിന്ന് വീണ്ടും തുടങ്ങിയ നവോത്ഥാനകാല ശാസ്ത്രകാരന്മാർ തങ്ങളുടെ പ്രപിതാമഹന്മാർക്ക് സങ്കൽപ്പിക്കാൻപോലും കഴിയാതിരുന്ന മഹത്തായ നേട്ടങ്ങൾ എത്തിപ്പിടിച്ചു.

കലയും ശാസ്ത്രവും കൈകോർത്ത നവോത്ഥാനകാല ഡൈഷ ണികതയുടെ (Renaissance intellectualism) ഏറ്റവും തിളക്കമാർന്ന പ്രതീകമാണ് ലിയോനാഡോ ഡാവിഞ്ചി. ശരീരഘടനാശാസ്ത്രത്തെ സംബന്ധിച്ചിടത്തോളം സമാനതകളില്ലാത്ത അമൂല്യരേഖയാണ് അദ്ദേഹത്തിന്റെ ഡയറിയിൽ കുറിക്കപ്പെട്ടിട്ടുള്ള നിരീക്ഷണങ്ങൾ.

ഭൂമി പ്രപഞ്ചത്തിന്റെ കേന്ദ്രമാണെന്ന ചിരപുരാതനധാരണയെ ലിയോനാഡോ ചോദ്യം ചെയ്തു. തന്റെ കലാസൃഷ്ടികളിൽ പ്രകടമായ വിസ്മയാവഹമായ ഭാവനാവിലാസത്തെ വെല്ലുവിളിക്കുന്ന ഉൾക്കാഴ്ച യോടെ ശാസ്ത്രത്തിന്റെ ഭാവി അദ്ദേഹം ദീർഘദർശനം ചെയ്തു. ആവി യന്ത്രവും പാരച്യൂട്ടും വിമാനവുമെല്ലാമുള്ള ഒന്നായിരുന്നു അദ്ദേഹം മന സിൽക്കണ്ട ലോകം.

നവോത്ഥാനത്തിന്റെ സ്വാധീനം സാമൂഹ്യജീവിതത്തിന്റെ ഏതെങ്കി ലുമൊരു പ്രത്യേക മേഖലയിൽ ഒതുങ്ങിനിൽക്കുന്നില്ല. ക്ലാസിക്കുകളുടെ പുനരുജ്ജീവനത്തിലൂടെ വികസ്വരമായിത്തീർന്ന സർഗഭാവന ഗ്രീക്– ലാറ്റിൻ ഭാഷകളിലൂടെയുള്ള ആവിഷ്കാരത്തിന്റെ പരിമിതികൾ ലംഘിക്കുകയും പ്രാദേശിക ഭാഷകളിലുള്ള സാഹിത്യരചന ക്രമേണ

സാധാരണമായി മാറുകയും ചെയ്തു. ഇത് ദേശീയഭാഷകളുടെ വളർച്ചയ്ക്കും കാലാന്തരത്തിൽ ദേശീയബോധം ശക്തിപ്പെടുന്നതിനും ഇടയാക്കി. നവോത്ഥാനകാലത്ത് ദേശീയഭാഷകൾക്കുണ്ടായ വികാസ ത്തിന്റെയും രൂപാന്തരണത്തിന്റെയും ഏറ്റവും മികച്ച ദൃഷ്ടാന്തമായി ഇംഗ്ലീഷ് ഭാഷയെ ചൂണ്ടിക്കാണിക്കാം. വിശ്വസാഹിത്യകാരനായ വില്യം ഷെക്സ്പിയറിന്റെ മഹാപ്രതിഭയുടെ സമ്പൂർണമായ ആവിഷ്കാരം സാധ്യമാക്കാൻ കഴിയുമാറ് ഇംഗ്ലീഷ് മാറിത്തീർന്നത് നവോത്ഥാ നത്തിന്റെ ഫലമായാണ്. ദേശീയബോധത്തിന്റെ അഭാവത്തിൽ ദേശരാ ഷ്ട്രങ്ങളുടെ രൂപവൽക്കരണവും സാധ്യമായിരുന്നില്ല. ആ അർഥത്തിൽ ഇംഗ്ലണ്ട്, ഫ്രാൻസ്, സ്പെയിൻ, ഹോളണ്ട്, ജർമനി തുടങ്ങിയ രാജ്യങ്ങളെല്ലാം നവോത്ഥാനത്തോടെ ആരംഭിച്ച ഒരു ചരിത്രപ്രക്രി യയുടെ അനിവാര്യഫലമായി രൂപംകൊണ്ടതാണെന്നു വാദിക്കാൻ ന്യായ മുണ്ട്. അങ്ങനെ രൂപംകൊണ്ട ദേശീയബോധത്തിന്റെ പ്രതീകമെന്ന നിലയിലാണ് 'രാജാവ്' നവോത്ഥാനകാലത്തിനുശേഷം കൂടുതൽ കരുത്തനായിത്തീർന്നത്. നാശോന്മുഖമായ ഫ്യൂഡൽ വ്യവസ്ഥിതിയുടെ ദൗർബല്യങ്ങൾ മുതലെടുത്തുകൊണ്ടാണ് രാജാക്കന്മാർ കരുത്താർ ജിച്ചതെങ്കിൽ, രാജപദവിക്ക് ക്രമേണ വന്നുചേർന്ന അപ്രമാദിത്വം ഫ്യൂഡലിസത്തിന്റെ സമ്പൂർണമായ തകർച്ചയ്ക്ക് വഴിവച്ചു. ഫ്യൂഡൽ തമ്പുരാക്കൻമാരുടെ ശക്തികേന്ദ്രങ്ങളായ പടക്കോട്ടകൾ വെടിമരുന്നു പയോഗിച്ച് തകർത്തുകളഞ്ഞ രാജാക്കന്മാർ അവരെ നിശ്ശേഷം അടിയറവു പറയിച്ചു.

അതിവേഗം വളർച്ചപ്രാപിച്ച നഗരങ്ങളിൽ ഉയർന്നുവന്ന പുത്തൻ മധ്യവർഗം, ഫ്യൂഡൽ പ്രഭുത്വത്തെ തുത്തെറിയുന്നതിൽ രാജാധിപ ത്യത്തെ പിന്തുണച്ചു.

6

മാറുന്ന കാലത്തിന്റെ ദൈവശാസ്ത്രം

പ്രാചീനസമൂഹങ്ങളിൽ മതം ചെലുത്തിയിരുന്ന സ്വാധീനം സ്വാഭാവികമായും വളരെ വലുതാണ്. എന്നാൽ ഇന്നത്തെ മതങ്ങളുമായി പ്രാചീനമതങ്ങളെ ഒരർഥത്തിലും താരതമ്യം ചെയ്യാൻ സാധ്യമല്ല. മതം ഏറ്റവും വലിയ പരിവർത്തനത്തിനു വിധേയമായ ചരിത്ര ഘട്ടങ്ങളി ലൊന്നാണ് നവോത്ഥാനം.

ആരംഭകാലത്ത് മോസസിന്റെ കുടുംബദേവതയായിരുന്ന യഹോവ എന്ന ദൈവത്തിന് കാലാന്തരത്തിൽ സംഭവിച്ച പരിണാമം ആധുനിക മതങ്ങളുടെ വളർച്ചാഘട്ടങ്ങളെ സംബന്ധിച്ചുള്ള ഏതൊരന്വേഷണ ത്തിലും വളരെ പ്രധാനമാണ്. ഈജിപ്റ്റിലെ ഇസ്രയേല്യരെ അടിമത്ത ത്തിൽനിന്നു മോചിപ്പിക്കാനുള്ള ശ്രമത്തിലൂടെ അവരുടെ ചോദ്യം ചെയ്യ പ്പെടാത്ത നേതാവായി മോസസ് വളർന്നപ്പോൾ അദ്ദേഹത്തിന്റെ കുടും ബദേവത മുഴുവൻ യഹൂദരുടേയും ദൈവമായി മാറി. യഹൂദന്മാരുടെ മാത്രം ദൈവമെന്ന സങ്കൽപ്പത്തിന് ക്രിസ്തുവിന്റെ കാലത്തു മാറ്റം വന്നു. യഹോവ 'പിതാവാം ദൈവ'മാണെന്നും അതിന് പുത്രൻ, പരിശു ദ്ധാത്മാവ് (The Father, Son and Holy Spirit) എന്നീ രണ്ട് ആവിഷ്കാ രങ്ങൾ ഉണ്ടെന്നും സെയ്ന്റ് പോൾ വാദിച്ചു. ത്രിയേകദൈവം ക്രമേണ മുഴുവൻ ലോകത്തിന്റെയും ദൈവമായി കണക്കാക്കപ്പെടാൻ തുടങ്ങി. റോമൻ കത്തോലിക്കാമതം ഒരു ലോകമതമായി വളർന്നപ്പോൾ കത്തോ ലിക്കാസാർവദേശീയത (Christain cosmopolitanism) എന്ന പുതിയൊരു സങ്കൽപ്പംതന്നെ നിലവിൽ വന്നു. ഈ സാർവദേശീയതാ സങ്കൽപ്പത്തെ തകർത്തു കൊണ്ടാണ് നവോത്ഥാനാന്തര യൂറോപ്യൻ രാജ്യങ്ങളിൽ ദേശീയസഭകൾ നിലവിൽ വന്നത്. നവോത്ഥാനകാലം മതതത്വങ്ങളുടെ അടിമുടിയുള്ള തിരസ്കാരത്തിനല്ല അവയുടെ പുനർനിർവചനത്തിനും പരിഷ്കരണത്തിനുമാണ് സാക്ഷ്യംവഹിച്ചത്.

പ്രവാചകൻമാരുടെ കാലത്തിനുശേഷം സമാനതകളില്ലാത്ത വിധം അധഃപതിച്ചുപോയ യഹൂദമതത്തിന്റെ യാഥാസ്ഥിതികത്വത്തിനെതിരായ കലാപമായിരുന്നു യേശുക്രിസ്തുവിന്റേത്. എന്നാൽ സമൂഹത്തിൽ ആദരിക്കപ്പെട്ടിരുന്ന വിഭാഗങ്ങളിൽ നിന്നുള്ള അധികമാരും അദ്ദേഹ ത്തിന്റെ മാർഗം സ്വീകരിക്കാൻ കൂട്ടാക്കിയില്ല. 'അവനെ ക്രൂശിക്കുക' എന്നു ജനം ആർത്തുവിളിച്ചതായി *ബൈബിളിൽ* പറയുന്നുണ്ടെന്നോർ ക്കുക. യഹൂദമതയാഥാസ്ഥിതികത്വത്തിനെതിരെ യേശുക്രിസ്തു ഉന്നയിച്ചതെന്ന് കരുതപ്പെടുന്നതിന് ഏറെക്കുറെ സമാനമായ ആരോപ ണങ്ങളാണ് നവോത്ഥാനകാലത്തും തുടർന്നും ക്രിസ്തീയമതപൗരോ ഹിത്യത്തിനെതിരെ ഉയർത്തപ്പെട്ടത്. "ധനികൻ സ്വർഗരാജ്യത്തിൽ പ്രവേശിക്കുന്നത് ഒട്ടകം സൂചിക്കുഴയിലൂടെ കടക്കുന്നതുപോലെ അസാധ്യമാണെന്ന" ക്രിസ്തുവിന്റെ അഭിപ്രായപ്രകടനത്തെക്കുറിച്ച് നവോത്ഥാനപൂർവ്വ യൂറോപ്പിൽ, ഒരുപക്ഷേ, ആർക്കും തന്നെ അറിവു ണ്ടായിരുന്നില്ല. *ബൈബിൾ* ദേശീയഭാഷകളിലേക്ക് വിവർത്തനം ചെയ്യ പ്പെടുന്നതിന് മതപൗരോഹിത്യം എതിരായിരുന്നു. മതതത്വങ്ങളുടെ ഭാഗമായിരുന്ന വിമോചനത്തിന്റെ സ്വരം സാമാന്യജനത്തിന്റെ കാതുകളിൽ എത്തുന്നതു തടയുകയെന്ന ഗൂഢലക്ഷ്യമായിരുന്നു ഇതിനു പിന്നിൽ. എന്നാൽ നവോത്ഥാനകാലത്ത് *ബൈബിൾ* യൂറോപ്യൻദേശീയഭാഷകളിലേക്ക് പരിഭാഷപ്പെടുത്തപ്പെട്ടു. സാധാരണ ജനങ്ങൾക്കുകൂടി *ബൈബിൾ* വായിക്കാമെന്നു വന്നതോടെ ക്രിസ്തുമത തത്വങ്ങളിൽനിന്ന് പൗരോഹി ത്യം വളരെ അകലത്തിലാണെ ന്ന ധാരണ പ്രബലമായി. ഇതാ ണ് മതപരിഷ്കരണമായും (Ref- ormation) പ്രതിനവീകരണമാ യും (Counter Reformation) മാറിയത്.

നവോത്ഥാനകാല യൂറോ പ്പിൽ പുണ്യവാളൻമാരുടെ പ്രതി മകൾ ധാരാളമായി നിർമിക്ക പ്പെട്ടു. എന്നാലത് വിഗ്രഹാരാ ധനയുടെ ഭാഗമായിരുന്നില്ല. പുണ്യവാളൻമാരുടെ ജീവിതമാ തൃക നൂറ്റാണ്ടുകളുടെ വിസ്മൃ തിയിൽനിന്ന് കണ്ടെടുക്കുന്ന ചരിത്രപ്രക്രിയയുടെ അടയാള മായിരുന്നു ഈ പ്രവണത. ക്രിസ്തുവിന്റെയും അപ്പോസ്ത ലൻമാരുടെയും പരിശുദ്ധമാതാ

പത്രോസ് പുണ്യവാളൻ
(സെന്റ് പീറ്റേഴ്സ് ബസിലിക്ക)

വിന്റെയും (Apostles) ഇന്നു നാമറിയുന്ന രൂപങ്ങൾ നവോത്ഥാന കലാ കാരന്മാരുടെ ഭാവനയിൽ രൂപംകൊണ്ടതാണ്. യേശുവിന്റെ രൂപമാതൃക തേടിയലഞ്ഞ മൈക്കലാഞ്ചലോയുടെ കഥ പ്രസിദ്ധമാണ്.

റോമൻ ഭരണാധികാരികളുടെ കടുത്ത പീഡനങ്ങൾക്കു വിധേയ രായ പത്രോസ് പുണ്യവാളനും (St.Peter) പൗലോസ് പുണ്യവാളനും (St.Paul) ഒടുവിൽ നിഷ്ഠുരമായി വധിക്കപ്പെടുകയായിരുന്നു. റോമാ നഗരത്തിന്റെ ആദ്യ ബിഷപ്പായി കണക്കാക്കപ്പെടുന്ന പത്രോസ് തലകീഴായി കുരിശിൽ തറയ്ക്കപ്പെട്ടു. ക്രിസ്തുമതത്തിന്റെ 'യഥാർഥ സ്ഥാപകൻ' എന്ന് പല ചരിത്രകാര ന്മാരും വിശേഷിപ്പിച്ചിട്ടുള്ള പൗ ലോസാകട്ടെ, കഴുത്തറുത്ത് കൊല്ല പ്പെട്ടു. കുരിശിൽ തറയ്ക്കപ്പെട്ട ക്രിസ്തു മൂന്നാംനാൾ ഉയിർത്തെ ഴുന്നേറ്റുവെന്നാണ് *ബൈബിൾ* പറയു ന്നത്. എന്നാൽ പത്രോസ്-പൗലോസ് പുണ്യവാളന്മാരുടെ ഉയിർത്തെഴു ന്നേൽപ്പ് നവോത്ഥാനത്തിന്റെ സൃഷ്ടി യായിരുന്നു. ഒന്നര സഹസ്രാബ്ദ ത്തിന്റെ പഴമയിൽനിന്ന് വിസ്മൃ തിയുടെ മാറാല തട്ടിമാറ്റാനും അഗ ണ്യകോടിയിൽനിന്ന് പഴയ മാതൃക കളെ പൊതുസമൂഹത്തിന്റെ വേദി യിലേക്ക് മടക്കിക്കൊണ്ടുവരാനും നവോത്ഥാനത്തിനു കഴിഞ്ഞു.

ജോൺ കാൽവിൻ

നവോത്ഥാനകാലത്ത് ഏറ്റവുമധികം മാറ്റങ്ങൾക്കു വിധേയമായ വൈജ്ഞാനിക ശാഖകളിലൊന്നാണ് ദൈവശാസ്ത്രം (theology). മനു ഷ്യനും ദൈവത്തിനുമിടയിലെ അധികാരശ്രേണി ദുർബലമായതോടെ വ്യക്തിപരമായ ഒരനുഭൂതിയെന്ന നിലയിലുള്ള പുതിയതരം ആധ്യാ ത്മികത ശക്തിപ്പെടുകയും റോമൻ കത്തോലിക്കാമതത്തിന്റെ സാമ്പ്രദാ യികശൈലികൾക്കും യാഥാസ്ഥിതികത്വത്തിനുമെതിരായ കലാപം യൂറോപ്പുമുഴുവൻ വ്യാപിക്കുകയും ചെയ്തു. തോമസ് മൂർ (Thomas Moore), മാർട്ടിൻ ലൂഥർ (Martine Luther), ജോൺ കാൽവിൻ (John Calvin) തുടങ്ങി ദൈവശാസ്ത്രത്തിന്റെ നാളിതുവരെയുള്ള ചരിത്ര ത്തിലെ മഹാരഥന്മാരിൽ നല്ലൊരുപങ്കും നവോത്ഥാനകാലത്തിന്റെ സംഭാവനയാണ്. അധികാരത്തിന്റെ എല്ലിൻകഷണങ്ങൾക്കുവേണ്ടി കടിപിടികൂടുന്ന കർദ്ദിനാൾമാരുടെയും ബിഷപ്പുമാരുടെയും കാല ത്താണ്, റോമൻകത്തോലിക്കാമതത്തിന്റെ ദുഷിപ്പുകൾക്കും ദുരയ്ക്കു മെതിരെ ഇവർ ശബ്ദമുയർത്തിയത്. അഴിമതിയിലും ധൂർത്തിലും മുങ്ങിക്കുളിച്ച സഭാനേതൃത്വത്തെ ഇവർ പ്രതിക്കൂട്ടിൽ നിർത്തി.

പോപ്പായിരിക്കെത്തന്നെ വെപ്പാട്ടികളുമായി കുത്താടുകയും അവിഹിത സന്തതികൾക്ക് ജന്മംനൽകുകയും ചെയ്ത കുപ്രസിദ്ധനായ അലക്സാ ണ്ടർ ആറാമനും (Pope Alexander VI) ക്രിസ്തുവിന്റെ പ്രബോധനങ്ങൾ ശിരസ്സാവഹിച്ച് മരണം വരെ ദൈവദാസന്മാരായി കഴിഞ്ഞ പുണ്യവാള ന്മാരുമായുള്ള ഭയങ്കരമായ അന്തരം അവരിൽ ഞെട്ടലുണ്ടാക്കി. ദൈവത്തിന്റെ അരുളപ്പാടുകൾ അടങ്ങിയതെന്നു കരുതപ്പെടുന്ന *പുതിയ നിയമം* (New Tectament) കത്തോലിക്കാ മതത്തിന്റെ സമൂലമായ പരിഷ്കരണത്തിനുള്ള മാർഗരേഖയാക്കാൻ അവർ ആഗ്രഹിച്ചു. പോപ്പിന്റെ അധികാരത്തെ ചോദ്യംചെയ്തുകൊണ്ട് മാർട്ടിൻ ലൂഥർ (1517 ഒക്ടോബർ മാസത്തിൽ) ഉന്നയിച്ച തീക്ഷ്ണവിമർശനങ്ങൾ വിശ്വാസ ത്തിന്റെ സംശുദ്ധിക്കും ആധ്യാത്മികമൂല്യങ്ങളുടെ വീണ്ടെടുപ്പിനും വേണ്ടി നിലകൊള്ളുന്നവർക്ക് പ്രചോദനമായി. അദ്ദേഹം പ്രചരിപ്പിച്ച വിമോചനസന്ദേശമാണ് യൂറോപ്പിനെ പിടിച്ചുലച്ച ഒരു മഹാവിപ്ലവത്തിന് നിമിത്തമായത്. മതനവീകരണം എന്ന പേരിൽ അത് ചരിത്രത്തിൽ രേഖപ്പെടുത്തപ്പെട്ടിരിക്കുന്നു.

നവോത്ഥാനകാല മനുഷ്യൻ കത്തോലിക്കാ മതത്തിൽ നിലനിന്നി രുന്ന അയുക്തികതകളെ നിസ്സങ്കോചം ചോദ്യംചെയ്തു. പശ്ചിമയൂറോ പ്പിനെ മുഴുവൻ കൈവെള്ളയിലെടുത്ത് അമ്മാനമാടിയിരുന്ന റോമൻ കത്തോലിക്കാമതത്തിന് വിയോജിപ്പിന്റെ പുതിയ ശബ്ദങ്ങൾ അസ്സഹനീ യങ്ങളായിരുന്നു. പീഡനങ്ങളെയും മതദ്രോഹവിചാരണകളെയും ഇടയലേഖനങ്ങളേയും പെപ്പൽ വിളംബരങ്ങളേയും അതിജീവിച്ച് കാലാന്തരേണ ശക്തിപ്പെട്ടുവന്ന എതിർപ്പുകൾ ഒടുവിൽ സഭയുടെ നെടുകെയുള്ള പിളർപ്പിലാണ് കലാശിച്ചത്. നവോത്ഥാനകാലത്തിന്റെ ആരംഭം മുതൽ അൽപ്പാൽപ്പമായി ശക്തിപ്പെട്ടുവന്ന ദേശീയബോധം പോപ്പിന്റെ രാഷ്ട്രീയ ഇടപെടലുകൾക്കെതിരെ ചിന്തിക്കുവാൻ ഓരോ രാജ്യത്തെയും ജനങ്ങൾക്ക് പ്രേരണയായി. മുതലാളിത്തയുഗത്തിന്റെ മതമെന്ന് മാക്സ് വെബർ (Max Weber) വിശേഷിപ്പിച്ച പ്രൊട്ടസ്റ്റന്റ് മതത്തിന്റെ പിറവി അങ്ങനെയായിരുന്നു. ആധുനികയൂറോപ്പിന്റെ സൃഷ്ടിയിൽ നവോത്ഥാനത്തിന് തുല്യമായ പങ്ക് പ്രൊട്ടസ്റ്റന്റ് വിപ്ലവ ത്തിനുണ്ട്. എന്നാൽ നവോത്ഥാനത്തെക്കുറിച്ചുള്ള ഏതൊരു ചർച്ചയിലും അതിന്റെ സ്വാഭാവികമായ തുടർച്ചയെന്ന നിലയിൽ പ്രൊട്ടസ്റ്റന്റ് വിപ്ലവം കടന്നുവരും. ഇതോടെ പോപ്പിനെ ഒരു വിദേശിയായി ജനങ്ങൾ കാണാൻ തുടങ്ങി. പശ്ചിമയൂറോപ്പിന്റെ കാര്യമെടുത്താൽ, പോപ്പും രാജാക്കന്മാരും തമ്മിലുള്ള വൈരം മധ്യയുഗത്തിന്റെ അവസാനത്തോടെ തന്നെ തുടങ്ങിയിരുന്നു. വമ്പിച്ച സമ്പത്തിന്റെ കേന്ദ്രങ്ങളായിരുന്ന ദേവാലയ ങ്ങളുടെ നിയന്ത്രണം രാജാക്കന്മാരുടെ അഭിമാനത്തിന്റെകൂടി പ്രശ്നമാ യിരുന്നു. ദേശീയബോധം ശക്തിപ്പെട്ടുവന്നതോടുകൂടി രാജ്യത്തിന്റെ ആഭ്യന്തരകാര്യങ്ങളിലുള്ള പോപ്പിന്റെ ഇടപെടൽ, ദൈവത്തിന്റെ പേരിലായാൽപ്പോലും, വകവച്ചുകൊടുക്കാൻ രാജ്യങ്ങൾ തയ്യാറാവാത്ത

സ്ഥിതി വന്നു. സാമ്പത്തികവും നീതിന്യായപരവുമായ ഒട്ടേറെ അധി
കാരങ്ങൾ കൈയാളിവന്ന സഭയ്ക്ക് അവ ഓരോന്നായി രാജാക്കൻ
മാർക്കുമുന്നിൽ അടിയറവയ്ക്കേണ്ടി വന്നു. വൈദികർക്ക് അവർ അനുഭ
വിച്ചുപോന്ന വിശേഷാധികാരങ്ങൾ ഒന്നൊന്നായി നഷ്ടപ്പെട്ടു. ചുരു
ക്കത്തിൽ, നവോത്ഥാനം ഉയർത്തിവിട്ട ദേശീയാവബോധം രാജാധികാ
രത്തെ ശക്തിപ്പെടുത്തുകയും മതത്തിന്റെ തണലിൽ തഴച്ചുവളർന്ന
തിന്മകൾക്കെതിരായ ഒരു കലാപത്തിന് യൂറോപ്യൻ ജനതകളെ സജ്ജ
രാക്കുകയും ചെയ്തു. ഭൂപ്രഭുത്വത്തിനെതിരായ ജനരോഷത്തിന് യൂറോ
പ്പിലെ ഏറ്റവും വലിയ "ഭൂപ്രഭു"വായ കത്തോലിക്കാസഭ ഇരയായത്
തികച്ചും സ്വാഭാവികമായിരുന്നു. ഭൂവുടമകൾ കർഷകരിൽ നിന്നും
ഈടാക്കിയിരുന്ന എല്ലാ നികുതികളും കത്തോലിക്കാസഭയും പിരിച്ചെ
ടുത്തിരുന്നു. അവയ്ക്കു പുറമേ, മുഴുവൻ വിശ്വാസികളിൽ നിന്നും സഭ
മതനികുതിയിനത്തിൽ ഭീമമായൊരു തുക ഓരോ വർഷവും സമാഹ
രിച്ചിരുന്നു. എന്തിനേറെ, ഒന്നരസഹസ്രാബ്ദംകൊണ്ട് സഭ സമ്പാദിച്ചു
കൂട്ടിയ സ്ഥാവര– ജംഗമസ്വത്തുക്കൾ മുഴുവൻ സഭാനേതാക്കൻമാർ
വച്ചനുഭവിച്ചുപോന്നു. അവയ്ക്കെല്ലാം പുറമേ, പുതിയ നികുതികൾ
ക്കുള്ള സാധ്യതയും അവർ അപ്പപ്പോൾ ആരാഞ്ഞുകൊണ്ടിരുന്നു. ഇതര
യൂറോപ്യൻ രാജ്യങ്ങളിൽനിന്നും ഇത്തരത്തിൽ ഇറ്റലിയിലേക്ക്
ഒഴുകിയിരുന്ന സമ്പത്ത് രാജാക്കന്മാരുടെയും ജനങ്ങളുടെയും കണ്ണു
തുറപ്പിച്ചു. സഭാസ്വത്തുക്കൾക്ക് ഭരണാധികാരികൾ നൽകേണ്ടിയിരുന്ന
നികുതിയിളവുകൾ കൂടുതൽ നികുതിഭാരമായി ജനങ്ങളുടെമേൽ തന്നെ
പതിച്ചു. ഒരു വിഭാഗം വിശ്വാസികളുടെ അന്ധമായ
മതവികാരമല്ലാതെ യാതൊന്നും ഇതിനെ നേരി
ടാൻ സഭയുടെ പക്കലുണ്ടായിരുന്നില്ല. സഭാ
നേതാക്കന്മാരുടെ ധൂർത്തും അഴിമതിയും
ഭോഗാസക്തിയും ജനങ്ങളെ പ്രകോപിതരാ
ക്കി. പശ്ചാത്താപത്തിലൂടെ പാപമോക്ഷം
ലഭിക്കുമെന്ന *ബൈബിൾ* സങ്കൽപ്പത്തെ
വളച്ചൊടിച്ച ബിഷപ്പുമാരും വൈദിക
ന്മാരും സ്വർഗരാജ്യത്തിന്റെ യജമാനൻമാ
രെപ്പോലെ പെരുമാറുകയും പാപമോചനം
നൽകാനുള്ള ദൈവദത്തമായ അധികാരം
തങ്ങളിൽ നിക്ഷിപ്തമാണെന്ന് ജനങ്ങളെ
വിശ്വസിപ്പിക്കുകയും ചെയ്തുപോന്നു.
എന്നാൽ നവോത്ഥാനത്തിന്റെ സൃഷ്ടിയായ
പുത്തൻ അവബോധം ഇവരുടെ മുടന്തൻ

ജോൺ വൈക്ലിഫ്

അവകാശവാദങ്ങളുടെ മുനയൊടിച്ചു. സഭാ
നിയമപ്രകാരം ബ്രഹ്മചര്യം നിർബന്ധിതമായിരിക്കെ, വെപ്പാട്ടിമാരോ
ടൊപ്പം കുത്താടിനടന്ന പല വൈദികന്മാർക്കും ബിഷപ്പുമാർക്കും

അവിഹിതസന്താനങ്ങളുള്ള വിവരം അങ്ങാടിപ്പാട്ടായിരുന്നു. 'ഒരു കരണ ത്തടിക്കുന്നവന് മറുകരണംകൂടി കാണിച്ചുകൊടുക്കാ'നുപദേശിച്ച ക്രിസ്തുവിന്റെ ഉത്തമശിഷ്യന്മാരെന്നവകാശപ്പെട്ടിരുന്ന പോപ്പുമാർ പലരും അധികാരമത്തരും മതഭ്രാന്തുമൂത്ത യുദ്ധക്കൊതിയന്മാരുമായി രുന്നുവെന്ന കാര്യം പ്രത്യേകം പറയേണ്ടതില്ല.

ഓക്സ്ഫഡ് സർവകലാശാലയിലെ ദൈവശാസ്ത്രാധ്യാപകനായി രുന്ന ജോൺവൈക്ലിഫ് ക്രിസ്തുമതത്തിലെ അസാന്മാർഗികപ്രവണ തകൾക്കും കത്തോലിക്കാ മതനേതൃത്വത്തിന്റെ ദുഷ്ടലാക്കുകൾക്കു മെതിരെ ശബ്ദമുയർത്തി. *ബൈബിളിന്റെ* സാരസ്യം വിശ്വാസികളിൽ നിന്നു മറച്ചുവയ്ക്കുന്ന കത്തോലിക്കാബുദ്ധികേന്ദ്രങ്ങളുടെ യഥാർഥ ലക്ഷ്യം ശരിയായ ക്രിസ്തുമാർഗത്തിൽനിന്ന് ജനങ്ങളെ അകറ്റുകയെന്ന താണെന്ന് തിരിച്ചറിഞ്ഞ വൈക്ലിഫ് (John Wycliffe) *ബൈബിളിന്റെ* ആദ്യത്തെ ആംഗലപരിഭാഷ തയാറാക്കി. മതവിപ്ലവത്തിന്റെ പ്രഭാതനക്ഷ ത്രമെന്നാണ് (Morning star of Reformation) വൈക്ലിഫ് അറിയപ്പെ ടുന്നത്. ഡച്ചുനവോത്ഥാനത്തിന്റെ നേതാവും മഹാനായ ദൈവശാസ്ത്ര കാരനുമായ റോട്ടർഡാമിലെ ഇറാസ്മസ് (Erasmus of Rotterdam) ക്രിസ്തുമാർഗത്തിന്റെ വീണ്ടെടുപ്പിന് ആഹ്വാനം മുഴക്കി.

ബൊഹീമിയയിലെ മതപരിഷ്കർ ത്താവായ ജാൻഹസ് (Jan Hus 1370- 1415) ജോൺ വൈക്ലിഫിന്റെ ആഴത്തി ലുള്ള സ്വാധീനഫലമായി, റോമൻ ക ത്തോലിക്കാമതപൗരോഹിത്യത്തിന്റെ അഴിമതികൾക്കെതിരെ ശബ്ദമുയർത്തി. വൈക്ലിഫിന്റെ പ്രബോധനങ്ങളോടുള്ള അതേ നിലപാടുതന്നെയായിരുന്നു സഭ യ്ക്ക് ഹസിന്റെ ആശയങ്ങളോടും. സഭ യിൽ നിന്നു പുറത്താക്കപ്പെട്ടിട്ടും അദ്ദേ ഹം തന്റെ ആശയങ്ങളിൽ വെള്ളം ചേർ ക്കാൻ തയ്യാറായില്ല. പോപ് ജോൺ XXIII ന്റെ കാലത്തു നടന്ന പാപവിമോ ചന സർട്ടിഫിക്കറ്റുകളുടെ വിൽപ്പനയ്ക്കെ തിരെയും അദ്ദേഹം ശബ്ദമുയർത്തി.

ജാൻ ഹസ്

അറസ്റ്റിനും വിചാരണയ്ക്കും വിധേയനായ ഹസ് ജീവനോടെ ചുട്ടു കൊല്ലപ്പെട്ടു. അദ്ദേഹത്തിന്റെ ദൈവശാസ്ത്രകൃതികൾ ചെക്ക് ഭാഷ യുടെ വളർച്ചയ്ക്ക് നിർണായക സംഭാവനകൾ നൽകി. ഹസിന്റെ മരണ ശേഷവും ഹസ്സൈറ്റുകൾ (Hussite) എന്ന പേരിൽ അറിയപ്പെട്ട അനുയാ യികളിലൂടെ അദ്ദേഹത്തിന്റെ ആശയങ്ങൾ പ്രചരിച്ചു.

അച്ചടിയന്ത്രത്തിന്റെ കണ്ടുപിടുത്തത്തെതുടർന്ന് യുറോപ്പിൽ ധാരാളമായി പ്രചരിച്ച പുസ്തകങ്ങൾ മധ്യകാലഘട്ടത്തിൽ സന്യാ

മാർട്ടിൻ ലൂഥർ

സിമഠങ്ങളും പുരോഹിതവർഗവും കൈയടക്കിവച്ചിരുന്ന അറിവിന്റെ കുത്തകപൊളിച്ചു.

ഇതൊക്കെയാണെങ്കിലും, സ്വന്തം ചവിട്ടടിയിൽനിന്ന് മണ്ണ് ഒഴുകിപ്പോകുന്നത് നോക്കിനിൽക്കാൻ സഭയ്ക്ക് കഴിയുമായിരുന്നില്ല. സഭാ നേതാക്കന്മാരുടെ ദുർനടപടികളെ വിമർശിക്കുവാൻ മുന്നോട്ടുവന്ന മഹാന്മാരായ ദൈവശാസ്ത്രകാരന്മാരിൽ പലരും നിഷ്ഠുരമായ പീഡനമുറകൾക്ക് വിധേയരായി. ഫ്രഞ്ചു ദൈവശാസ്ത്രകാരനായ സാവന റോളയെ (Savanarola) മതദ്രോഹ വിചാരണക്കോടതിയുടെ വിധിയനുസരിച്ച് സഭാനേതൃത്വം നിർദയം കൊന്നുകളഞ്ഞു.

നവോത്ഥാനത്തിന്റെ ആരംഭം ഇറ്റലിയിലായിരുന്നുവെന്ന് നാം കണ്ടുകഴിഞ്ഞു. എന്നാൽ അതിന്റെ തുടർച്ചയായ മതവിപ്ലവത്തിന് തുടക്കംകുറിച്ചത് ജർമനിയാണ്. നവോത്ഥാനാനന്തരം ദേശീയമായി ഏകീകരിക്കപ്പെട്ട ഇംഗ്ലണ്ടിലും ഫ്രാൻസിലും പോപ്പിന്റെ ഇടപെടലുകളെ ചെറുക്കാൻ കെൽപ്പുള്ള ദേശീയ ഭരണകൂടങ്ങൾ നിലവിൽവന്നു കഴിഞ്ഞിരുന്നു. എന്നാൽ രാഷ്ട്രീയമായി ശിഥിലീകരിക്കപ്പെട്ടു കിടന്നിരുന്ന ജർമനിക്ക് രക്തരൂഷിതമായ ഒരു വിപ്ലവത്തിലൂടെയല്ലാതെ കത്തോലിക്കാ മതയാഥാസ്ഥിതികത്വത്തിന്റെ നീരാളിപ്പിടുത്തത്തിൽനിന്ന് സ്വതന്ത്രമാകാൻ കഴിയുമായിരുന്നില്ല. കൃഷിഭൂമിയുടെ സിംഹഭാഗവും കൈയടക്കിവച്ചിരുന്ന സഭ കർഷകരെ നിർലജ്ജം ചൂഷണം ചെയ്തു പോന്നു.

അചഞ്ചലമായ വിശ്വാസംകൊണ്ട് മറ്റ് യുറോപ്യൻ ജനവിഭാഗ ങ്ങളിൽനിന്ന് ഏറെ വ്യത്യസ്തരായിരുന്ന ജർമൻ ജനതയെ കൂടുതൽ സമർഥമായി ഞെക്കിപ്പിഴിയാൻ സഭാനേതൃത്വത്തിനു സാധിച്ചിരുന്നു. ആസൂത്രിതമായി തടയപ്പെട്ടുപോന്ന പരിവർത്തനങ്ങളാണ്, മാർട്ടിൻ ലൂഥറിന്റെ ജർമനിയിൽ ഒരു മഹാവിപ്ലവമായി പൊട്ടിപ്പുറപ്പെട്ടത്. 'പാപ മോചന സർട്ടിഫിക്കറ്റുകൾ' വിറ്റുപണമുണ്ടാക്കാനുള്ള പോപ്പിന്റെ നീക്ക ത്തിനെതിര വിറ്റൻബെർഗ് സർവകലാശാലയിലെ ദൈവശാസ്ത്രാ ധ്യാപകനായ ലൂഥർ ഉയർത്തിയ വിമർശനങ്ങൾ ജർമനിയെ മാറ്റിമറി ക്കുകയും യുറോപ്പിനെയാകെ പിടിച്ചുകുലുക്കുകയും ചെയ്ത 'മതവി പ്ലവ' (Reformation) ത്തിനു നാന്ദികുറിച്ചു. അടിസ്ഥാനഗ്രന്ഥമായ *ബൈ ബിളിലേക്കു* മടങ്ങിപ്പോകാൻ ലൂഥർ മുഴുവൻ ക്രിസ്ത്യാനികളെയും ആഹ്വാനം ചെയ്തു. മതത്തിനു പ്രത്യേകമായ കോടതികളും നിയമ

ങ്ങളും ആവശ്യമില്ലെന്ന് വിശ്വസിച്ച അദ്ദേഹം മതപരമായ പദവികൾ ആരെയും നിയമത്തിന് അതീതരാക്കി മാറ്റുന്നില്ലെന്നും ലൗകിക കാര്യങ്ങളിൽ ആണ്ടുമുങ്ങി ദുഷിച്ചുവശായവരും ആധ്യാത്മികതയി ലേക്ക് പിൻവാങ്ങാൻ തയ്യാറാവണമെന്നുമുള്ള പക്ഷക്കാരനായിരുന്നു. സാമൂഹ്യപരിവർത്തനങ്ങളെ സമചിത്തതയോടെ നോക്കിക്കാണുന്ന ഒരു സംസ്കാരം പ്രൊട്ടസ്റ്റന്റു മതവിഭാഗങ്ങൾക്ക് സംഭാവന ചെയ്യുന്നതിൽ മാർട്ടിൻ ലൂഥർ വഹിച്ച പങ്കിന് സമാനതകളില്ല. ക്രൈസ്തവാദർശങ്ങളെ അപകീർത്തിപ്പെടുത്തിയ പോപ്പിന്റെയും കർദിനാൾമാരുടെയും രക്തത്തിൽ സ്വന്തം പാപങ്ങൾ കഴുകിക്കളയാൻ ജർമനിയിലെ ക്രിസ്ത്യാനികളെ ആഹ്വാനം ചെയ്ത മാർട്ടിൻ ലൂഥർ അക്ഷരാർത്ഥത്തിൽ ഒരു വിപ്ലവകാരിയായിരുന്നു. വൈക്ലിഫിന്റെ മാതൃക പിന്തുടർന്ന് *ബൈബിൾ* ജർമൻ ഭാഷയിലേക്കു വിവർത്തനം ചെയ്ത മാർട്ടിൻ ലൂഥർ ക്രിസ്തുവിന്റെ ആദർശങ്ങൾ സാധാരണക്കാരായ ജനങ്ങളിൽ എത്തിച്ചു. ലൂഥറുടെ ആശയങ്ങളിൽ സമഗ്രമായൊരു വിമോചനത്തിന്റെ സ്വരം ശ്രവിച്ച ജർമനിയിലെ കർഷകർ സന്യാസിമഠങ്ങൾക്കും പള്ളികൾക്കും ചൂഷകരായ പ്രഭുവർഗത്തിനും എതിരെ രക്തരൂഷിതമായ കലാപം അഴിച്ചുവിട്ടു. എന്നാൽ കർഷകജനതയുടെ രാഷ്ട്രീയവിമോചനം തന്റെ ലക്ഷ്യമായി ലൂഥർ കണക്കാക്കിയില്ല. അദ്ദേഹത്തിന്റെ അനുഗ്രഹാശിസു കളോടെ ജർമൻ കർഷകരുടെ ലഹള നിഷ്ഠുരമായി അടിച്ചൊതുക്ക പ്പെട്ടു. രാഷ്ട്രീയവൽക്കരിക്കപ്പെട്ട മതപരിഷ്കരണമായിരുന്നു മതവിപ്ല വമായി മാറിയതെങ്കിൽ, അടിയന്തിര രാഷ്ട്രീയലക്ഷ്യത്തിന്റെ പൂർത്തീ കരണത്തിനുശേഷം മതം വീണ്ടും അതിന്റെ സുരക്ഷിത മേഖലകളി ലേക്ക് പിൻവാങ്ങി. പോപ്പിന്റെ നേതൃത്വത്തെ ധിക്കരിച്ച് കത്തോലിക്കാ സഭയിൽനിന്ന് അകന്നുമാറിയ ക്രിസ്ത്യാനികൾ പ്രൊട്ടസ്റ്റന്റുകൾ (അഥവാ വിയോജിക്കുന്നവർ) എന്ന് അറിയപ്പെട്ടു.

മാർട്ടിൻ ലൂഥറുടെ നേതൃത്വത്തിൽ ജർമനിയിൽ അരങ്ങേറിയ മത വിപ്ലവം ക്രമേണ മറ്റു യൂറോപ്യൻ രാജ്യങ്ങളിലേക്കും വ്യാപിച്ചു. വിദേ ശിയായ മാർപ്പാപ്പയുടെ നിയന്ത്രണത്തിൽനിന്നും കുതറിമാറാൻ ആഗ്ര ഹിച്ച സ്വിസ് ജനത അൾറിച്ച് സ്വിംഗ്ലിയുടെ (Huldrych Zwingly) നേതൃ ത്വത്തിൻ കീഴിൽ പോപ്പിനെതിരെ സംഘടിച്ചു. ലൂഥറുടെ മാതൃക പിന്തു ടർന്ന അദ്ദേഹം സഭാനേതൃത്വത്തിന്റെ അഴിമതിയും സുഖലോലുപത യും തുറന്നുകാട്ടി. ബ്രഹ്മചര്യവും ദിവ്യകൂദാശകളും പോലുള്ള അടി സ്ഥാനപ്രമാണങ്ങൾ പലതും അദ്ദേഹം തള്ളിക്കളഞ്ഞു. സ്വിസ് ജനത യുടെ നല്ലൊരു പങ്കും സ്വിംഗ്ലിയുടെ ആശയങ്ങൾ ശിരസ്സാവഹിക്കാൻ തയാറായി. എന്നാൽ നാഗരികജീവിതത്തിന്റെയും പരിഷ്കരണാ ശയങ്ങളുടെയും സ്വാധീനം താരതമ്യേന ദുർബലമായിരുന്ന കാർഷിക മേഖലകൾ അപ്പോഴും കത്തോലിക്കാ സഭയുടെ ശക്തികേന്ദ്രങ്ങളായി നിലകൊണ്ടു. പോപ്പിന്റെ നിയന്ത്രണമല്ല, *ബൈബിൾ* തത്ത്വങ്ങളോടുള്ള വിധേയത്വമാണ് ക്രിസ്തീയ ജീവിതത്തിന്റെ അടിസ്ഥാനമെന്ന് സ്വിംഗ്ലി

ഉദ്ഘോഷിച്ചു. പ്രൊട്ടസ്റ്റന്റുമേഖലകളും കത്തോലിക്കാസഭയുടെ ശക്തി കേന്ദ്രങ്ങളും തമ്മിലുള്ള മാത്സര്യം സ്വിറ്റ്സർലാന്റിനെ രക്തരൂഷിതമായ ഒരു ആഭ്യന്തരയുദ്ധത്തിനു വേദിയാക്കി.

ലൂഥറൻ ആശയങ്ങളിൽ ആകൃഷ്ടനായ ഫ്രഞ്ചുകാരനായ ജോൺ കാൽവിന് (John Calvin) അതിനകം പ്രൊട്ടസ്റ്റന്റ് വിപ്ലവത്തിന്റെ ശക്തി കേന്ദ്രമായി മാറിക്കഴിഞ്ഞിരുന്ന സ്വിറ്റ്സർലാന്റിലേക്ക് ഓടി രക്ഷപ്പെടേ ണ്ടി വന്നു. ആഭ്യന്തരയുദ്ധത്തിനൊടുവിൽ മതസ്വാതന്ത്ര്യം സംസ്ഥാന ങ്ങളുടെ സ്വാതന്ത്ര്യത്തിന്റെ ഭാഗമായി അംഗീകരിക്കപ്പെട്ടു വരികയായി രുന്ന സ്വിറ്റ്സർലാന്റിൽ പ്രൊട്ടസ്റ്റന്റുകൾ താരതമ്യേന സുരക്ഷിതരായി രുന്നു. മതവിപ്ലവത്തിന്റെ അലയൊലികൾ മുഴങ്ങുന്ന ജനീവാനഗരത്തിൽ വച്ച് അദ്ദേഹം രചിച്ച *"ക്രിസ്തുമതത്തിന്റെ അടിസ്ഥാന പ്രമാണങ്ങൾ"* മതത്തിലും രാഷ്ട്രീയത്തിലും ദുരവ്യാപകമായ സ്വാധീനം ചെലുത്തി. പോപ്പിന്റെ അധികാരത്തെ എതിർത്തിരുന്നുവെങ്കിലും രാഷ്ട്രീയത്തിൽ നിന്നു സ്വതന്ത്രമായ മതമോ മതകാര്യങ്ങളിൽ ഇടപെടാത്ത രാഷ്ട്രീയ സംവിധാനമോ അദ്ദേഹത്തിന്റെ സങ്കൽപ്പത്തിൽ ഉണ്ടായിരുന്നില്ല. രാഷ്ട്രീയത്തിലെ പുരോഹിതാധിപത്യത്തിന്റെ ഒരു പുത്തൻ മാതൃക അവതരിപ്പിച്ച അദ്ദേഹം ഒരേ സമയം സ്വിറ്റ്സർലാന്റിലെ മതത്തിന്റെയും രാഷ്ട്രീയത്തിന്റെയും വിധാതാവായി നിലകൊണ്ടു. നവോത്ഥാനത്തിൽ നിന്ന് പ്രചോദനമുൾക്കൊണ്ട മാറ്റങ്ങൾ നവോത്ഥാന മൂല്യങ്ങളെത്തന്നെ കുരുതികഴിക്കുന്ന വിരോധാഭാസത്തിന് സ്വിസ് ജനത സാക്ഷിയായി. എന്നാൽ ലൂഥറൻ നേതൃത്വം ജർമനിയിൽ ചെയ്തതുപോലെ കർഷക രോഷത്തിൽ നിന്നു പ്രഭുക്കന്മാരെ രക്ഷിക്കാൻ സഭയ്ക്കു ബാധ്യത യുള്ളതായി കാൽവിനിസ്റ്റുകൾ കരുതിയില്ല. വ്യവസായവൽക്കരിക്ക പ്പെട്ടുതുടങ്ങിയിരുന്ന നഗരങ്ങളായിരുന്നു കാൽവിനിസ്റ്റുകളുടെ ശക്തി കേന്ദ്രമെന്ന വസ്തുത കാൽവിനിസ്റ്റുകൾക്കെതിരെ ഒരുമിച്ചുനിന്ന കത്തോലിക്കരായ ഫ്യൂഡൽ പ്രഭുക്കന്മാരും കൃഷിക്കാരും പരസ്പരം ഏറ്റുമുട്ടുന്ന അവസ്ഥ ഇല്ലാതാക്കുകയും ചെയ്തു. വ്യാപാരികളെയും വ്യവസായികളെയും കാൽവിനിസ്റ്റുകൾ അകമഴിഞ്ഞു പ്രോത്സാ ഹിപ്പിച്ചു. ഫ്രാൻസിൽ ഹ്യൂഗ്നോട്ടുകളെന്നും (Huguenots) സ്കോട്ട് ലാന്റിൽ പ്രസ്ബിറ്റേറിയന്മാരെന്നും (Presbyterians) ഇംഗ്ലണ്ടിൽ പ്യൂരിറ്റ ന്മാരെന്നും അറിയപ്പെട്ട കാൽവിനിസ്റ്റുകൾ സ്വേച്ഛാധിപത്യ ഭരണ കൂടങ്ങൾക്കെതിരായ വിപ്ലവങ്ങളിൽ വഹിച്ച പങ്ക് വളരെ പ്രധാനമാണ്.

ജോൺ വൈക്ലിഫിന്റെ *ബൈബിൾ* പരിഭാഷ ഏറെ വായിക്ക പ്പെടുകയും സർ തോമസ് മൂറിനെപ്പോലെയുള്ള മാനവികതാവാദികളുടെ ആശയസ്വാധീനത്തിന് വിധേയമാവുകയും ചെയ്ത ഇംഗ്ലണ്ടിൽ പോപ്പിന്റെ ആധിപത്യത്തിനെതിരായ വികാരവും ദേശീയബോധവും ഒരുപോലെ ശക്തമായിരുന്നു. പോപ്പിന്റെ ഇടപെടലുകൾക്ക് അറുതിവന്നു കാണാൻ രാജാക്കന്മാരും ആഗ്രഹിച്ചു. സഭയിലെ അഴിമതിയോടും സഭാനേതൃത്വത്തിന്റെ സുഖലോലുപതയോടുമുള്ള ജനങ്ങളുടെ അമർ

ഷം നിയന്ത്രിക്കാനാവാതെ സംഘർഷങ്ങളായി മാറുമെന്ന് ഇംഗ്ലീഷ് ഭരണാധികാരികൾ മനസിലാക്കുകയും ചെയ്തിരുന്നു. ഹെൻറി എട്ടാമൻ രാജാവും ക്ലമന്റ് ഏഴാമൻ മാർപ്പാപ്പയും തമ്മിലുള്ള തർക്കം ഇംഗ്ലണ്ടിലെ രക്തരഹിതമായ മതവിപ്ലവത്തിനു നിമിത്തമായിത്തീർന്നു. രാജാവിന്റെ നിർദേശാനുസരണം 'റിഫർമേഷൻ പാർലിമെന്റ്' പാസാക്കിയ മതപരിഷ്കരണ നിയമങ്ങൾ ആംഗ്ലിക്കൻ സഭയെ ഒരു സ്വതന്ത്രപരമാധികാരസഭയാക്കി മാറ്റി. ജർമനിയിലെ മതവിപ്ലവകാരികൾ സന്യാസിമഠങ്ങളിലെ സ്വത്തുക്കൾ കൊള്ളയടിക്കുകയാണുണ്ടായതെങ്കിൽ, ഇംഗ്ലണ്ടിൽ രാജാവിന്റെ ഉത്തരവുപ്രകാരം അവ കണ്ടുകെട്ടപ്പെടുകയായിരുന്നു. എഡ്വേഡ് ആറാമന്റെ മരണശേഷം അധികാരമേറ്റ മേരിയുടെ കാലത്ത് മതപരിഷ്കരണത്തെ പിറകോട്ടടിപ്പിക്കാനും കത്തോലിക്കാ ആരാധനാക്രമവും പോപ്പിനോടുള്ള വിധേയത്വവും പുന:സ്ഥാപിക്കാനും നടന്ന ശ്രമങ്ങൾ ഇംഗ്ലണ്ടിലും മതപരമായ സംഘർഷങ്ങൾ പൊട്ടിപ്പുറപ്പെടാൻ കാരണമായി. കത്തോലിക്കാവിശ്വാസികളെ പ്രകോപിപ്പിക്കാതെ തന്നെ ഇംഗ്ലണ്ടിനെ ഒരു പ്രൊട്ടസ്റ്റന്റു രാജ്യമാക്കി നിലനിർത്തിയ എലിസബത്ത് രാജ്ഞിയുടെ പക്വമായ മതനയമാണ് സംഘർഷങ്ങൾക്ക് വിരാമം കുറിക്കുന്നതിൽ നിർണായകമായത്. ലൂഥറുടെ ആശയങ്ങൾ ഡെൻമാർക്കിലും സ്വീഡനിലും ചെലുത്തിയ സ്വാധീനം അവിടങ്ങളിൽ പ്രൊട്ടസ്റ്റന്റു സഭകൾ നിലവിൽവരാൻ വഴിതെളിച്ചു. സ്കോട്ടിഷ്മേഖലകളിൽ കാൽവിന്റെ ആശയങ്ങളാണ് മേൽക്കോയ്മ സ്ഥാപിച്ചത്. കത്തോലിക്കാ സഭയെയും പ്രൊട്ടസ്റ്റന്റു സഭകളുടെ മിതവാദനിലപാടുകളെയും ഒരേ ശക്തിയിൽ എതിർക്കുന്ന മതതീവ്രവാദ വിഭാഗങ്ങളും ഈ കാലഘട്ടത്തിൽ സജീവമായി. വൻതോതിൽ ജനങ്ങളെ അണിനിരത്താൻ ഇവയ്ക്കു കഴിഞ്ഞില്ലെങ്കിലും യൂറോപ്പിന്റെ മതദർശനത്തെ ഇവ ആഴത്തിൽ സ്വാധീനിക്കുകയുണ്ടായി.

റോമൻ കത്തോലിക്കാസഭയുടെ ജനകീയാടിത്തറയ്ക്ക് പ്രൊട്ട സ്റ്റന്റു മതവിപ്ലവങ്ങൾ കനത്ത ആഘാതമേൽപ്പിച്ചു. സ്വയം പരിഷ്കരിക്കുകയല്ലാതെ ജനരോഷത്തെ അതിജീവിക്കാൻ മറ്റു മാർഗങ്ങളില്ലെന്ന് സഭാസംവിധാനത്തിനും സഭാനേതൃത്വത്തിനും ബോധ്യപ്പെട്ടു. ദേവാലയങ്ങളിലെയും സന്യാസിമഠങ്ങളിലെയും അഴിമതിയും സുഖലോലുപതയും അവസാനിപ്പിക്കണമെന്നും കത്തോലിക്കാസഭയെ ശുദ്ധീകരിച്ച് ക്രിസ്തുമാർഗത്തിലേക്ക് മടക്കിക്കൊണ്ടു വരണമെന്നും ആത്മാർഥമായി ആഗ്രഹിക്കുന്ന വിശ്വാസികളും മതപരിഷ്കർത്താക്കളായ ദൈവശാസ്ത്രചിന്തകന്മാരും സജീവമായി രംഗത്തിറങ്ങി. പോൾ മൂന്നാമൻ, പോൾ നാലാമൻ, പിയൂസ് അഞ്ചാമൻ (Pope Pius V), സിസ്റ്റസ് അഞ്ചാമൻ (Systus) തുടങ്ങിയ മാർപാപ്പമാരുടെ നേതൃത്വത്തിൽ അഴിമതിക്കും ഭോഗലാലസയ്ക്കുമെതിരായ പ്രബോധനങ്ങൾ ശക്തിപ്പെട്ടു. പോൾ മൂന്നാമൻ മാർപ്പാപ്പ ട്രെന്റിൽ വിളിച്ചു ചേർത്ത മതസമ്മേളനം പ്രൊട്ട സ്റ്റന്റുകൾ അഴിച്ചുവിട്ട പ്രചരണകോലാഹലങ്ങൾക്കെതിരെ കത്തോലി

ക്കാസഭയെ ആശയപരമായി ആയുധമണിയിച്ചു. പോപ്പിന്റെ പരമാധി കാരം ദൈവദത്തവും അലംഘനീയവുമാണെന്ന നിലപാടിൽ അവർ ഉറച്ചുനിന്നു. കൂദാശകളുടെ ദിവ്യത്വവും പുരോഹിതന്മാർ ബ്രഹ്മചര്യ മനുഷ്ഠിക്കേണ്ടതിന്റെ അനിവാര്യതയും ചോദ്യംചെയ്ത പരിഷ്കരണ വാദികൾക്കെതിരെ സഭാനേതൃത്വം നിരത്തിയ മറുവാദങ്ങൾ കത്തോ ലിക്കാ വിശ്വാസം മുറുകെപ്പിടിക്കുന്നവർക്ക് ആത്മവിശ്വാസം പകർന്നു നൽകി. പുണ്യവാളന്മാർക്കു നൽകപ്പെട്ടുപോന്ന ആരാധ്യസ്ഥാനം ക്രിസ്തീയ പ്രബോധനങ്ങൾക്കെതിരാണെന്ന വാദത്തെ അവർ വെല്ലു വിളിച്ചു. പുരോഹിതന്മാരെ ദൈവശാസ്ത്രം അഭ്യസിപ്പിക്കുകയെന്ന ലക്ഷ്യത്തോടെ സെമിനാരികൾ സ്ഥാപിക്കപ്പെട്ടു. ഇറാസ്മസ്, ബൊക്കാ ഷ്യോ (Boccaccio), മാക്കിയവെല്ലി (Machia volli) തുടങ്ങിയവരുടെ കൃതികളിലെ ആശയങ്ങൾ ദൈവനിന്ദയാണെന്നു വിലയിരുത്തിയ സഭ അവയ്ക്കു തടയിടാൻ സർക്കാർ നടപടികളിലൂടെയും ഇടയലേഖന ങ്ങളിലൂടെയും ശ്രമിച്ചു. ജെസ്യൂട്ട് സംഘത്തിന്റെ സ്ഥാപകനായ ഇഗ്നേഷ്യസ് ലയോള (Ignasius Loyola) മതവിപ്ലവകാരികൾക്കെതിരായ ബോധവൽക്കരണ പ്രവർത്തനങ്ങൾക്ക് ഇതിഹാസതുല്യമായ നേതൃത്വം വഹിച്ചു. പരിശീലിച്ചുറച്ച വാഗ്ധോരണികൾകൊണ്ടും പണ്ഡി തോചിതമായ പ്രബോധനങ്ങൾകൊണ്ടും ജെസ്യൂട്ടുകൾ കത്തോലി ക്കാവിശ്വാസത്തെ കാത്തുരക്ഷിച്ചു. ദാരിദ്ര്യതുല്യമായ ലാളിത്യവും ബ്രഹ്മചര്യവും പാപ്പയോടുള്ള വിധേയത്വവും അവർ പ്രതിജ്ഞപോലെ പാലിച്ചു. അന്നോളം യൂറോപ്പ് സാക്ഷ്യം വഹിച്ചിട്ടുള്ളതിൽ സമാനതക ളില്ലാത്ത പ്രചാരവേലയ്ക്കാണ് ജെസ്യൂട്ടുകൾ നേതൃത്വം നൽകിയത്. ഇറ്റലി, പോളണ്ട് തുടങ്ങിയ രാജ്യങ്ങളിൽ നിന്ന് പ്രൊട്ടസ്റ്റന്റു മതത്തെ ഉന്മൂലനം ചെയ്യുന്നതിനും ജർമനി, ഹംഗറി മുതലായ രാജ്യങ്ങളിൽ നഷ്ടമായ മേധാവിത്വം തിരിച്ചുപിടിക്കുന്നതിനും കഴിയുന്ന രീതിയിൽ കത്തോലിക്കാമതത്തെ ശാക്തീകരിക്കാൻ അവർക്കു കഴിഞ്ഞു. വിദ്യാഭ്യാസസ്ഥാപനങ്ങളെ അവർ വിശ്വാസത്തിന്റെ കോട്ടകളാക്കി മാറ്റി. കാലത്തിനൊത്തു സ്വയം പരിഷ്കരിക്കുക എന്നതിനേക്കാൾ, മതവിപ്ലവ ത്തിൽ നിന്ന് കത്തോലിക്കാവിശ്വാസത്തെ സംരക്ഷിക്കുക എന്നതാ യിരുന്നു ഇവരുടെ ലക്ഷ്യമെന്ന കാര്യത്തിൽ തർക്കമില്ല.

മധ്യകാലഘട്ടത്തിൽ ജൂതന്മാരെയും മൂറുകളെയും കൈകാര്യം ചെയ്തിരുന്ന 'ഇൻക്വിസിഷൻ' (അഥവാ, മതദ്രോഹവിചാരണക്കോടതി) പിന്നീട് മതപരിഷ്കരണവാദികൾക്കെതിരെ അതിന്റെ പരാക്രമങ്ങളുടെ കുന്തമുന തിരിച്ചുവച്ചു. കത്തോലിക്കാ രാജ്യങ്ങളിൽ ഓരോന്നിനും സ്വന്തമായ മതദ്രോഹവിചാരണക്കോടതികൾ ഉണ്ടായിരുന്നു. അവയിൽ നിന്നുള്ള അപ്പീലുകൾ പരിഗണിക്കുന്നതിന് കർദിനാൾമാർ ഉൾപ്പെട്ട ഒരു ഉന്നതാധികാരക്കോടതി റോമിൽ സ്ഥാപിക്കപ്പെട്ടു. മതവും ഭരണകൂടവും ഒന്നായിത്തീർന്ന കത്തോലിക്കാരാജ്യങ്ങളിൽ മതവിമർശകരുടെ സ്വത്തുക്കൾ കണ്ടുകെട്ടുകയും അവയവങ്ങൾ ഛേദിക്കുക, ജീവനോടെ

ചുട്ടുകരിക്കുക തുടങ്ങിയ മനുഷ്യത്വഹീനമായ ശിക്ഷാവിധികൾക്ക്
അവരെ വിധേയരാക്കുകയും ചെയ്തു. ജെസ്യൂട്ടുകളുടെ പ്രചാരണ
ങ്ങളുടെയും മതദ്രോഹവിചാരണക്കോടതികളുടെ മനുഷ്യത്വഹീനമായ
ശിക്ഷകളുടെയും ഫലമായി പല രാജ്യങ്ങളിൽനിന്നും പ്രൊട്ടസ്റ്റന്റു മതം
ഉന്മൂലനം ചെയ്യപ്പെട്ടു. എന്നാൽ ഇംഗ്ലണ്ട്, നോർവേ, ഉത്തരജർമനി,
സ്വീഡൻ, ഹോളണ്ട്, തുടങ്ങിയ അനവധി രാജ്യങ്ങൾ പ്രൊട്ടസ്റ്റന്റു
മതത്തിന്റെ ശക്തിദുർഗങ്ങളായി അതിനകം മാറിക്കഴിഞ്ഞിരുന്നു. പ്രൊട്ട
സ്റ്റന്റു രാജ്യങ്ങളിൽ കത്തോലിക്കാസഭയും കത്തോലിക്കാ രാജ്യങ്ങളിൽ
പ്രൊട്ടസ്റ്റന്റുസഭയും പീഡിപ്പിക്കപ്പെട്ടു. ഇത് പലപ്പോഴും ആഭ്യന്തര
കലാപങ്ങളും രാജ്യങ്ങൾ തമ്മിലുള്ള യുദ്ധങ്ങളുമായി വളർന്നു.
ഏറെക്കാലത്തെ മതപീഡനങ്ങൾക്കുശേഷമാണ് മതങ്ങളുടെ സഹവർ
ത്തിത്വം എന്ന ആശയം യൂറോപ്പിനു സ്വീകാര്യമായത്.

കത്തോലിക്കാസഭയുടെ കീഴിൽ ഒറ്റക്കെട്ടായി നിന്നിരുന്ന പടിഞ്ഞാറൻ
യൂറോപ്പിന്റെ ഐക്യം മതപരിഷ്കരണത്തോടെ ശിഥിലമായി. കത്തോലി
ക്കാരാജ്യങ്ങൾക്കും പ്രൊട്ടസ്റ്റന്റുരാജ്യങ്ങൾക്കുമിടയിലെ മാത്സര്യത്തിനു
പുറമേ ഓരോ രാജ്യത്തുമുള്ള കത്തോലിക്കാവിശ്വാസികൾക്കും
പ്രൊട്ടസ്റ്റന്റുകൾക്കുമിടയിലും സംഘർഷങ്ങൾ രൂപപ്പെട്ടു. മതന്യൂനപ
ക്ഷങ്ങൾ എന്ന സങ്കൽപ്പനം മതപരിഷ്കരണാനന്തര യൂറോപ്പിന്റെ
'സംഭാവന'യാണ്. മതപീഡനത്തിന്റെയും മതമാത്സര്യത്തിന്റെയും
മികച്ച ഉദാഹരണങ്ങളിലൊന്നാണ് 1618–1648 ലെ 'മുപ്പതുവർഷയുദ്ധ
ങ്ങൾ' (Thirty Years War). നെതർലാന്റ്സിലെ പ്രൊട്ടസ്റ്റന്റുകൾ
കത്തോലിക്കാ മതാധിപത്യത്തിനെതിരെ പോരാടി. പ്രൊട്ടസ്റ്റന്റുകൾക്കും
കത്തോലിക്കർക്കുമിടയിലെ മതസംഘർഷങ്ങൾക്കുള്ള രാഷ്ട്രീയ
പരിഹാരമായാണ് മതേതരത്വം എന്ന ആശയം (അതിന്റെ യൂറോപ്യൻ
അർഥത്തിൽ) നിലവിൽ വന്നത് എന്നു പറയാം. എന്നാൽ രാഷ്ട്രീയ
ത്തെയും മതത്തെയും വേർപെടുത്തുക എന്ന ആശയം യൂറോപ്പിലെ
കത്തോലിക്കാസഭയ്ക്ക് ഒരു കാലത്തും പൂർണമായി സ്വീകാര്യമാ
യിരുന്നില്ല. പ്രൊട്ടസ്റ്റന്റു രാജ്യങ്ങളിൽ പലതിലുമാവട്ടെ, രാജാവുതന്നെ
മതത്തിന്റെയും അധിപനായി നിലകൊണ്ടു. പോപ്പിന്റെ അധികാരത്തോ
ടുള്ള എതിർപ്പ് തദ്ദേശീയമായ അധികാരകേന്ദ്രങ്ങളോടുള്ള വിധേയത്വ
മായി മാറുകയാണുണ്ടായത്. ദേശീയരാഷ്ട്രങ്ങളുടെ വളർച്ചയും
രാജാധികാരത്തിന്റെ ശാക്തീകരണവും യൂറോപ്പിന്റെ രാഷ്ട്രീയചിത്രം
മാറ്റിമറിച്ചു. മാക്കിയവെല്ലി ഈ മാറ്റത്തിന്റെ രാഷ്ട്രീയസൈദ്ധാന്തി
കനായിരുന്നു. അദ്ദേഹത്തിന്റെ *ദ പ്രിൻസ്*(The Prince) എന്ന ക്ലാസി
ക്കൽകൃതി രാഷ്ട്രീയനേതൃത്വത്തിന്റെ മാറുന്നരൂപവും ധർമവും നിർവ
ചിച്ചു. കത്തോലിക്കാരാജ്യങ്ങളിലേക്കുകൂടി ഈ പ്രവണത വ്യാപിച്ച
തോടെ മതപരമായ കാര്യങ്ങളിൽ പോപ്പിനോടു വിധേയത്വം പുലർത്തു
മ്പോഴും രാഷ്ട്രീയപരമാധികാരം നിലനിർത്തിക്കൊണ്ടുപോവുന്ന ഒരു
പുത്തൻശൈലി അവിടങ്ങളിൽ നിലവിൽ വന്നു. നവോത്ഥാനത്തിന്റെ
തുടർച്ചയായ മതവിപ്ലവവും മതപരിഷ്കരണവും രാജാധികാരത്തിന്റെ

ശാക്തീകരണമായാണ് രാഷ്ട്രീയമേഖലയിൽ പ്രതിഫലിച്ചത്. എന്നാൽ ജനായത്തസമ്പ്രദായത്തിൽ കലാശിക്കാനിരുന്ന സാമൂഹ്യ-സാമ്പത്തിക -രാഷ്ട്രീയശക്തികളെ കെട്ടഴിച്ചുവിടുന്നതിൽ യൂറോപ്യൻ നവോത്ഥാനം വിജയം കണ്ടുവെന്ന് നിസ്സംശയം പറയാം.

ഫ്യൂഡലിസത്തിൽനിന്ന് മുതലാളിത്തത്തിലേക്കുള്ള പരിവർത്തന ഘട്ടത്തിൽ ഉയർന്നുവന്ന സവിശേഷമായൊരു സാംസ്കാരികാ വസ്ഥയും ദിശാബോധവുമായിരുന്നു നവോത്ഥാനം. ജനാധിപത്യമെന്ന് ലിബറൽ ബുദ്ധിജീവികളും ബുർഷ്വാജനാധിപത്യമെന്ന് മാർക്സിസ്റ്റു ബുദ്ധിജീവികളും വിശേഷിപ്പിച്ച രാഷ്ട്രീയക്രമമാകട്ടെ മുതലാളിത്തം, അഥവാ ബുർഷ്വാസി, എന്ന് വിളിക്കപ്പെട്ട സമ്പത്തിക-സാമൂഹിക സംവിധാനത്തിന്റെ രാഷ്ട്രീയമുഖമായിമാറി. നവോത്ഥാനത്തിന്റെ എടുത്തുപറയാവുന്ന സവിശേഷതകളിൽ ഒന്നായ വ്യക്തിവാദം ലുഥറൻ മതതത്വങ്ങളിലേക്ക് സ്വാംശീകരിക്കപ്പെടുകയും പിന്നീട് ജനായത്ത ഭരണസംവിധാനത്തിന്റെയും അതിന്റെ ഭാഗമായ വ്യക്തിസ്വാതന്ത്ര്യ വാദത്തിന്റെയും വളർച്ചയിൽ നിർണായകമായ സ്വാധീനം ചെലുത്തു കയും ചെയ്തു. രാജാധികാരത്തിനെതിരെ ഉയർന്നുവന്ന സമരോത്സു കമായ ആശയങ്ങളുടെ ഒരു പ്രൊട്ടോടൈപ്പ് രാജാധികാരം പ്രജാദത്തമാ ണെന്നു വാദിച്ച മതവിപ്ലവാനന്തര ജെസ്യൂട്ട് സന്യാസിമാരുടെ പ്രബോധ നങ്ങളിൽ കാണാവുന്നതാണ്. ഫ്യൂഡൽവിരുദ്ധവും വ്യക്തിസ്വാതന്ത്ര്യ ത്തിലൂന്നുന്നതുമായ ഒരു സാമ്പത്തികക്രമത്തിനുവേണ്ടി നിലകൊണ്ട പ്രൊട്ടസ്റ്റന്റു സഭ പിൽക്കാലത്ത് 'മുതലാളിത്തയുഗത്തിന്റെ മതം' എന്ന വിശേഷണത്തിന് അർഹമായിത്തീർന്നു. നഗരങ്ങൾ കേന്ദ്രീകരിച്ച് ശക്തിപ്പെട്ടുവന്ന 'മധ്യവർഗങ്ങൾ'ക്കിടയിൽ പ്രൊട്ടസ്റ്റന്റു വിശ്വാസത്തിന് പൊതുവേ സ്വീകാര്യത കൂടുതലായിരുന്നു. യൂറോപ്യൻസമൂഹം കടന്നുപോയ മുതലാളിത്തപരിവർത്തനത്തിന്റെ മതപരമായ ഭാഗം പ്രൊട്ടസ്റ്റന്റു വിപ്ലവമെന്നോ മതപരിഷ്കരണ പ്രസ്ഥാനമെന്നോ വിളി ക്കാവുന്ന മതവിപ്ലവമാണ്. വ്യക്തിസ്വാതന്ത്ര്യത്തെ സംഘടിതമായി അടിച്ചമർത്തുകയും ആചാരാനുഷ്ഠാനങ്ങൾ സാധാരണക്കാരനു ദുർഗ്രഹമാക്കി നിലനിർത്തുകയും ചെയ്തുപോന്ന കത്തോലിക്കാമത യാഥാസ്ഥിതികത്വത്തിനെതിരായ കലാപമില്ലാതെ യൂറോപ്പിന്റെ മുതലാ ളിത്തപരിവർത്തനം സാധ്യമാകുമായിരുന്നില്ല. ലോകത്തെയാകെ വരിഞ്ഞുമുറുക്കിവച്ചിരുന്ന മുതലാളിത്തപൂർവ സാമ്പത്തിക സാമൂഹ്യ ക്രമങ്ങളിൽ ആദ്യമായി വിള്ളൽ വീണത് യൂറോപ്പ് സാക്ഷ്യംവഹിച്ച സാംസ്കാരികനവോത്ഥാനത്തിലൂടെയാണ്. മതവിപ്ലവത്തിന്റെ അഭാവ ത്തിൽ അതു പൂർണമാവുകയെന്നതും അസംഭവ്യമായിരുന്നു. വെള്ളം കടക്കാത്ത അറകളായി മനുഷ്യന്റെ സാംസ്കാരിക ജീവിതം വേർതിരിച്ച് നിർത്തപ്പെട്ടിരുന്ന അവസ്ഥയിൽ നിന്ന് അതിരുകളില്ലാത്ത മാനവികത യിലേക്കുള്ള ചിന്താപരമായ പരിവർത്തനത്തിന്റെ തലം അനാവരണം ചെയ്യാൻ നവോത്ഥാനത്തിനായി. നവോത്ഥാനം വിദ്യാഭ്യാസമേഖലയി

ലുണ്ടാക്കിയ പുരോഗമനപരമായ മാറ്റങ്ങളുടെ ഫലം സമ്പന്നരുടെ കൈയിൽ വിദ്യാഭ്യാസസാഹചര്യങ്ങൾ കേന്ദ്രീകരിക്കുന്ന അവസ്ഥയ്ക്കു വഴിമാറുമെന്നായപ്പോൾ ഈ സമ്പ്രദായത്തെ ഉടച്ചുവാർക്കാൻ ജെസ്യൂട്ട് മിഷണറിമാരും പ്രൊട്ടസ്റ്റന്റു മതപ്രവർത്തകരും മുന്നോട്ടുവന്നു. ഗ്രീക്കു-ലാറ്റിൻ ക്ലാസിക്കുകളുടെ പഠനത്തിലുള്ള അമിതമായ കേന്ദ്രീകരണം കാലാന്തരേണ നവോത്ഥാനമുന്നേറ്റത്തിനു തടസമാകുമെന്നു വ്യക്ത മായിരുന്നു. പ്രായോഗികവിഷയങ്ങളും ശാസ്ത്രങ്ങളും വിദ്യാഭ്യാസപദ്ധ തിയിൽ ഉൾപ്പെടുത്തുന്നതിൽ പ്രത്യേകം ശ്രദ്ധചെലുത്തിയ ജെസ്യൂട്ട് മിഷണറിമാരും പ്രൊട്ടസ്റ്റന്റു വിദ്യാഭ്യാസപ്രവർത്തകരും ശാസ്ത്രകേ ന്ദ്രിതമായ ഒരു പാഠ്യസംവിധാനത്തിലേക്കുള്ള യൂറോപ്യൻ വിദ്യാഭ്യാസ ത്തിന്റെ വളർച്ചയിൽ വഹിച്ച പങ്ക് വളരെ വലുതാണ്. ശാസ്ത്രീയചിന്ത യുടെ വികാസം ഏൽപ്പിച്ചേക്കാവുന്ന മാരകമായ ആഘാതത്തിൽനിന്ന് സ്വന്തം മതത്തെ രക്ഷിക്കാൻ ജെസ്യൂട്ടുകളും വിവിധ പ്രൊട്ടസ്റ്റന്റു സന്യാസസമൂഹങ്ങളും കണ്ടെത്തിയ വഴി ശാസ്ത്രവിദ്യാഭ്യാസത്തിന്റെ പ്രചാരകരായി സ്വയം മാറുകയെന്നതായിരുന്നു. യൂറോപ്പിന്റെ ബൈഷ്ണി കചരിത്രത്തിലെ ഏറ്റവും തിളക്കമാർന്ന അധ്യായമായി നിസ്സംശയം പരിഗണിക്കാവുന്ന പതിനെട്ടാം നൂറ്റാണ്ടിലെ ജ്ഞാനോദയം (Enlight-enment) ഇതിന്റെ സ്വാഭാവികമായ തുടർച്ചയും വിപ്ലവാത്മകമായ വികാസവുമായിരുന്നു. ശാസ്ത്രരംഗത്തുണ്ടായ അദ്ഭുതപൂർവമായ വളർച്ച സാങ്കേതികവിദ്യകളുടെ വമ്പിച്ച പുരോഗതിക്കു കാരണമാവു കയും മാറുന്ന സാമ്പത്തികലക്ഷ്യങ്ങൾക്കനുസരിച്ചുള്ള ഇവയുടെ വിനിയോഗം ഫ്യൂഡൽയുഗത്തിന്റെ നഷ്ടാവശിഷ്ടങ്ങൾക്കുമേൽ ഒരു മുതലാളിത്ത നാഗരികതയ്ക്കു ജന്മം കൊടുക്കുകയും ചെയ്തു.

7
അറിവിൽനിന്ന് ആധിപത്യത്തിലേക്ക്

നവോത്ഥാനം കെട്ടഴിച്ചുവിട്ട അന്വേഷണതൃഷ്ണ കലയിലും സാഹിത്യത്തിലും ശാസ്ത്രത്തിലും മാത്രമായി ഒതുങ്ങിനിന്നില്ല. മാനവ സംസ്കാരത്തിന്റെ ഈറ്റില്ലങ്ങളായിരുന്ന ആഫ്രിക്കൻ, ഏഷ്യൻ, അമേ രിക്കൻ വൻകരകൾ,പശ്ചിമയൂറോപ്യന്മാരെ സംബന്ധിച്ചിടത്തോളം, അന്നും അറിയപ്പെടാത്ത നാടുകളായിരുന്നു. പതിനഞ്ചും പതിനാറും നൂറ്റാണ്ടുകളിൽ സാഹസികരായ നാവികർ നടത്തിയ സമുദ്രസഞ്ചാ രങ്ങൾ ലോകചരിത്രത്തിന്റെ ഗതിതന്നെ മാറ്റിമറിച്ചു.

ഏഷ്യയും യൂറോപ്പും തമ്മിലുള്ള വാണിജ്യബന്ധത്തിന് സഹ സ്രാബ്ദങ്ങളുടെ ചരിത്രമുണ്ട്. എന്നാൽ സ്വതന്ത്രമായ വാണിജ്യബന്ധ മെന്നതിനപ്പുറത്ത് ഒരു രാഷ്ട്രീയബാന്ധവമായി അത് ഒരിക്കലും വളർ ന്നിരുന്നില്ല. സുഗന്ധദ്രവ്യങ്ങളും പരമ്പരാഗത ടെക്സ്റ്റൈൽ ഉൽപ്പ ന്നങ്ങളും എന്തുവിലകൊടുത്തും സ്വന്തമാക്കാൻ യൂറോപ്യന്മാർ കാണി ച്ചിരുന്ന താൽപ്പര്യത്തിന്റെ ഗുണഭോക്താക്കളായിരുന്നു 'ഇന്ത്യൻ' കൃഷി ക്കാരും കൈത്തൊഴിലുകാരും എന്നുപറയാം. എന്നാൽ 1453–ൽ കോൺ സ്റ്റാന്റിനോപിൾ തുർക്കികളുടെ ആധിപത്യത്തിലമർന്നതോടെ ഏഷ്യ ക്കും യൂറോപ്പിനുമിടയിലെ കരമാർഗമുള്ള വാണിജ്യബന്ധം അറ്റുപോയി. ഏഷ്യൻനിർമിത (ഇന്ത്യൻ നിർമിത) ഉൽപ്പന്നങ്ങളുടെ വില ക്രമാതീ തമായി വർധിക്കുകയും ദൗർലഭ്യം ഏറുകയും ചെയ്തതോടെ ഇന്ത്യയി ലേക്കൊരു സമുദ്രമാർഗം (A passage to India) കണ്ടെത്തുകയെന്നത് അനിവാര്യമായിത്തീർന്നു. സ്പെയിനും പോർട്ടുഗലും ഭനതൃത്വം നൽകിയ സമുദ്രസഞ്ചാരങ്ങളുടെ അനുഭവങ്ങൾ യൂറോപ്യൻ ജനത യുടെ അറിവിന്റെ ചക്രവാളം വികസിപ്പിക്കുകയും ബാഹ്യലോകത്തെ സംബന്ധിച്ച അവരുടെ വീക്ഷണത്തിൽ സമൂലമായ മാറ്റമുണ്ടാക്കുകയും

ചെയ്തു. പൗരസ്ത്യദേശങ്ങളുമായുള്ള വാണിജ്യത്തിന്റെ കുത്തക കൈയടക്കിവച്ചിരുന്ന ഇറ്റാലിയൻ നഗരങ്ങൾ, സ്പെയിനിന്റെയും പോർ ട്ടുഗലിന്റെയും സാമ്പത്തികതാൽപ്പര്യങ്ങളെ സംബന്ധിച്ചിടത്തോളം, നില യ്ക്കാത്ത പ്രകോപനമായിരുന്നു. യൂറോപ്പിന്റെ ക്രിസ്തീയപരിവർത്തനം പൂർത്തിയായിക്കഴിഞ്ഞതോടെ, പുതിയ മേച്ചിൽപ്പുറങ്ങൾ അന്വേഷിച്ചു തുടങ്ങിയിരുന്ന മിഷണറിമാരുടെ മതപരമായ താൽപ്പര്യങ്ങൾ യൂറോ പ്പിന്റെ സാമ്പത്തിക ലക്ഷ്യങ്ങളുമായി സമ്മേളിച്ചു. ഇത് സാമ്പത്തിക ചൂഷണത്തിലേക്കും സാംസ്കാരിക അധിനിവേശത്തിലേക്കും രാഷ്ട്രീയാധിപത്യത്തിലേക്കും വളരുകയും യൂറോപ്പ് മുഴുവൻലോക ത്തിന്റെയും യജമാനന്മാരായി മാറുകയും ചെയ്തു.

'നാവികനായ ഹെൻറി' എന്നറിയപ്പെടുന്ന പോർട്ടുഗലിലെ ഹെൻറി രാജാവും അദ്ദേഹത്തിന്റെ പിൻഗാമിയായ ജോൺ രണ്ടാമനും സമുദ്ര യാത്രകൾക്ക് അകമഴിഞ്ഞ പ്രോത്സാഹനം നൽകി. സ്പെയിനിലെ ഫെർഡിനാന്റ് രാജാവും ഇസബെല്ലാ രാജ്ഞിയും ഇക്കാര്യത്തിൽ ഒട്ടും പിറകിലായിരുന്നില്ല. അധികം വൈകാതെ, ഇംഗ്ലണ്ട്, ഫ്രാൻസ് തുടങ്ങിയ രാജ്യങ്ങളും സമുദ്രപര്യവേക്ഷണങ്ങളുടെ രാഷ്ട്രീയ-സാമ്പത്തിക പ്രധാന്യം മനസിലാക്കി. അമെരിഗോ വെസ്പുച്ചി (Amerigo Vespucci), ക്രിസ്റ്റഫർ കൊളംബസ് (Christopher Columbus), ഫെർഡിനാന്റ് മെഗലൻ (Ferdinand Magellan), ജോൺ കാബട്ട് (John Cabbot), വാസ്കോഡഗാമ (Vasco da Gamma), സെബാസ്റ്റ്യൻ കാബട്ട് തുടങ്ങിയ സാഹസികസഞ്ചാരികളുടെ സമുദ്രയാത്രകൾ യൂറോ-കേന്ദ്രിത ലോകവ്യവസ്ഥയ്ക്കും അതിന്റെ സ്വാഭാവികഫലമായ കൊളോണിയൽ ചൂഷണത്തിനും നിമിത്തമായിത്തീർന്നു.

യൂറോപ്പും ഇതരദേശങ്ങളുമായുള്ള വ്യാപാര – വാണിജ്യബന്ധ ങ്ങൾ അതിവേഗം ശക്തിയാർജിച്ചു. വെനീസ്, ജിനോവ, നേപിൾസ് തുടങ്ങിയ ഇറ്റാലിയൻ നഗരങ്ങൾ കൈയടക്കി വച്ചിരുന്ന പൗരസ്ത്യ ദേശങ്ങളുമായുള്ള വ്യാപാരത്തിന്റെ കുത്തക എന്നെന്നേക്കുമായി അവ സാനിച്ചു. മധ്യധരണ്യാഴിയിൽ ചുറ്റിക്കറങ്ങിയിരുന്ന ലോകവാണിജ്യം അത്ലാന്റിക്കിന്റെ വിശാലതയിലേക്കു വികസിച്ചു. തെക്കേ അമേരി ക്കയിലെ കൊക്കോയും വടക്കനമേരിക്കയിലെ ഉരുളക്കിഴങ്ങും ഇന്ത്യ യിലെ സുഗന്ധദ്രവ്യങ്ങളും തുണിത്തരങ്ങളും വൻതോതിൽ യൂറോപ്പിലേ ക്കൊഴുകി. അമേരിക്കയിൽ ഖനനം ചെയ്തെടുക്കപ്പെട്ട സ്വർണവും വെള്ളിയും പശ്ചിമയൂറോപ്പിലെ ഒരു ചെറുന്യൂനപക്ഷത്തിന്റെ പണ പ്പെട്ടികൾ നിറച്ചു. വ്യവസായവൽക്കരണത്തിന്റെ മൂലധനമായി മാറിയത് ഈ സമ്പന്നതയാണ്. ഏഷ്യയിൽ നിന്നും വാങ്ങുന്ന ചരക്കുകൾ യൂറോ പ്യൻ വിപണികളിൽ വൻവിലയ്ക്കു വിറ്റഴിക്കുന്ന രീതിക്ക് കാലാന്ത രേണ മാറ്റം വന്നു. സ്വന്തം സമ്പത്ത് മറ്റുരാജ്യങ്ങളിലേക്ക് ഒഴുകുന്നതു തടയുന്നതിനുള്ള നിയമനിർമാണങ്ങളിൽ യൂറോപ്യൻ രാജ്യങ്ങൾ പരസ്പരം മത്സരിച്ചു. വ്യവസായവിപ്ലവത്തോടെ യൂറോപ്യനിതര

സമൂഹങ്ങളെ അസംസ്കൃതവസ്തുക്കളുടെ ദാതാക്കളും നിർമിതോൽപ്പ
ന്നങ്ങളുടെ ഉപഭോക്താക്കളുമാക്കി മാറ്റാൻ നിയമനിർമാണങ്ങളിലൂ
ടെയും തന്ത്രപരമായ രാഷ്ട്രീയ-സാമ്പത്തികനയങ്ങളിലൂടെയും ഇവർ
ക്കു കഴിഞ്ഞു. ഏഷ്യയും ആഫ്രിക്കയും അമേരിക്കയും പടിപടിയായി
യുറോപ്യൻ ശക്തികളുടെ രാഷ്ട്രീയാധിപത്യത്തിലമർന്നു. കോളനികൾ
ക്കുവേണ്ടിയുള്ള കിടമത്സരം പലപ്പോഴും യുദ്ധങ്ങൾക്കു കാരണമായി
ത്തീർന്നു. സ്പെയിൻ, പോർട്ടുഗൽ, ഹോളണ്ട്, ഫ്രാൻസ്, ഇംഗ്ലണ്ട് തുട
ങ്ങിയ രാജ്യങ്ങൾക്കിടയിൽ ലോകം വിഭജിക്കപ്പെട്ടു.

കൊളോണിയലിസത്തിന്റെ ഏറ്റവും ബീഭത്സമായ മുഖം അടിമ
ക്കച്ചവടമാണെന്നു പറയാം. ആഫ്രിക്കൻ ജനതയുടെ കായികമായ
കരുത്തും രാഷ്ട്രീയമായ അസംഘടിതാവസ്ഥയും യുറോപ്യന്മാർ
മുതലെടുത്തു. ആഫ്രിക്കൻ ഗ്രാമങ്ങളെ തിരഞ്ഞാക്രമിച്ച അടിമക്കച്ചവട
ക്കാർ തടവുകാരായി പിടിച്ച നീഗ്രോകളെ അമേരിക്കയിലെ അടിമച്ചന്ത
കളിൽ കൊണ്ടുപോയി വിറ്റു. ദശലക്ഷക്കണക്കിന് ആഫ്രിക്കൻ വംശ
ജരെക്കൊണ്ട് മാടുകളെപ്പോലെ പണിയെടുപ്പിക്കുകയും രോഗികളും
വൃദ്ധരുമായിത്തീരുന്ന മുറയ്ക്ക് അവരെ നിഷ്കരുണം കൊന്നു
തള്ളുകയും ചെയ്തു. പെറുവിലെയും മെക്സിക്കോവിലെയും സംസ്കാ
രസമ്പന്നരായ ആദിമനിവാസികൾ അമേരിക്കയിലെ യുറോപ്യൻ
കുടിയേറ്റക്കാരുടെ വിവരണാതീതമായ പീഡനങ്ങൾക്കും ചരിത്രത്തിൽ
സമാനതകളില്ലാത്ത നരഹത്യകൾക്കും ഇരയായിത്തീർന്നു.

വാണിജ്യവിപ്ലവത്തിന്റെ ഫലമായി യുറോപ്യൻ സമൂഹത്തിലെ
ഒരു ന്യൂനപക്ഷം ഉത്തരോത്തരം സമ്പന്നരായിക്കൊണ്ടിരുന്നു. ഇവരുടെ
സമ്പത്ത് വ്യവസായവിപ്ലവത്തിന്റെ ഇന്ധനമായിത്തീർന്നു. വ്യവസായവി
പ്ലവം സമ്പന്നരായ ഒരു ന്യൂനപക്ഷത്തിനും ദരിദ്രരായ തൊഴിലാളിവർ
ഗത്തിനും പുറമേ, എണ്ണംകൊണ്ടും സ്വാധീനംകൊണ്ടും കരുത്തരായ
ഒരു മധ്യവർഗത്തിനുകൂടി ജന്മം നൽകി. രാഷ്ട്രീയരംഗത്തെ മാറ്റങ്ങൾക്ക്
സർവവിധ പിന്തുണയും നൽകിപ്പോന്നത് ഈ മധ്യവർഗമാണ്. ഫ്യൂഡൽ
യുഗത്തിന്റെ അന്ത്യത്തിൽ ശക്തമായ രാജവാഴ്ചയെ അനുകൂലിച്ച മധ്യ
വർഗം പിൽക്കാലത്ത് രാജവാഴ്ച അവസാനിപ്പിക്കുന്നതി വേണ്ടിയുള്ള
സമരങ്ങളുടെ മുൻനിരയിൽ നിന്നു. യുറോപ്പിന്റെ വ്യവസായവൽക്കര
ണത്തിനു സമാന്തരമായി, വ്യവസായങ്ങൾക്കുവേണ്ട അസംസ്കൃത
പദാർഥങ്ങളും ഉൽപ്പന്നങ്ങൾ വിറ്റഴിക്കാനുള്ള വിപണികളുമന്വേഷിച്ചു
ചെന്ന യുറോപ്യൻ സാമ്പത്തികശക്തികൾ ഏഷ്യൻ, ആഫ്രിക്കൻ,
ലത്തീൻ അമേരിക്കൻ സമൂഹങ്ങൾക്കുമേൽ കൊളോണിയൽ നുകം
അടിച്ചേൽപ്പിച്ചു. യുറോപ്യൻ ആശയങ്ങൾക്കും അവരുടെ ഭാഷകൾക്കും
സംസ്കാരങ്ങൾക്കും മുമ്പൊരിക്കലുമുണ്ടാകാത്തവിധം ലോകമൊ
ട്ടുക്കും സ്വീകാര്യതയും അംഗീകാരവും ലഭിച്ചു. യുറോപ്യൻ ഭാഷകളിൽ
പരിശീലനം സിദ്ധിച്ചവരും യുറോപ്പിന്റെ വേഷഭൂഷാദികൾ അനുകരിക്കു
ന്നവരുമായ മധ്യവർഗം ലോകമൊട്ടുക്കും ഉയർന്നുവന്നു. യുറോപ്യൻ

സമൂഹങ്ങളെ സാമൂഹികപരിഷ്കരണങ്ങൾക്കും സാമ്പത്തിക ലക്ഷ്യ
ങ്ങൾക്കും മാതൃകയാക്കിയ ഈ മധ്യവർഗം കൊളോണിയൽ യജമാന
ന്മാരോടുള്ള ആരാധന മൂത്ത് സ്വന്തം സമൂഹങ്ങളുടെ രാഷ്ട്രീയ –
സാമ്പത്തിക പാരതന്ത്ര്യത്തെ സർവാത്മനാ പിന്തുണച്ചു. ഈ മധ്യവർഗ
മാണ് നവോത്ഥാനാശയങ്ങളെ യൂറോപ്യനിതര സമൂഹങ്ങൾക്കു പരിച
യപ്പെടുത്തിയത്. തനതു പാരമ്പര്യങ്ങളിൽ നിന്ന് ഊർജമുൾക്കൊള്ളാനാ
വാതെ യൂറോപ്യൻ വാർപ്പുമാതൃകകളിൽ അഭിരമിച്ച ഈ മധ്യവർഗ
ത്തിന്റെ പരിപോഷണത്തിലാണ് യൂറോപ്യനിതര സമൂഹങ്ങളിലെ
നവോത്ഥാനപ്രസ്ഥാനങ്ങളിൽ മിക്കവയും വളർന്നത്. ആധുനികവൽ
ക്കരണമെന്നതിനേക്കാൾ പാശ്ചാത്യവൽക്കരണമാണ് ഈ സമൂഹങ്ങ
ളിൽ നടന്നതെന്നർഥം. ഇതിനോടു തീവ്രമായി വിയോജിച്ച മറ്റൊരു
വിഭാഗമാവട്ടെ, അതതു ദേശങ്ങളുടെ സമ്പന്ന-സവർണ പാരമ്പര്യങ്ങളെ
വൈകാരികമായി മഹത്വവൽക്കരിക്കുകയും നവോത്ഥാനമെന്നമട്ടിൽ,
പുനരുത്ഥാനവാദം (Renaissance/Revivalism) ഉയർത്തിപ്പിടിക്കുകയും
ചെയ്തു. യൂറോപ്യനിതര സമൂഹങ്ങളിൽ പിൽക്കാലത്ത് ഉയർന്നുവന്ന
കലാസാംസ്കാരിക, സാമൂഹിക രാഷ്ട്രീയപ്രസ്ഥാനങ്ങളിലെല്ലാം ഈ
വൈകല്യം പ്രകടമായിരുന്നു.

8

കറുത്ത നക്ഷത്രങ്ങളുടെ ഉദയം

ഏറ്റവുമധികം പ്രാദേശികഭാഷകൾ സംസാരിക്കപ്പെടുകയും എണ്ണമറ്റ സാംസ്കാരിക വിഭാഗങ്ങൾ തനതു ജീവിതശൈലികൾ നില നിർത്തിപ്പോരുകയും ചെയ്ത ആഫ്രിക്കയിൽ, കൊളോണിയൽ സ്വപ്ന ങ്ങളുടെയും അചരിത്രപരമായ പ്രതീക്ഷകളുടെയും കടന്നുവരവായാണ് യുറോപ്യൻ നവോത്ഥാനത്തിന്റെ സ്വാധീനം പ്രത്യക്ഷപ്പെടുന്നത്. അതും നൂറ്റാണ്ടുകൾക്കുശേഷം മാത്രം. പതിനേഴാം നൂറ്റാണ്ടിൽ ദക്ഷിണാഫ്രിക്ക ഡച്ചു കുടിയേറ്റത്തിന്റെ പ്രധാനപ്പെട്ട കേന്ദ്രങ്ങളിലൊന്നായി മാറി. പത്തൊൻപതാം നൂറ്റാണ്ടോടെ കെനിയയിലും സിംബാവെയിലും ഇംഗ്ലീഷ് കുടിയേറ്റക്കാർ വലിയൊരു സ്വാധീനശക്തിയായി വളർന്നു. ഇതോടെ, ആഫ്രോ-ഏഷ്യാറ്റിക്, ബാന്റു, നൈജർ- കോംഗോ, നീലോ- സഹാറൻ, ഖോയ്സാൻ ഭാഷകൾ മാത്രം സംസാരിക്കപ്പെട്ടിരുന്ന ആഫ്രി ക്കൻ പ്രദേശങ്ങളിൽ യുറോപ്യൻ ഭാഷകൾ പ്രചരിക്കുകയും പ്രാദേശിക ഭാഷകളിൽ യുറോപ്യൻ സ്വാധീനം പ്രകടമാവാൻ തുടങ്ങുകയും ചെയ്തു. ആഫ്രിക്കൻ സമൂഹങ്ങളുടെ വസ്ത്രധാരണരീതികളിലും സാമ്പ്രദായിക ജീവിതശൈലികളിലും യുറോപ്യൻ സ്വാധീനം അൽപ്പാൽ പ്പുമായി ശക്തിപ്പെട്ടുവന്നു. ഉത്തര ആഫ്രിക്കയിൽ ഇസ്ലാമിക നിയമവ്യവ സ്ഥയിൽനിന്നും മറ്റിടങ്ങളിൽ അതതുസ്ഥലങ്ങളിലെ പ്രാദേശിക നിയമാവലികളിൽ നിന്നും പലതും കൈക്കൊണ്ട കൊളോണിയൽ അധി കാരികൾ ഓരോ പ്രദേശത്തിന്റെയും പ്രത്യേകതകൾക്കും ബലഹീനത കൾക്കുമനുസരിച്ച് ആഫ്രിക്കൻ സമൂഹത്തെ മുഴുവൻ കൊളോണിയൽ നിർമിതമായ സിവിൽ-ക്രിമിനൽ നിയമങ്ങൾക്കു കീഴിൽ കൊ‍ണ്ടുവന്നു.

മാനവരാശി ഉത്ഭവിച്ച വൻകരയെന്ന് ആധുനിക നരവംശശാസ്ത്ര ജ്ഞന്മാർ വിശ്വസിക്കുന്ന ആഫ്രിക്കയ്ക്ക് 'ഇരുണ്ടഭൂഖണ്ഡ'മെന്ന വിശേഷണം ചാർത്തിക്കൊടുത്തത് വെള്ളക്കാരാണ്. ആഫ്രിക്കൻ

മനസുകളിലേക്ക് അപകർഷബോധത്തിന്റെ വിഷക്കാറ്റ് കയറ്റിവിടാ
നാണ് കൊളോണിയൽ അധികാരികൾ പിന്നീട് ശ്രമിച്ചത്. മാനവസം
സ്കാരത്തിന്റെ കളിത്തൊട്ടിലായിരുന്ന സഹാറൻ പ്രദേശം കാലാന്തര
ത്തിൽ മരുഭൂമിയായി മാറിയതാണെന്നു നമുക്കിന്നറിയാം. പതിനെട്ടാം
നൂറ്റാണ്ടിൽ ആഫ്രിക്കയെ ഭാഗിച്ചെടുത്ത് അധികാരം സ്ഥാപിച്ച
കൊളോണിയൽ ശക്തികളുടെ പാശ്ചാത്യാനുകൂല നടപടികൾ ആഫ്രി
ക്കയെ സാംസ്കാരികാധിനിവേശത്തിന്റെ ഉഷ്ണവാതത്തിനു വിട്ടുകൊടു
ക്കുകയും അവരുടെ സംസ്കാരത്തെ അധമമെന്നും ശരീരവർണത്തെ
നീചമെന്നും മുദ്രകുത്തുകയും ചെയ്തു.

കോളനിവൽക്കരണം ഏറ്റവുമൊടുവിൽ മാത്രം പൂർത്തിയായ
വൻകര ആഫ്രിക്കയാണ്. മാരകരോഗകാരികളായ കീടങ്ങൾ നിറഞ്ഞ
ദുർഗമങ്ങളായ വനങ്ങളും അതിരുകൾ അജ്ഞാതമായിക്കിടന്ന സഹാറ
മരുഭൂമിയും യൂറോപ്യന്മാരുടെ സമ്പൂർണാധീശത്വത്തെ ഏറെക്കാലം
തടഞ്ഞുനിർത്തി. ഇരുപതാം നൂറ്റാണ്ടിന്റെ മൂന്നാം ദശകത്തിൽ മാത്ര
മാണ് ആഫ്രിക്കയ്ക്കുമേലുള്ള യൂറോപ്യൻ ആധിപത്യം ഏറെക്കുറെ
പൂർണമായത്. രണ്ടാം ലോകമഹായുദ്ധാനന്തരം ആഫ്രിക്കൻ രാജ്യ
ങ്ങളിൽ മിക്കവയും ശക്തിമത്തായ കൊളോണിയൽവിരുദ്ധസമരങ്ങൾ
ക്കു വേദിയായി. സാമ്രാജ്യത്വ വിരുദ്ധസമരങ്ങളുടെ രാഷ്ട്രീയവിജയത്തി
നുശേഷവും കൊളോണിയലിസം ഏൽപ്പിച്ച മുറിവുകളുടെ നീറ്റൽ
ആഫ്രിക്കൻ സമൂഹങ്ങളെ അലട്ടിക്കൊണ്ടിരുന്നു. ദക്ഷിണാഫ്രിക്കയിലെ
വംശീയഭീകരതയ്ക്കെതിരായ സമരത്തിന് ആഫ്രിക്കൻ നാഷണൽ
കോൺഗ്രസും അതിന്റെ പരമോന്നതനേതാവായ നെൽസൺ മണ്ടേ
ലയും നൽകിയ നേതൃത്വം ആഫ്രിക്കാവൻകരയിലെ വിമോചന
പ്രസ്ഥാനങ്ങളുടെ ചരിത്രത്തിലെ ഏറ്റവും തിളക്കമാർന്ന അധ്യായമാണ്.
സാംസ്കാരികാടിമത്തത്തിൽ നിന്ന് യൂറോപ്പിനെ മോചിപ്പിച്ച നവോ
ത്ഥാനം വൻകരയുടെ മുതലാളിത്തവൽക്കരണത്തിന് ഊർജം പകരു
കയും മുതലാളിത്തപൂർവ സാമൂഹിക-സാമ്പത്തിക വ്യവസ്ഥകൾ നില
നിന്ന നാടുകളിൽ അത് സാംസ്കാരികാധീശത്വമായി കെട്ടിയിറക്കപ്പെടു
കയുമാണുണ്ടായത്. വർണവിവേചനത്തിനെതിരെ സമരം ചെയ്ത ആ
ഫ്രിക്കൻ നാഷണൽ കോൺഗ്രസിന്റെ പ്രവർത്തകർക്കെതിരെ 1960-ലും
1976-ലും അരങ്ങേറിയ കൂട്ടക്കൊലകൾ ലോകമനസ്സാക്ഷിയെ ഞെട്ടിച്ചു.
എന്നാൽ ഗറില്ലാമാതൃകയിലുള്ള സമരങ്ങളും ആസൂത്രിതമായ
അട്ടിമറിപ്രവർത്തനങ്ങളുമായി ആഫ്രിക്കൻ നാഷണൽ കോൺഗ്രസ്
മുന്നോട്ടുപോയി. 1991-ൽ എ എൻ സിയുടെ നിരോധനം നീങ്ങിയതിനെ
ത്തുടർന്ന് പൊതുതിരഞ്ഞെടുപ്പുനടക്കുകയും നെൽസൺ മണ്ടേല
ദക്ഷിണാഫ്രിക്കയുടെ പ്രസിഡന്റായി അധികാരമേൽക്കുകയും ചെയ്തു.
മറ്റ് ആഫ്രിക്കൻ രാജ്യങ്ങളിൽ വർണവിവേചനത്തിനെതിരെ പ്രവർത്തി
ച്ചിരുന്നവർക്ക് ഈ സംഭവം ആത്മവിശ്വാസവും പ്രതീക്ഷയും
പകർന്നുനൽകി. സിംബാവൻ ഭരണസംവിധാനത്തിലും ഉന്നതൊ

ദ്യോഗതലങ്ങളിലും കറുത്തവർക്ക് കൂടുതൽ പ്രാതിനിധ്യവും ആദരവും ലഭിച്ചത് ഓർമിക്കാവുന്നതാണ്. കൊളോണിയൽവിരുദ്ധസമരങ്ങൾ ശക്തിയാർജിക്കുകയും അടിമനുകം വലിച്ചെറിഞ്ഞ് തദ്ദേശീയഭരണകു ടങ്ങളെ അധികാരമേറ്റുകയും ചെയ്ത ആഫ്രിക്കൻ രാജ്യങ്ങളുടെ രാഷ്ട്രീയ വിജയം പൂർത്തീകരിക്കപ്പെട്ടത് സാംസ്കാരിക മുന്നേറ്റങ്ങളി ലൂടെയും അവയ്ക്കനുബന്ധമായ രാഷ്ട്രീയ നീക്കങ്ങളിലൂടെയും സർക്കാർ നടപടികളിലൂടെയുമാണ്.

ഒരുപക്ഷേ, ലോകചരിത്രത്തിൽ ഏറ്റവും പഴക്കംചെന്ന ആചാര– കലാ–പാരമ്പര്യങ്ങൾ ആഫ്രിക്കയുടേതാണ്. ആഫ്രിക്കൻ സമൂഹങ്ങ ളുടെ ഭാഷാവൈവിധ്യം അവരുടെ സാംസ്കാരികവൈവിധ്യത്തിനു തെളി വാണ്. 1500 ലേറെ ഭാഷകളാണ് ആഫ്രിക്കയിൽ സംസാരിക്കപ്പെടുന്നത്. അവയിൽ പലതിനും അസംഖ്യം അവാന്തരവിഭാഗങ്ങളും പ്രാദേശി കഭേങ്ങളുമുണ്ട്. കിഴക്കൻ ആഫ്രിക്കയിൽ സ്വാഹിലിയും (Swahili) കോംഗോതടത്തിൽ ലിംഗാളഭാഷയും (Lingala) മധ്യമേഖലയിൽ സാംഗോയും (Sango) വടക്കൻ പ്രദേശങ്ങളിൽ അറബിയും ബന്ധഭാഷ കളായി ഉപയോഗിക്കപ്പെട്ടിരുന്ന ആഫ്രിക്കയിൽ പിന്നീട് കൊളോണി യൽ കാലഘട്ടത്തിൽ യൂറോപ്യൻ ഭാഷകൾക്ക്, വിശേഷിച്ചും ഇംഗ്ലീഷിന്, വിദ്യാസമ്പന്നരായ മധ്യവർഗങ്ങൾക്കിടയിൽ കൂടുതൽ സ്വീകാര്യത കൈവന്നു.

പ്രാകൃതമെന്നു വിശേഷിപ്പിക്കാവുന്ന എണ്ണമറ്റ ആചാരസവിശേ ഷതകൾ കാത്തുസൂക്ഷിക്കുന്ന അസംഖ്യം തദ്ദേശീയമതങ്ങളുടെ നാടാണ് ആഫ്രിക്ക. ഇസ്ലാം ഒരു ലോകമതമായി മാറിയതോടെ വടക്കനാ ഫ്രിക്കൻ ജനതയുടെ നല്ലൊരു ഭാഗം ഇസ്ലാംവിശ്വാസികളായി മാറി. ഏങ്കിലും പരമ്പരാഗതമായ ആചാരശൈലികൾ അവരൊരിക്കലും പൂർ ണമായി ഉപേക്ഷിച്ചില്ല. പിൽക്കാലത്ത് വൻകരയുടെ തെക്കൻ മേഖല കളിൽ ക്രിസ്തുമതത്തിന്റെ സ്വാധീനം വളർന്നു. സൃഷ്ടികർമം പൂർത്തി യാക്കിയതിനുശേഷം അനന്തതയിലേക്കു പിൻവാങ്ങിയ 'സ്രഷ്ടാവാം ദൈവ'മെന്ന സങ്കൽപ്പം പങ്കുവയ്ക്കുന്ന പരമ്പരാഗതമതങ്ങളുടെ സ്വാധീനത്തിന് സഹാറൻ–മധ്യആഫ്രിക്കൻ മേഖലകളിൽ യാതൊരു കോട്ടവും സംഭവിച്ചിട്ടില്ല. സ്രഷ്ടാവിനും സൃഷ്ടികൾക്കുമിടയിലുള്ള ദേവതാദേവന്മാർക്കും പൂർവാത്മാക്കൾക്കുമുള്ള പൂജയാണ് ആഫ്രിക്കൻ സമൂഹങ്ങളുടെ സാമ്പ്രദായികാരാധനകളുടെ കാതൽ. ആചാരാനു ഷ്ഠാനങ്ങളെ സംബന്ധിക്കുന്ന മിത്തുകളും ചൊല്ലുകളും വിശ്വാസങ്ങളും കൊണ്ട് സമ്പന്നമാണ് ആഫ്രിക്കയുടെ സാംസ്കാരികമനസ്സ്. ഇസ്ലാമിക, ക്രിസ്തീയമതങ്ങൾ ആഫ്രിക്കയിലെ കൊച്ചുസമൂഹങ്ങളെ കോർത്തിണ ക്കുന്ന കണ്ണികൾ കൂടിയായി മാറിക്കഴിഞ്ഞിട്ടുണ്ട്. മന്ത്രവാദവും ആഭിചാരക്രിയകളും ആഫ്രിക്കയിലെ സാമ്പ്രദായിക ജീവിതത്തിന്റെ അവിഭാജ്യഭാഗമാണ്. ക്രിസ്തുമതത്തിന്റെ വർധമാനമായ സ്വാധീനവും കൊളോണിയലിസത്തിന്റെ ഫലവും നവകൊളോണിയലിസത്തിന്റെ

ഭാഗവുമായ പാശ്ചാത്യവൽക്കരണവും ചേർന്ന് അതിസങ്കീർണമായ ഒരു സാംസ്കാരികാവസ്ഥ ആഫ്രിക്കയിൽ സൃഷ്ടിച്ചുകഴിഞ്ഞിരിക്കുന്നു.

ഇസ്ലാംമതത്തിന്റെ വിമോചനദൈവശാസ്ത്രമുഖത്തെ നീഗ്രോദേ ശീയതയുമായി സംയോജിപ്പിക്കുന്ന സമകാലീന ആഫ്രിക്കൻ ഇസ്ലാമിക പ്രവണതകൾ നവോത്ഥാനത്തിന്റെയും കീഴാളവിമോചനത്തിന്റെയും കണ്ണിൽ ഏറെ പ്രസക്തവും ശ്രദ്ധേയവുമാണ്. കറുത്തവർക്കുവേണ്ടി നിലകൊള്ളുന്ന ആഫ്രിക്കയിലെ പ്രൊട്ടസ്റ്റന്റുകളും സാംസ്കാരിക രാ ഷ്ട്രീയത്തിന്റെയും കീഴാളവിമോചനത്തന്റെയും നവോത്ഥാനത്തിന്റെ യും പുത്തൻ പ്രതീക്ഷകളെ അന്വർഥമാക്കുന്ന ഒരു ഘടകമാണ്.

മനോഹരങ്ങളായ മുസ്ലീംദേവാലയങ്ങളുടെയും പാറകളിൽ തീർത്ത ക്രിസ്ത്യൻ പള്ളികളുടെയും നിർമാണവിദ്യയുടെ വരവിനു ശേഷം അവരുടെ വാസ്തുകലയിൽ കാര്യമായ മാറ്റം പ്രകടമായത് കോൺക്രീറ്റുസൗധങ്ങൾ നിറഞ്ഞ ആധുനികനഗരങ്ങളുടെ വ്യാപന ത്തോടെയാണ്. പാരുഷ്യവും ചടുലതയും ദ്രുതഭേരിയുമാണ് ആഫ്രിക്കൻ സംഗീതത്തിന്റെ സവിശേഷതകൾ. ഇവിടെ വിനോദോപാധികളുടെയും ആചാരാനുഷ്ഠാനങ്ങളുടെയും അതിർവരമ്പുകൾ മാഞ്ഞുപോകു ന്നതാണ് കാണാനാവുക. ശിലായുഗം മുതൽക്കേ അനുഷ്ഠാനപരമായ കാര്യങ്ങൾക്കുവേണ്ടി ഉപയോഗിച്ചു വരുന്ന മാസ്കു സമ്പ്രദായവും ആഫ്രിക്കയിലെ പ്രാക്തനസമൂഹങ്ങളുടെ ആശയസംവേദനരീതികളും യൂറോപ്യൻ നാടകസങ്കേതങ്ങളും സമ്മേളിക്കുന്നതാണ് ഇന്നത്തെ ആഫ്രിക്കൻ തിയേറ്റർ. സ്വസ്തിഗീതങ്ങളും ഇതിഹാസകഥനങ്ങളും നാടോടിക്കഥകളും മിത്തുകളും കടങ്കഥകളും പഴഞ്ചൊല്ലുകളുമടങ്ങിയ അതിസമ്പന്നമായ ഒന്നാണ് ആഫ്രിക്കയുടെ വാമൊഴിസാഹിത്യ പാരമ്പര്യം.

ഹവുസ (Hausa), സ്വാഹിലി (Swahili), അംഹാറിക(Amharic) എന്നീ ബന്ധഭാഷകളിലെ ലിഖിതസാഹിത്യത്തിന് ഏതാനും നൂറ്റാണ്ടു കളുടെ ചരിത്രമുണ്ട്. കൊളോണിയൽ കാലഘട്ടത്തിൽ തദ്ദേശീയർ ഇംഗ്ലീഷ്, ഫ്രഞ്ച്, പോർട്ടുഗീസ് ഭാഷകളിൽ രചിച്ച കൃതികൾ വിദ്യാസമ്പന്നരായ വിഭാഗങ്ങൾക്കിടയിൽ വമ്പിച്ച പ്രചാരം നേടി. ഇതിനെല്ലാം പുറമേ, പ്രദേശിക ഭാഷകളിലും സാഹിത്യപ്രവർത്തന ങ്ങൾ ക്രമേണ സജീവമായി. കൊളോ ണിയൽ ആധിപത്യത്തിന്റെ ഒസ്യ ത്തായ പാശ്ചാത്യവൽക്കരണം, വാസ്ത വത്തിൽ, നവോത്ഥാനമെന്ന വിശേ ഷണംപോലും അർഹിക്കുന്നില്ല. കൊളോണിയലിസത്തിനെതിരായ

ലിയോൺ ഡാമസ്

ഐമി സെസായിർ

ചെറുത്തുനിൽപ്പാണ് ആഫ്രിക്കൻ നവോ ത്ഥാനത്തിന്റെ യഥാർഥസത്ത. അവഗ ണിക്കാൻ ശ്രമിച്ചാലും മാറ്റുകുറയാത്തവ യാണ് 1930-കൾക്കു ശേഷം ആഫ്രിക്ക യിൽനിന്ന് ലോകമറിഞ്ഞ സാഹിത്യ സൃഷ്ടികൾ. ഫ്രഞ്ചുസംസാരിക്കുന്ന ആഫ്രിക്കക്കാരും കരീബിയൻകാരുമായ എഴുത്തുകാർ നേതൃത്വം നൽകിയ 'നെഗ്രിറ്റ്യൂഡ്' (Negritude) ലോകചരിത്ര ത്തിലെതന്നെ ഏറ്റവും ശ്രദ്ധേയമായ കൊളോണിയൽ വിരുദ്ധ സാഹിത്യ സംരംഭങ്ങളിലൊന്നാണ്. ആഫ്രിക്കൻ സംസ്കാരത്തിന്റെ മഹത്വം ഉയർത്തി ക്കാട്ടിയ ലെപോൾഡ് സെൻഗോർ (Lepold Senghor - Senegal), ഐമി സെസായിർ (Aime Cesaire- Martini- que), ലിയോൺ ഡാമാസ് (Leon Damax -French Guiana) തുടങ്ങിയ എഴുത്തു കാർ പാശ്ചാത്യവൽക്കരണത്തെ ശക്തമായി അപലപിച്ചു. ആഫ്രിക്കൻ സംസ്കാരത്തിന്റെ സമഗ്രമായ പുനർവായന ആവശ്യമാണെന്ന് ഇവർ മനസിലാക്കി.

പാശ്ചാത്യരുടെ പണപ്പൊലിമയിലും തൊലിവെളുപ്പിലും മയങ്ങുക യല്ല, സ്വന്തം പാരമ്പര്യത്തിൽനിന്ന് ഊർജം സ്വീകരിച്ചു സ്വയം വള രുകയാണ് വേണ്ടതെന്ന് അവർ ഉദ്ബോധിപ്പിച്ചു. കറുത്തവർക്ക് അവ രുടെ സാംസ്കാരിക ജീവിതം നിഷേധിക്കപ്പെടുന്നതിനെതിരെ ശബ്ദമു യർത്താൻ കമ്യൂണിസ്റ്റുകാരനായ ഐമിക്ക് വർഗസമരസിദ്ധാന്തം തട സമായില്ല. രാഷ്ട്രീയമുന്നേറ്റങ്ങൾക്ക് അനുബന്ധമായി നടക്കേണ്ട സാം സ്കാരികസമരത്തിന്റെ പ്രാധാന്യം സിദ്ധാന്തവൽക്കരിക്കുകയും ലോ കമൊട്ടുക്കുമുള്ള ഇടതുപക്ഷ ബുദ്ധി ജീവികൾക്ക് സ്വീകാര്യമാ വുന്ന വിധത്തിൽ അതിനൊരു രാ ഷ്ട്രീയപരിപ്രേക്ഷ്യം ചമയ്ക്കുക യും ചെയ്യുന്നതിനു പകരം 'രാ ഷ്ട്രീയ യാഥാർഥ്യത്തിന്റെ സാം സ്കാരികതലം' അനുഭവിച്ചറിയു കയും പ്രയോഗത്തിൽ വരുത്തുക യുമാണ് ഐമി ചെയ്തത്. അദ്ദേഹം പിൽക്കാലത്ത് രചിച്ച രാഷ്ട്രീയ നാടകങ്ങൾ 'ആഫ്രിക്കൻ തീയേറ്റ

ലെപോൾഡ് സെൻഗോർ

റിനെ' രാഷ്ട്രീയ സാസ്കാരിക വിമോചനത്തിനുള്ള മാധ്യമമാക്കി മാറ്റി. ഫ്രെഞ്ച്-ആഫ്രിക്കൻ രാഷ്ട്രീയത്തിലെയും വിമോചന സാഹിത്യത്തി ലെയും അതികായനായ ലെപോൾഡ് സെൻഗോർ (Leopold Senghor) ഫ്രാൻസും ആഫ്രിക്കയും ഒരുപോലെ സ്മരിക്കുന്ന വിമോചനവാദികൂടി യാണ്. പാരീസിൽ അധ്യാപകനായി ജോലിചെയ്യുന്ന കാലത്ത് നാസി കൾ അദ്ദേഹത്തെ തടവിലാക്കുകയുണ്ടായി. നാസിത്തടവറയിൽ വച്ചാണ് നീഗ്രോ വിമോചനസാഹിത്യത്തിലെ അനശ്വരങ്ങളായ കൃതി കൾ പലതും അദ്ദേഹത്തിന്റെ തൂലികയിൽനിന്ന് പിറന്നു വീണത്. രണ്ടാം ലോകയുദ്ധാനന്തരം സെൻഗോർ ഫ്രെഞ്ച് നാഷണൽ അസംബ്ലിയിലേക്ക് തിരഞ്ഞെടുക്കപ്പെട്ടു. അദ്ദേഹം രൂപം നല്കിയ 'സെനഗലീസ് പ്രോഗ്ര സീവ് യൂണിയൻ' പിന്നീട് സോഷ്യലിസ്റ്റു പാർട്ടിയായി മാറുകയും സെന ഗലിന്റെ ഭരണം കരസ്ഥമാക്കുകയും ചെയ്തു. 1960-ൽ സെനഗൽ സ്വത ന്ത്രമായപ്പോൾ അദ്ദേഹം രാഷ്ട്രത്തലവനായി എതിരില്ലാതെ തിരഞ്ഞെടു ക്കപ്പെട്ടു. സോഷ്യലിസ്റ്റുതത്വങ്ങളിൽ ഉറച്ചു വിശ്വസിച്ച അദ്ദേഹം ആഫ്രി ക്കൻ വിമോചനത്തിന്റെ അവഗണിക്കാനാവാത്ത ശബ്ദമായി ലോകം മുഴുവൻ തിരിച്ചറിയപ്പെട്ടു.

വർണവിവേചനത്തിനെ തിരായ, തുളച്ചുകയറുന്ന, പ്രമേയങ്ങൾകൊണ്ട് ശ്രദ്ധേ യമാണ് ആരോൾ ഫ്യൂഗാ ഡിന്റെ നാടകങ്ങൾ. ഒരു ദക്ഷി ണാഫ്രിക്കൻ ജൂതകുടുംബ ത്തിൽ പിറന്നുവളർന്ന നാദിൻ ഗോർഡിമെർ വർണവിവേചന ത്തിനെതിരെ തൂലികചലിപ്പിച്ച സ്ത്രീ എഴുത്തുകാരിൽ പ്രമു ഖയാണ്. വടക്കനാഫ്രിക്ക യിലെ തനതു സാംസ്കാരി കപാരമ്പര്യങ്ങളുടെ കരുത്തും വന്യതയും ആവാഹിച്ച നാട കങ്ങളും കവിതകളുമാണ് വോൾ സോയിങ്കയെ (Vol

വോൾ സോയിങ്ക

Soya-nka) വ്യത്യസ്തനാക്കുന്നത്. നൈജീരിയയുടെ ജനാധിപത്യ സമരങ്ങൾക്കും ആഫ്രിക്കൻ സമൂഹങ്ങളുടെ ആത്മാഭിമാനത്തിനും സോയിങ്കയുടെ സംഭാവനകൾ വിലമതിക്കാനാവാത്തതാണ്. പലവട്ടം നാടുകടത്തപ്പെടുകയും ജയിലിലടയ്ക്കപ്പെടുകയും ചെയ്ത സോയിങ്ക ഇന്നും ലോകമെങ്ങുമുള്ള വിമോചനപ്പോരാട്ടങ്ങളുടെ ശക്തിസ്രോത സ്ലാണ്. യോരുബാ (Yoruba) മിത്തുകളും കെട്ടുകഥകളും ഉപജീവിച്ച് സാഹിത്യരചന നടത്തിയ ആമോസ് ത്യൂത്തുവോള(Amos Tutuola)

യാണ് ആഫ്രിക്കൻ എഴുത്തുകാരിൽ ശ്രദ്ധേയനായ മറ്റൊരാൾ. ആഫ്രി ക്കൻ സമൂഹത്തിലെ പാശ്ചാത്യവൽക്കരണത്തിന്റെ സ്വാധീനം അതിസൂ ക്ഷ്മമായി അവതരിപ്പിക്കുന്ന ചിന്വാ ആചെബേയുടെ (Chinua Achebe) നോവലുകൾ മാറുന്ന ആഫ്രിക്കൻ മനസിന്റെയും പുത്തൻ ഉൾക്കാഴ്ച കളിലേക്കു വികസിക്കുന്ന ആഫ്രിക്കൻ കലാസാഹിത്യാദികളുടെയും മികച്ച ദൃഷ്ടാന്തങ്ങളാണ്. കൊളോണിയലിസത്തിന്റെ കുടപ്പിറപ്പായ സാംസ്കാരികാധിനിവേശവുമായി മല്ലടിക്കുന്ന ഇഗ്ബോ (Jgbo) പാരമ്പ ര്യമാണ് ആചെബേ കൃതികളിലെ മുഖ്യപ്രമേയം. കൊളോണിയൽ പൈ തൃകം അവശേഷിപ്പിച്ചു പോയ പുതിയ ജീവിതത്തിന്റെ അവിഭാജ്യഘട കമായ അഴിമതിയും കറുപ്പിനും വെളുപ്പിനുമിടയിൽ ഇളകിയാടുന്ന വിദ്യാ സമ്പന്നമായ ആഫ്രിക്കൻ മനസിന്റെ സ്വത്വപ്രതിസന്ധിയും പാശ്ചാത്യാ ധിപത്യത്തിലൂടെ ആധുനികത അടിച്ചേൽപ്പിക്കപ്പെട്ട ആഫ്രിക്കയുടെ സ്വാഭാവികമായ പ്രശ്നങ്ങളാണ്. സ്വന്തം സാംസ്കാരികജീവിതത്തിന്റെ മഹത്വം ഉയർത്തിപ്പിടിക്കാനും സ്വന്തം വേരുകൾ തിരഞ്ഞുപോകാ നുമുള്ള വ്യഗ്രത ആഫ്രിക്കൻ ഡൈഷണികജീവിതത്തിൽ ശക്തിയാർ ജിച്ചു കഴിഞ്ഞിരിക്കുന്നു.

'അപകോളനീകരണത്തിന്റെ രോഷാകുലനായ തത്വചിന്തകൻ' എന്ന് നിസ്സംശയം വിളിക്കാവുന്ന ഫ്രാൻസ് ഫാനൻ (Frantz Fanon) മൂന്നാംലോക സമൂഹങ്ങൾക്ക് അവരുടെ തനതു ജീവിതം നിഷേധിക്കുന്ന സാംസ്കാരികാധിനിവേശത്തിനെതിരായ ചെറുത്തുനിൽപ്പിന്റെ ഏറ്റവും മികച്ച മാതൃകയാണ്. മാർട്ടിനിക്കുകാരനായ ഫാനനെ 'നീഗ്രോവിമോചന സാഹിത്യം' (Negritude) ആഴത്തിൽ സ്വാധീനിക്കുകയുണ്ടായി. ജീവി തത്തിനും കലയ്ക്കുമിടയിലെ അതിർവരമ്പുകൾ മായ്ച്ചുകളയുന്ന സർ ഗാത്മകധിഷണയുടെ ശക്തിസ്രോതസായി ആഫ്രിക്ക മാറിക്കഴിഞ്ഞിരി ക്കുന്നു. അതിന്റെ ഏറ്റവും തിളക്കമാർന്ന രത്നമാണ് ഫ്രാൻസ് ഫാനൻ.

9

വിമോചനത്തിന്റെ
കലയും സാഹിത്യവും

പുത്തൻ കരാറുകളിലൂടെ വ്യാപാരനിയന്ത്രണങ്ങൾ എടുത്തുക ളഞ്ഞ്, ഒരൊറ്റ സാമ്പത്തിക യൂണിറ്റായി പ്രവർത്തിക്കുന്ന വടക്കൻ അമേ രിക്ക ലോകമെങ്ങുമുള്ള ഭാഗ്യാന്വേഷികളുടെ പറുദീസയാണിന്ന്. എന്നാൽ, ഇരുപതിനായിരം വർഷങ്ങൾക്കുമുമ്പ് ഏഷ്യയിൽനിന്നു കുടി യേറിപ്പാർത്തവർ എന്നു കരുതപ്പെടുന്ന ഇന്ത്യൻവംശജരെ കൊന്നുതള്ളി യും ആഫ്രിക്കക്കാരായ അടിമകളെക്കൊണ്ട് മാടുകളെപ്പോലെ പണിയെ ടുപ്പിച്ചും നേടിയെടുത്ത ഈ സമ്പന്നതയുടെ മറവിൽ ഒളിച്ചിരിക്കുന്നത് നഗ്നമായ കാടത്തം തന്നെയാണ്. മഹത്തായ കൊളംബിയൻ പൂർവ (Pre-columbian) മിസോ–അമേരിക്കൻ നാഗരികതകളുടെ (Olmec, Toltec, Maya, Aztec) നേരവകാശികളെ തോൽപ്പിച്ചാണ് വൻകരയ്ക്കു മേൽ സ്പാനിഷ്, ഫ്രഞ്ച്, ഇംഗ്ലീഷ് ശക്തികൾ ആധിപത്യം സ്ഥാപിച്ചത്. പതിനേഴാം നൂറ്റാണ്ടോടെ യൂറോപ്യൻ കുടിയേറ്റക്കാരെയും അവർ വില യ്ക്കുവാങ്ങിയ അടിമകളെയും കൊണ്ട് വടക്കൻ അമേരിക്ക നിറഞ്ഞു. കനേഡിയൻ കാടുകളെ അടക്കിവാണിരുന്ന യുദ്ധോത്സുകരും ധീരു മായ ബ്ലാക്ക്ഫൂട്ടുകളെയും മറ്റും യൂറോപ്യന്മാർ ആയുധംകൊണ്ടും നയം കൊണ്ടും കീഴടക്കി. 'ഇല്യനോയിസിലെ റോക്ക് നദീതടങ്ങളിൽ ബ്ലാക്ക് ഹാവ്ക് (Black Hawk) നേതൃത്വം നൽകിയ ചെറുത്തുനിൽപ്പ് ഫലം കാണാതെ പോയ അസംഖ്യം നീക്കങ്ങളിൽ ഒന്നാണ്.

ഒട്ടൊക്കെ ഫ്രഞ്ചുസ്വാധീനമുള്ള ഒരുതരം ആംഗ്ലോ–അമേരിക്കൻ ജീവിതശൈലി വടക്കൻ മെക്സിക്കോ മുതൽ വടക്കോട്ടുള്ള ദേശങ്ങളിൽ പ്രചരിച്ചു. തദ്ദേശീയരുടെ ഭാഷയിലും ജീവിതശൈലിയിലും ചിന്താഗതി യിലും വന്ന മാറ്റമായി ഇതിനെ കാണാനാവില്ല എന്നതിനാൽ ലോക നവോത്ഥാനത്തെക്കുറിച്ചുള്ള ചർച്ചയിൽ ഇത് പരാമർശമർഹിക്കുന്നില്ല. തദ്ദേശീയരെ അക്ഷരാർഥത്തിൽ കൊന്നുതള്ളുകതന്നെയായിരുന്നു

കാഷ്യസ് ക്ലേ

യൂറോപ്യൻ കുടിയേറ്റക്കാരുടെ രീതി. പതിനാറാം നൂറ്റാണ്ടിൽ ആരംഭിച്ച അടിമത്തം പത്തൊൻപതാം നൂറ്റാണ്ടുവരെ നിലനിന്നു. അടിമത്തം നിയമം മൂലം നിരോധിക്കപ്പെട്ടതിനുശേഷവും കറുത്തവർഗക്കാരോടുള്ള നഗ്നമായ വിവേചനം തുടർന്നു. കറുത്തവരെയും വെളുത്തവരെയും തുല്യരായിക്കാണുന്ന ഒരു സിവിൽ സംസ്കാരം അമേരിക്കയിൽ രൂപപ്പെട്ടുവെന്ന് ഇനിയും തീർത്തു പറയാറായിട്ടില്ല.

സാമ്പത്തികകോളനീകരണത്തെയും രാഷ്ട്രീയാധീശത്വത്തെയും വെള്ളപൂശുന്ന ഒരു സാംസ്കാരിക വ്യവഹാരമാണ് പതിനെട്ടാം നൂറ്റാണ്ടിന്റെ കണ്ടെത്തലായ വംശീയവാദം (racism). മാനവികതയെക്കുറിച്ചും വ്യക്തിസ്വാതന്ത്ര്യത്തെക്കുറിച്ചുമുള്ള ഗിരിപ്രഭാഷണങ്ങൾ അരങ്ങു തകർത്ത യൂറോപ്പിനും ആഫ്രിക്കയിലേക്കും ഏഷ്യയിലേക്കും അമേരിക്കയിലേക്കും അധികാരം കയറ്റിയയച്ച വെള്ളക്കാർക്കും സ്വയം ന്യായീകരിക്കാൻ കറുത്ത തൊലിയുള്ളവർ പൂർണമനുഷ്യരല്ലെന്നുവരുത്തുന്ന ഒരു സിദ്ധാന്തം കൂടിയേ കഴിയുമായിരുന്നുള്ളു. ലോകവിജ്ഞാനത്തിന്റെ പരമാധികാരികളും വിധാതാക്കളുമായിരുന്ന യൂറോപ്യന്മാർ നരവംശവിജ്ഞാനീയവും ചരിത്രവും രാഷ്ട്രീയവുമെല്ലാം വെളുത്ത തൊലിയുള്ളവർക്കനുകൂലമായ നിഗമനങ്ങളും സങ്കേതങ്ങളുംകൊണ്ട് നിറച്ചു (ഇന്ത്യയെ അടക്കിഭരിക്കാനുള്ള വെള്ളക്കാരന്റെ അധികാരം "വിധികൽപ്പിതമായ നിയോഗമാണെ"ന്ന റഡ്യാർഡ് കിപ്ലിങ്ങിന്റെ കുപ്രസിദ്ധമായ പരാമർശം ഓർമിക്കുക). വംശീയവാദത്തിൽ കുറഞ്ഞ യാതൊന്നു കൊണ്ടും അടിമവ്യാപാരവും അടിമവേലയും ന്യായീകരിക്കാൻ കഴിയുമായിരുന്നില്ല. സ്വാതന്ത്ര്യത്തിന്റെയും ജനാധിപത്യത്തിന്റെയും എക്കാലത്തെയും ഏറ്റവും വലിയ അപ്പോസ്തലന്മാരായി നടിച്ച അമേരിക്കൻ ഐക്യനാടുകൾ വംശീയതയെയും അടിമത്തത്തെയും ഒരു സംസ്കാരവും ദർശനവും ജീവിതചര്യയുമാക്കി മാറ്റുകയും തൊലി കറുത്തുപോയതിന്റെ പേരിൽ ഒരു ജനതയ്ക്ക് മൃഗതുല്യമായ നരകജീവിതം വിധിക്കുകയും ചെയ്തു. ഇന്ത്യൻ വംശജരുടെ ചോരവീണ മണ്ണിൽ ചവിട്ടിനിന്നുകൊണ്ട് മനുഷ്യസമത്വത്തെക്കുറിച്ചും അടിമകളുടെ റിയർപ്പിന്റെ ഫലങ്ങൾ കൊള്ളയടിച്ചുകൊണ്ട് ജനാധിപത്യത്തെക്കുറിച്ചും അവർ പ്രസംഗിച്ചു. നീഗ്രോകളെ പൊതുജീവിതത്തിന്റെ മുഖ്യധാരയിലേക്കു കൊണ്ടുവരുന്നതിൽ നിർണായകമായ സംഭാവനകൾ നൽകിയ ടക്സീ

ജി സർവകലാശാലയുടെ സ്ഥാപകനും മഹാനായ സാമൂഹ്യ– വിദ്യാഭ്യാ
സപ്രവർത്തകനുമായ ബുക്കർ ടെലിയാഹിറോ വാഷിങ്ടൺ (1856–1915)
"വിദ്യകൊണ്ടു സ്വതന്ത്രരായ" അമേരിക്കൻ നീഗ്രോകളിൽ പ്രഥമസ്മര
ണീയനാണ്. ഇരുപതാം നൂറ്റാണ്ടിന്റെ തുടക്കംവരെയുള്ള അമേരിക്കൻ
നീഗ്രോകളുടെ ചരിത്രം പരിശോധിച്ചാൽ അദ്ദേഹത്തിനു സമശീർഷരായ
അധികമാരെയും കണ്ടെത്താനാവില്ല. 'നീഗ്രോകളുടെ വിമോചനത്തിനാ
വശ്യം അവകാശസമരങ്ങളല്ല, മികച്ച വിദ്യാഭ്യാസവും സാമ്പത്തികഭദ്ര
തയുമാണ്' എന്ന വാഷിങ്ടണിന്റെ പരാമർശം അമേരിക്കൻ നീഗ്രോകൾ
ക്കിടയിൽ ശക്തിപ്പെട്ടുതുടങ്ങിയിരുന്ന സമരോത്സുകതയും വിദ്യാഭ്യാസ
പരിശ്രമങ്ങളും വ്യക്തമാക്കുന്നതാണ്. വെള്ളക്കാർ രൂപകൽപ്പനചെയ്ത
വിദ്യാഭ്യാസരീതി അനുവർത്തിക്കുന്നതിലൂടെ അതേ വെള്ളക്കാരിൽ
നിന്നു വിമോചനം നേടാനാവുമെന്ന അദ്ദേഹത്തിന്റെ വിശ്വാസം അൽപ്പം
അതിരുകടന്നതായിരുന്നുവെന്ന് പ്രത്യേകം പറയേണ്ടതില്ല.

അമേരിക്കൻ ഐക്യനാടുകളിലെ "ജനാധിപത്യഭരണകൂടങ്ങൾ"
അടിമകളെ യജമാനന്മാരുടെ സ്വത്തായാണ് പരിഗണിച്ചിരുന്നത്. വ്യക്തി
കൾ എന്ന നിലയ്ക്കുള്ള യാതൊരു വിധ അവകാശങ്ങളും അവർക്ക്
നൽകപ്പെട്ടിരുന്നില്ല. അവരുടെ സാക്ഷ്യങ്ങൾക്ക് കോടതികൾ വിലകൽ
പ്പിച്ചിരുന്നില്ല. യജമാനപുരയിടത്തിൽനിന്ന് രക്ഷപ്പെടാൻ ശ്രമിക്കുന്നത്
കുറ്റമായി കണക്കാക്കപ്പെട്ടിരുന്നു. അക്ഷരജ്ഞാനം അടിമകൾക്ക് നിഷി
ദ്ധമായിരുന്നു. അവരെ വിവാഹിതരാവാൻ അനുവദിച്ചിരുന്നില്ല. യജമാന
ന്മാരുടെ അപ്രീതിക്കു പാത്രമാകുന്ന അടിമകളെ മരണംവരെ മർദിക്കുക
പതിവായിരുന്നു. അടിമത്തത്തിനും അടിമവ്യാപാരത്തിനുമെതിരായ
പ്രതിഷേധങ്ങൾ എത്രമേൽ ശക്തമായിത്തീർന്നിട്ടും നീഗ്രോകൾക്ക്
സമ്പൂർണമായ പൗരാവകാശങ്ങൾ അനുവദിച്ചു നൽകാൻ അമേരിക്കൻ
സ്റ്റേറ്റുകൾ തയാറായില്ല. അടിമനിയമങ്ങൾ കൂടെക്കൂടെ പുതുക്കിയും
ഏതാനും വ്യവസ്ഥകളിൽ അയവുവരുത്തിയും എതിർപ്പുകൾ നിശ്ശബ്ദ
മാക്കാനാണ് അവർ എന്നും ശ്രമിച്ചുപോന്നത്. 1964 ലെ പൗരാവകാശ
നിയമം പാസാക്കപ്പെടുന്നതുവരെ ഒളിഞ്ഞും തെളിഞ്ഞും വർണവിവേ
ചനം അമേരിക്കൻ നിയമങ്ങളുടെ ഭാഗമായി നിലനിന്നു. പൗരസമത്വം
നിയമപരമായി അംഗീകരിക്കപ്പെട്ടതിനുശേഷവും നീഗ്രോകളെ പൂർണ
മനുഷ്യരായി കണക്കാക്കുന്ന ഒരു സാമൂഹ്യമനസ്സ് രൂപപ്പെട്ടുവരാൻ
ഏറെക്കാലം കാത്തിരിക്കേണ്ടിവന്നു. ലോകത്തിലെ ഏക്കാലത്തെയും
ഏറ്റവും മികച്ച കായികതാരങ്ങളിലൊരാളായ കാഷ്യസ് ക്ലേ (Cassius
Clay) എന്ന മുഹമ്മദലിക്ക് ഭക്ഷണം വിളമ്പാൻ വെള്ളക്കാരനായ
പരിചാരകൻ വിസമ്മതിച്ചതും പരാതിപ്പെട്ട ക്ലേയെ ഹോട്ടലുടമ അപ
മാനിച്ചിറക്കിവിട്ടതും ജനാധിപത്യത്തിന്റെ ചരിത്രം നൂറ്റാണ്ടുകൾ പിന്നി
ട്ടതിനുശേഷമുള്ള അമേരിക്കയിലാണ്. മനസു വ്രണപ്പെട്ട ക്ലേ തനിക്കു
കിട്ടിയ സ്വർണമെഡൽ ഓഹിയോ നദിയിലേക്കു വലിച്ചെറിയുക്കയാണു
ണ്ടായത്.

നീഗ്രോകളുടെ പ്രശ്നങ്ങൾ പൊതുസമൂഹത്തിൽ സജീവമായി ചർച്ചചെയ്യപ്പെട്ടു തുടങ്ങിയതിനു പിന്നിൽ അമേരിക്കൻ നാടകവേദി വഹിച്ച പങ്ക് ശ്രദ്ധേയവും ചരിത്രപരവുമാണ്. നീഗ്രോവിമോചനത്തിനു വേണ്ടി ശക്തിയുക്തം വാദിച്ച നാടകപ്രവർത്തകരെയും വംശീയപരി ഗണനകൾക്കതീതമായ മനുഷ്യവിമോചനത്തിന്റെ സന്ദേശം പ്രചരിപ്പിച്ച നാടകങ്ങളെയും മാത്രമല്ല ഇതിൽ ഉൾപ്പെടുത്താവുന്നത്. ജെയിംസ് ബ്രൗണിന്റെ *രാജാവു കൊല്ലപ്പെട്ടു* (*King shotaway* - 1823) എന്ന നാടക ത്തിന്റെ അവതരണത്തോടെ ആരംഭം കുറിക്കപ്പെട്ട 'കറുത്തവരുടെ അരങ്ങ്' (Black Theatre) പിന്നീട് മിൻസ്ട്രൽ പ്രദർശനങ്ങളിലെ നാടകാ വതരണങ്ങളിലൂടെ സജീവമായി ത്തീർന്നു. വെള്ളക്കാരനായ തോമസ് ഡി റൈസ് (Thomas de Rice) അവ തരിപ്പിച്ച നീഗ്രോ കഥാപാത്രങ്ങളും അവയുടെ ആഫ്രോ-അമേരിക്കൻ വേഷവിധാനങ്ങളും ഗാനങ്ങളും നൃത്തങ്ങളുമാണ് ആഫ്രിക്കൻ വംശ ജരായ അടിമകളുടെ ശരീരഭാഷ വേദിയിലെത്തിച്ചത്. നീഗ്രോകൾക്കു വേണ്ടി പ്രത്യേകമായി നടത്തിയി രുന്ന ആരാധനകളിലും അവരുടെ സ്തോത്രഗീതങ്ങളിലും ആകൃഷ്ട നായിത്തീർന്ന സ്റ്റീഫൻ ഫോസ്റ്റർ കറുത്തവരുടെ നാടകങ്ങൾക്കുവേ ണ്ടി രചിച്ച ഗാനങ്ങൾ ഏറെ ശ്രദ്ധി ക്കപ്പെട്ടു. ന്യൂയോർക്കിലെ നീഗ്രോ

വെൽഡെൻ ജോൺസൺ

കൾ തിങ്ങിപ്പാർത്തിരുന്ന ഹാർലേം (Harlem) എന്ന ചേരിപ്രദേശം സംഭാ വനചെയ്ത ലോകപ്രസിദ്ധരായ കലാ- സാഹിത്യപ്രതിഭകൾ അമേരി ക്കയിലെ കറുത്തവർഗക്കാരുടെ വിമോചനചരിത്രത്തിൽ നിർണായക സ്ഥാനം അലങ്കരിക്കുന്നവരാണ്. ഇരുപതാം നൂറ്റാണ്ടിന്റെ പകുതിവരെ യെത്തുന്ന ഏകദേശം മുക്കാൽ നൂറ്റാണ്ടുകാലം ഇവർ അമേരിക്കൻ കലാസാഹിത്യരംഗത്തെ പ്രകാശഗോപുരങ്ങളായി നിലകൊണ്ടു. ജെയിംസ് വെൽഡെൻ ജോൺസൺ രചിച്ച *അമേരിക്കൻ നീഗ്രോ കവിത കൾ* (*Book of American Negro Poetry*), *ഒരു കറുത്തവന്റെ ആത്മകഥ* (*Autobiography of an Ex coloured Man*) തുടങ്ങിയ കൃതികൾ മൃഗ തുല്യരായി ഗണിക്കപ്പെട്ടിരുന്ന ഒരു ജനവിഭാഗത്തിന്റെ ജീവിതത്തിന് മുഖ്യധാരാസാഹിത്യത്തിൽ ഇടം നേടിക്കൊടുത്തു. "എല്ലാവരും സ്വരമു യർത്തി ഒരുമിച്ചു പാടുക" എന്നർഥം വരുന്ന വാക്കുകളിൽ തുടങ്ങുന്ന അദ്ദേഹത്തിന്റെ ഗാനമാണ് (Lift every voice and Sing) പൗരാവകാ ശപ്രസ്ഥാനത്തിന്റെ (Civil Rights movement), അടയാളഗാനമായി

ക്ലൗദ് മക്കേ

മാറിയത്. *ന്യൂഹാംഷയറിലെ വസ ന്തം (Spring in New Hampstire),* *ഹാർലേമിലെ നിഴലുകൾ (Harlem Shadows)* തുടങ്ങിയ കവിതാസമാ ഹാരങ്ങളിലൂടെയും *ഹാർലേമിലേക്ക് (Home to Harlem)* എന്ന നോവലി ലൂടെയും ശ്രദ്ധേയനായിത്തീർന്ന ക്ലൗദ് മക്കേ (Claude Mckay) അമേരിക്കൻ നീഗ്രോകളുടെ പൗരാ വകാശങ്ങൾക്കുവേണ്ടി തീവ്രമായി വാദിച്ചു. അതിനകം തന്നെ സ്വയം കണ്ടെത്തിത്തുടങ്ങിയിരുന്ന കറുത്ത വർഗക്കാരുടെ നരവംശപരമായ സ്വത്വത്തിൽ അപലപനീയമോ അപ കൃഷ്ടമോ പരിഹാസ്യമോ ആയി യാതൊന്നുമില്ലെന്ന് അദ്ദേഹം സാക്ഷ്യപ്പെടുത്തി. കൗണ്ടീകലളന്റെ (Countee Cullen) കവിതകൾ നീഗ്രോ വിമോചനസാഹിത്യ പാരമ്പര്യ ത്തോട് നീതി പുലർത്തുന്ന രചനകൾ ആണ്.

നീഗ്രോസ്വത്വചിന്തയുടെയും അവകാശബോധത്തിന്റെയും തീനാ മ്പുകൾ ലാങ്ങ്സ്റ്റൺ ഹ്യൂഗസിന്റെ (Langston Hughes) കവിതകളെ ശ്രദ്ധേയമാക്കുന്നു. തനിക്ക് അവകാശങ്ങൾ നിഷേധിച്ച വ്യവസ്ഥിതി യോടുള്ള കറുത്തവന്റെ രോഷം ഹ്യൂഗസിന്റെ വരികളിൽ നുരഞ്ഞു പൊന്തുന്നതുകാണാം. *ഒഴിഞ്ഞുപോയ സ്വപ്നത്തിന്റെ ഓർമകൾ (Montage of a Dream Deferred)* അദ്ദേഹത്തിന്റെ ശ്രദ്ധേയമായ രചനയാണ്. എഴുത്തുകാരിയും നരവംശവിദഗ്ദ്ധയുമായ ഹേസ്റ്റൺ (Zona Neal Hurston) നാടകവേദിയിലെ അദ്ദേഹത്തിന്റെ സഹകാരികളിൽ പ്രധാ നിയായിരുന്നു. കറുത്ത വർഗ ക്കാരുടെ ഉള്ളിൽ ഉറഞ്ഞുകിട ക്കുന്ന വംശീയമായ അപകർഷ താബോധത്തെ പരിഹസിക്കു കയും അവരിൽ ആത്മാഭിമാന മുണർത്തുകയും ചെയ്യുന്നവയാണ് ജെസ്സി റെഡ്മൺ ഫോസെറ്റിന്റെ (Jessie Redmon Fouset) രചന കൾ. അമേരിക്കൻ പൊതുസമൂഹ ത്തിൽ ഒരു കറുത്തവർഗക്കാരന് നേരിടേണ്ടിവരുന്ന അനുഭവങ്ങ ളുടെ ചിത്രീകരണമാണ് ജീൻ ടൂമ (Jean Toomer)റിന്റെ കെയിൻ

ലാങ്ങ്സ്റ്റൺ ഹ്യൂഗസ്

(Cane) എന്ന നോവൽ നിർവഹിച്ചത്. കറുത്തവരുടെ വിമോചനമുന്നേ റ്റങ്ങൾ ചിത്രീകരിക്കുന്ന നോവലുകൾ അർണാ ബോൺതെംസിനെ (Arna Bontemps) ശ്രദ്ധേയയയാക്കുന്നു.

ആനുകാലികങ്ങളിലും മറ്റും പ്രത്യക്ഷപ്പെട്ട വിമോചന സാഹിത്യ ഖണ്ഡങ്ങൾക്ക് ചിത്രീകരണങ്ങൾ വരച്ച ആരൺ ഡഗ്ലസ് (Aaron Doughlus) ആഫ്രിക്കൻ മാതൃകകളിൽ നിന്ന് ക്യൂബിസ്റ്റു സ്വഭാവമുള്ള ഒരു ആലേഖനശൈലി വികസിപ്പിച്ചെടുത്ത ചിത്രകാരനാണ്. അദ്ദേഹ ത്തിന്റെ രചനകൾ പലതും ന്യൂയോർക്കിലെ 'പബ്ലിക് ലൈബ്രറി'യിൽ സൂക്ഷിച്ചിട്ടുണ്ട്. അമേരിക്കയിലെ ദൃശ്യകലകളിലാകെ സമാനമായ മാറ്റ ങ്ങൾ പ്രകടമായി. കറുത്തവരുടെ ജീവിതവും സംസ്കാരവും ഏറെക്കുറെ യഥാതഥമായി ചിത്രീകരിക്കാൻ കഴിയുന്നവിധത്തിൽ അമേരിക്കൻ ഐക്യനാടുകളിലേയും സമീപപ്രദേശങ്ങളിലേയും കലാസാഹിത്യാ ദികൾ രൂപപരമായും സാങ്കേതികമായും മാറിത്തീർന്നു.

ഹാർലേമിലെ നവോത്ഥാനം (Harlem Renaissance) എന്ന് അറിയ പ്പെട്ട ഈ കലാസാഹിത്യനവീകരണം 'കറുത്തവരുടെ അരങ്ങി'നു കരു ത്തു പകർന്നു.

ശിൽപ്പപരവും ഭാഷാപരവുമായ മേന്മയുടെ കാര്യത്തിൽ താര തമ്യം അസാധ്യമാണെങ്കിലും ഹാർലേമിലെ നവോത്ഥാനസാഹിത്യകാര ന്മാർക്ക് അനുകരണീയമായ ആവിഷ്കാര മാതൃകകൾ ഉണ്ടായിരുന്നു. ഓടി രക്ഷപ്പെട്ടവരോ മോചിപ്പിക്കപ്പെട്ടവരോ ആയ നീഗ്രോകളുടെ വാ മൊഴിയായും വരമൊഴിയായുമുള്ള അനുഭവവിവരണങ്ങൾ പതിനെട്ടാം നൂറ്റാണ്ടിന്റെ പകുതി മുതൽക്കു തന്നെ അമേരിക്കൻനാടുകളിലും പുറത്തും പ്രചരിച്ചിരുന്നു. *നീഗ്രോയായ ബ്രിട്ടൺഹാമോണിന്റെ അസാ ധാരണ സഹനങ്ങളും അപ്രതീക്ഷിത വിമോചനവും (A Narrative of the uncommon sufferings and surprising deliverence of Briton Hammon, A Negro Man - 1760)* ആണ് നീഗ്രോകളുടെ അനുഭവ കഥനത്തിന്റെ ശ്രദ്ധേയമായ ആദ്യമാതൃക. *ഒളോദ ഇക്യുനോ അഥവാ ഗുസ്താവസ് വാസ എന്ന ആഫ്രിക്കാരന്റെ വിചിത്രമായ ജീവിതകഥ (Interesting Narrative of the life of Olandah Eqyiano or Gustavas vassa,the African - 1789)* രാജ്യാന്തര പുസ്തകവിപണിയിൽ ചലന ങ്ങളുണ്ടാക്കിയ രചനയാണ്. 1820 കൾക്കുശേഷമുള്ള അരനൂറ്റാണ്ട് അമേ രിക്കൻ അടിമകളുടെ നരകയാതനകൾ സാഹിത്യത്തിലൂടെ ആവിഷ്ക രിക്കപ്പെട്ട തീക്ഷ്ണമായ അനുഭവകഥനങ്ങളുടെ കാലഘട്ടമായിരുന്നു. മൃഗങ്ങൾപോലും ചെയ്യാനറയ്ക്കുന്ന കൊടുംക്രൂരതകളുടെയും ക്രി സ്തുവിന്റെ പീഡാനുഭവകഥകളെ നിസ്സാരമാക്കുന്ന നരകയാതനകളു ടെയും കഥകൾ നീഗ്രോ സാഹിത്യത്തിലൂടെ ലോകമറിഞ്ഞു.

ഒരു അടിമസ്ത്രീക്ക് വെള്ളക്കാരനിൽ പിറന്ന്, കഷ്ടപ്പാടുകൾക്കു നടുവിൽ വളർന്ന്, നീഗ്രോവിമോചനത്തിന്റെ ലോകപ്രസിദ്ധനായ വക്താവും പ്രക്ഷോഭകാരിയുമായി മാറിയ ഫ്രഡറിക് ഡഗ്ലസ് 1845-ൽ

രചിച്ച ആത്മകഥ ലോകസാഹിത്യ ത്തിലെ ഒരു അനുപമ ക്ലാസി ക്കാണ്. ലാറ്റിനമേരിക്കൻ രാജ്യങ്ങ ളിലെയും അമേരിക്കൻ ഐക്യനാടു കളിലെയും അടിമകളുടെ വിമോ ചനത്തിനുവേണ്ടി ജ്ഞാനോദയ ത്തിന്റെ വക്താക്കളായ ബുദ്ധിജീവി കളും സാംസ്കാരിക നായകന്മാരും ഉയർത്തിക്കൊണ്ടുവന്ന മുന്നേറ്റ ങ്ങൾ നവോത്ഥാനത്തിന്റെ നേരവ കാശിയാണ് ജ്ഞാനോദയമെന്നു തെളിയിച്ചു. ബ്രിട്ടൻ, ഫ്രാൻസ് തുടങ്ങിയ രാജ്യങ്ങളിലും അവർ കൈവശം വച്ചിരുന്ന കോളനി കളിലും അടിമത്തവും അടിമവ്യാ പാരവും ഘട്ടംഘട്ടമായി നിരോധി

ഫ്രഡറിക് ഡഗ്ലസ്

ക്കപ്പെട്ടതിനു പിന്നിൽ 'എബളിഷനിസം' (Abolitionism) എന്നു വിളിക്കപ്പെടുന്ന അടിമത്തവിരുദ്ധപ്രസ്ഥാനം സൃഷ്ടിച്ച പൊതുജനാ ഭിപ്രായത്തിന് നിർണായകമായ പങ്കുണ്ട്. പ്രസിഡന്റ് സ്ഥാനത്തേക്കുള്ള എബ്രഹാം ലിങ്കന്റെ തെരഞ്ഞെടുപ്പും അടിമത്തനിരോധനത്തെച്ചൊല്ലി അമേരിക്കൻ ഐക്യനാടുകളിൽ പൊട്ടിപ്പുറപ്പെട്ട ആഭ്യന്തരകലാപവും കലാസാംസ്കാരികരംഗങ്ങളിലും സാഹിത്യത്തിലും സംഭവിച്ചുകൊ ണ്ടിരിക്കുന്ന വിപ്ലവാത്മകമായ മാറ്റങ്ങളുടെ രാഷ്ട്രീയമുഖം മാത്രമായി രുന്നു. 1780-കൾ മുതൽ 1890-കൾവരെയുള്ള ഒരു നൂറ്റാണ്ടിലേറെക്കാലം,

ഹാരിയററ് ബീച്ചർ സ്റ്റോ

റിപ്പബ്ലിക്കന്മാരെക്കാളും ഡെമോ ക്രാറ്റുകളെക്കാളും ഭംഗിയായി അമേ രിക്കൻ മന:സാക്ഷിയുമായി സംവ ദിച്ചത് അടിമത്തവിരുദ്ധപ്രസ്ഥാന മായിരുന്നു. എബളിഷനിസത്തിന്റെ സ്വാധീനം ലാറ്റിൻ അമേരിക്കയിലും പ്രകടമായിരുന്നു. അമേരിക്കൻ ആന്റിസ്ലേവറി സൊസൈറ്റി(Anti-Slavery Society)യുടെ സ്ഥാപകനേ താക്കളിലൊരാളായിരുന്ന വില്യം ലോയ്ഡ് ഗാരിസൺ (William Lloyd Garrison) സൊസൈറ്റിയുടെ നേതാ വും സംഘാടകനുമായും നിരവധി പ്രസിദ്ധീകരണങ്ങളുടെ നടത്തി പ്പുകാരനും എഡിറ്ററും എന്ന നില

യിലും നീഗ്രോ വിമോചനത്തിനും സ്ത്രീസമത്വത്തിനും നൽകിയ സംഭാവനകൾ വിലമതിക്കാനാവാത്തതാണ്.

ഗാരിസന്റെ നേതൃത്വത്തിൽ ആകൃഷ്ടനായി നീഗ്രോവിമോചന പ്രസ്ഥാനത്തിന്റെ സജീവപ്രവർത്തകനായി മാറിയ ജോൺ ഗ്രീൻ ലീഫ് വിറ്റിയർക്ക് (John Greeleaf Whittier) വിദ്യാഭ്യാസം നിഷേധിക്കപ്പെട്ട തന്റെ ഭൂതകാലം മനോഹരമായ കവിതകൾ രചിക്കുന്നതിനോ തുലിക പടവാളാക്കി വർണവിവേചനത്തിനെതിരെ പോരാടുന്നതിനോ പ്രതിബന്ധമായില്ല. ഏബ്രഹാം ലിങ്കനെ ആഴത്തിൽ സ്വാധീനിച്ച *അങ്കിൾ ടോംസ് ക്യാബിൻ (Uncle tom's cabin -1852)* നീഗ്രോകളുടെ പീഡാനുഭവങ്ങളിൽ മനമലിഞ്ഞ് അവരുടെ വിമോ

ആരൺ ഡഗ്ലസ് രൂപകൽപന ചെയ്ത പോസ്റ്റർ

ചനത്തിനുവേണ്ടി തുലികകൊണ്ടു പോരാടിയ ഹാരിയറ്റ് ബീച്ചർ സ്റ്റോ (Harriet Beecher stowe) എന്ന ഹ്യൂമനിസ്റ്റ് എഴുത്തുകാരിയുടെ ലോകോത്തര ക്ലാസിക്കാണ്. അമേരിക്കൻ ആഭ്യന്തരയുദ്ധത്തിന്റെ "കാരണങ്ങ"ളിലൊന്നായാണ് ലിങ്കൻ ഈ നോവലിനെ വിശേഷിപ്പിച്ചത്.

ഇരുപതാം നൂറ്റാണ്ടിന്റെ രണ്ടാം പകുതിയിൽ കറുത്ത വംശജരുടെ വിമോചനപ്പോരാട്ടങ്ങൾ പുതിയ രൂപഭാവങ്ങൾ കൈവരിച്ചു. 1960 കളിലും 70 കളിലും ബ്ലാക്ക് പാന്തർ പാർട്ടിയുടെ (Black Panther Party) പ്രവർത്തനങ്ങൾ ലോകശ്രദ്ധ പിടിച്ചുപറ്റി. നിയമദൃഷ്ട്യാ കുറ്റകരമായിരുന്നിട്ടു കൂടി കറുത്തവരോട് വിവേചനപരമായി പെരുമാറിയ പൊലീസുകാർക്കും മറ്റ് ഉദ്യോഗസ്ഥർക്കുമെതിരെ നിയമം കൈയിലെടുക്കാൻപോലും ഇവർ പലപ്പോഴും തയാറായി. എന്നാൽ തങ്ങൾ സ്വതന്ത്രരാണെന്ന തോന്നൽ അമേരിക്കൻ നീഗ്രോകൾക്കിടയിൽ ശക്തിപ്പെട്ടതോടെ, ഇത്തരം സംഘടനകളുടെ ആൾബലവും അംഗീകാരവും ശോഷിച്ചുപോയിരിക്കുന്നു.

1960 കളിലും 70കളിലും, അമേരിക്കൻ നീഗ്രോകൾ കലാസാഹിത്യ ദിരംഗങ്ങളിൽ അഭുതപൂർവമായ പുരോഗതി കൈവരിച്ചു. നീഗ്രോദേശീതയുടെ സാംസ്കാരിക രാഷ്ട്രീയം സൂക്ഷ്മസംവേദനത്തിന്റെ പുത്തൻ സാധ്യതകളായി കലാസാഹിത്യാദികളെ കണ്ടു. അമീറി ബരാക്ക (Amiri Baraka), ഹൂസ്റ്റൺ ബെയ്ക്കർ (Housten Baker) തുടങ്ങിയവർ നീഗ്രോ ദേശീതയുടെ വിമോചനമൂല്യങ്ങൾക്കു സൈദ്ധാന്തികമുഖം നൽകി.

ഹാർവാഡ് യൂണിവേഴ്സിറ്റിയിലെ ആഫ്രോ
-അമേരിക്ക പഠനവകുപ്പിന്റെ അധ്യക്ഷനായ
ഹെൻറി ലൂയി ഗേറ്റ്സ് (Henry Louis Gates)
അമേരിക്കൻ ആനുകാലികങ്ങളിൽ എഴുതിയ
ശ്രദ്ധേയമായ പഠനങ്ങൾ നീഗ്രോവിമോചന
ത്തിന്റെ പുതിയ മുഖം അനാവരണം ചെയ്യു
ന്നവയാണ്. അദ്ദേഹം എഡിറ്റുചെയ്തു പുറ
ത്തിറക്കിയ കൃതികളിലൂടെയാണ് കറുത്ത
വരായ എഴുത്തുകാരിൽ പലരെയും ലോകമറി
ഞ്ഞത്.

ടോണി മോറിസൺ

അവഗണിക്കാനാവാത്ത ശക്തിയായി
അമേരിക്കൻ അടിമകളെ മാറ്റിയ നീഗ്രോ
ദേശീയബോധത്തിന്റെ ഉണർന്നെഴുന്നേൽപ്പ്
ഏററവും സമർഥമായി ആവിഷ്കരിക്കപ്പെടുന്ന കൃതികൾ, ഒരുപക്ഷെ,
ഗേറ്റസിന്റേതാണ്. ടോണിമോറിസ* (Toni Morrison) ന്റെയും
ആലിസ്വാക്കറു** (Alice Walker)ടെയും കൃതികൾ ആഫ്രോ അമേരി
ക്കൻ ദേശീയതയുടെ സ്ത്രീപക്ഷവായന നിർവഹിക്കുന്ന വർത്തമാന
കാല സാഹിത്യത്തിന്റെ പ്രതീക്ഷകളാണ്. ആഫ്രോ–അമേരിക്കൻ
വിമോചനസാഹിത്യത്തിലെ ഏറ്റവും ശക്തമായ സ്ത്രീ സാന്നിധ്യമാണ്
ടോണി മോറിസൺ (Toni Morrison). മോറിസന്റെ നോവലുകളിൽ
ഹൃദയാവർജ്ജകമായി ആവിഷ്കരിക്കപ്പെട്ട 'അടിമസ്ത്രീയുടെ പീഡാ
നുഭവങ്ങൾ' കീഴാളവിമോചനത്തിന്റെ പരിപ്രേക്ഷ്യത്തിൽ ലിംഗവിവേ
ചനത്തിന്റെ പ്രശ്നങ്ങൾ കൈകാര്യം ചെയ്യുന്ന അപൂർവാനുഭവങ്ങളാണ്.

ആഫ്രോ – അമേരിക്കൻ സംസ്കാരത്തെക്കുറിച്ച് ആലീസ് വാക്ക
റിന്റെ നോവലുകളും കഥകളും ലേഖനങ്ങളുംപകരുന്ന ഉൾക്കാഴ്ചകൾ
വിവേചനഭീകരതയുടെ വൈതാളികന്മാർക്കും അവരുടെ ഭരണകുട
ത്തിനും ഇനിയൊരിക്കലും തടഞ്ഞുനിർത്താനാവാത്ത ഒരു പുതിയ നാഗ
രികതയുടെ ചുണ്ടുപലകകളാണ്.

ബെസ്റ്റ് സെല്ലറായ അലേക്സ് ഹെയിലിയുടെ ആത്മകഥ (The
Autobiography of Malcolm) പിന്നീട് ടെലിവിഷൻ സീരിയൽ രൂപ
ത്തിൽ സംപ്രേഷണം ചെയ്യപ്പെട്ടപ്പോൾ നേടിയ അംഗീകാരം അദ്ഭുതപൂർ
വമായിരുന്നു. ഏഴു തലമുറകൾക്കു മുമ്പ് അടിമയാക്കപ്പെട്ട തന്റെ പ്രപി
താമഹനിൽ തുടങ്ങി വർത്തമാനകാലത്തിൽ എത്തിനിൽക്കുന്ന ഹെയ്ലി
യുടെ ആഖ്യാനം സങ്കൽപ്പശകലങ്ങൾ മേമ്പൊടിചേർത്ത യാഥാർഥ്യ
ത്തിന്റെ ചിത്രീകരണങ്ങളാണ്. മോചിതരായിത്തീർന്ന അടിമകളുമാ
യുള്ള അഭിമുഖങ്ങൾ ഇരുപതാം നൂറ്റാണ്ടിൽ അസംഖ്യം ഡോക്യു
മെന്ററി ചലച്ചിത്രങ്ങൾക്ക് വിഷയമാവുകയുണ്ടായി.

---

*   ടോണി മോറിസന്റെ കൃതികൾ: *The Bluest Eye, Song of Solomon, Tar baby be loved, Paradise*
**   ആലീസ് വാക്കറുടെ നോവലുകൾ: *The colour Purple, The Temple of My Families, Possessing
     the secret of joy)*

ഇരുപതാം നൂറ്റാണ്ടിൽ അസംഖ്യം യുദ്ധങ്ങൾക്കും കൂട്ടക്കൊല കൾക്കും കാരണമായിത്തീർന്ന വംശീയമാത്സര്യങ്ങൾ ലോകത്തെ 'സംസ്കാരം പഠിപ്പിക്കാൻ' ദൈവത്താൽ ഭരമേൽപ്പിക്കപ്പെട്ടവരെന്ന് മേനി നടിച്ച കൊളോണിയൽ ശക്തികൾ അവശേഷിപ്പിച്ചുപോയ അശുദ്ധമായ രാഷ്ട്രീയസംസ്കാരത്തിന്റെ തുടർച്ചയാണ്. ജനിതകശാസ്ത്രവും മറ്റു ജീവശാസ്ത്രശാഖകളും ഏറെ വികാസം പ്രാപിച്ചു കഴിഞ്ഞ ആധുനി കയുഗത്തിൽ വംശീയവാദത്തിന് പഴയരൂപത്തിൽ നിലനിൽക്കാൻ എളുപ്പമല്ല. ഫ്രാൻസ് ബോവസിനെ (Franz Boas) പ്പോലുള്ളവരുടെ പഠനങ്ങൾ വംശമേന്മാവാദത്തിന്റെ അശാസ്ത്രീയത അർഥശങ്കയ്ക്കിട യില്ലാത്തവിധം തെളിയിച്ചു കഴിഞ്ഞിരിക്കുന്നു. കൊളോണിയൽ യുഗ ത്തിൽ മനുഷ്യരെ ഭിന്നിപ്പിക്കാൻ ഉപയോഗിച്ച നരവംശപരമായ വ്യത്യാ സങ്ങളുടെ സ്ഥാനത്ത് സാംസ്കാരികവും മതപരവുമായ വൈജാ ത്യങ്ങളെ പ്രതിഷ്ഠിക്കാനാണ് നിയോകൊളോണിയലിസവും നിയോ ഫാസിസവും ഇപ്പോൾ ശ്രമിക്കുന്നത്. സാമുവൽ ഹണ്ടിംങ്ടൺ എന്ന അമേരിക്കൻ ചിന്തകൻ രചിച്ച *വിശ്വസംസ്കാരങ്ങളുടെ സംഘർഷം (Clash of Civilizations)* എന്ന കൃതി അതിന്റെ ഏറ്റവും മികച്ച ദൃഷ്ടാന്തമാണ്.

<h1 style="text-align:center">10</h1>

<h1 style="text-align:center">ക്ഷോഭിക്കുന്ന വൻകര</h1>

ആഫ്രിക്കയിലെന്നപോലെ, ഏഷ്യയിലും തെക്കേ അമേരിക്ക യിലും നവോത്ഥാനത്തിന്റെയും ജ്ഞാനോദയത്തിന്റെയും ആശയങ്ങൾ കടന്നെത്തിയത് കൊളോണിയൽ അധികാരത്തിന്റെ വക്കാലത്തു മാ യാണ്.

ക്രിസ്റ്റഫർ കൊളംബസിന്റെ (Christopher Columbus) സമുദ്രപര്യ വേക്ഷണത്തെത്തുടർന്ന് അമേരിക്കൻ വൻകരകളിലേക്കുള്ള യൂറോപ്യ ന്മാരുടെ കുടിയേറ്റം ആരംഭിച്ചു.

അസംതൃപ്തരായ തദ്ദേശീയരുടെ സഹായത്തോടെ, ഹെർനൻ കോർട്ടസിന്റെ നേതൃത്വത്തിലുള്ള അഞ്ഞൂറോളം വരുന്ന സായുധ സംഘം ആസ്തെക്കു സാമ്രാജ്യത്തെ നിലംപരിചാക്കി.

പെഡ്രോ ഡി അൽവരാദോ (Pedro de Alvarado)യുടെ നേതൃത്വ ത്തിലുള്ള മറ്റൊരു അക്രമിസംഘം ഗ്വാട്ടിമാലയുടെ ആകാശങ്ങളിൽ അധിനിവേശത്തിന്റെ കരിമേഘങ്ങൾ നിറച്ചു. ഡിയാഗോ ഡീ അൽ മാഗ്രോ (Diego de Almagro)യുടെ ആക്രമണങ്ങളെ ചെറുത്തു നിൽ ക്കാൻ ചിലിയിലെ ഭരണകർത്താക്കൾക്കും അവരുടെ സൈനികശക്തി ക്കുമായില്ല. നിർദയമായ കൂട്ടക്കൊലകളും സമാനതകളില്ലാത്ത വംശ വെറിയും കൊണ്ടാണ് 'കോൺകിസ്റ്റാഡോറുകൾ' (conquistador) എന്ന് അറിയപ്പെടുന്ന ഈ അക്രമിസംഘങ്ങളും മനുഷ്യത്വരാഹിത്യത്തിന്റെ മൂർത്തീമദ്ഭാവങ്ങളായ അവയുടെ നേതാക്കളും ചരിത്രത്തിൽ സ്ഥാനം കണ്ടെത്തിയത്. തദ്ദേശീയമായ എല്ലാറ്റിനെയും അധമമായിക്കാണു ന്നവരും യൂറോകേന്ദ്രിതമായ മാനസികാവസ്ഥ പുലർത്തുന്നവരുമായ ഒരു മധ്യവർഗത്തിന്റെ ഉയർച്ചയ്ക്കാണ് യൂറോപ്യൻ കുടിയേറ്റക്കാരുടെ സൈനികപരാക്രമങ്ങളും അവർ കെട്ടിയിറക്കിയ സംസ്കാരവും നിമിത്ത മായിത്തീർന്നത്.

ഹെർനൻ കോർട്ടസിന്റെ (Hernan Cortes) പരാക്രമിസംഘത്തെ അനുഗമിച്ച പെഡ്രോ ഡി അൽവരാദോ സൈനികാധീശത്വത്തെ രാഷ്ട്രീയാധികാരമാക്കി വളർത്തുകയും മെക്സിക്കോ നഗരത്തിന്റെ ആദ്യത്തെ ഗവർണ്ണറായിത്തീരുകയും ചെയ്തു. കീഴടക്കപ്പെട്ട നഗരങ്ങൾ കേന്ദ്രീകരിച്ചു വളർന്ന അധിനിവേശശക്തികളുടെ സാന്നിധ്യം ഉൾനാടുകളെ അൽപ്പാൽപ്പമായി ഗ്രസിക്കുകയും വൻകരയിലെ സാമൂഹ്യ-രാഷ്ട്രീയ ജീവിതത്തിന്റെ സമസ്തമണ്ഡലങ്ങളെയും പുത്തൻ ഭരണകൂടങ്ങൾ കീഴടക്കുകയും ചെയ്തു. പരാക്രമിസംഘങ്ങൾ സൈനികമായി നിർവീര്യമാക്കിയ മേഖലകൾ ഓരോന്നായി യൂറോപ്യൻ കുടിയേറ്റക്കാരുടെ സാംസ്കാരികവും സാമ്പത്തികവുമായ അധീശത്വത്തിൻ കീഴിൽ അമരുകയും കൊളോണിയലിസത്തിന്റെ നെടുംതൂണുകളായി മാറിയ മധ്യവർഗ സമൂഹങ്ങൾക്ക് മാറിയ സാഹചര്യങ്ങൾ ജന്മം നൽകുകയും ചെയ്തു.

ചക്രവർത്തിയുൾപ്പെടെയുള്ള ഭരണാധികാരികളെ ചതിവിൽ തോൽപ്പിച്ചും വഞ്ചനാപരമായ നീക്കങ്ങളിലൂടെ വധിച്ചുമാണ് ഫ്രാൻസിസ്കോ പിസാരോ എന്ന കൊളോണിയൽ പര്യവേക്ഷകൻ പെറുവിയൻ മേഖലയിൽ അധികാരം നേടിയെടുത്തത്. അയാളുടെ സഹോദരനായ ഗോൺസാലോ പിസാരോ (Gonzalo Pizarro) തദ്ദേശീയരുടെ രക്തം ചിന്തുന്നതിൽ മറ്റാരെക്കാളും പിറകിലായിരുന്നില്ല.

യൂറോപ്യനിതര സമൂഹങ്ങളെ മുഴുവൻ കത്തോലിക്കാമതത്തിനു കീഴിൽ കൊണ്ടുവരികയെന്ന ദൗത്യത്തിന്റെ അച്ചാരമായി ലോകം പങ്കിട്ടെടുക്കാൻ സ്പെയിനിനും പോർട്ടുഗലിനുമുള്ള അധികാരം അംഗീകരിക്കപ്പെട്ടത് 1494-ൽ ഇരുരാജ്യങ്ങൾക്കുമിടയിൽ ഒപ്പുവയ്ക്കപ്പെട്ട തോർദെസില്ലാസ് ഉടമ്പടി(Treaty of Tordesillas)യിലൂടെയായിരുന്നു. പോർട്ടുഗലിനെ വൻകരയുടെ "കിഴക്കെ പകുതിയുടെയും സ്പെയിനിനെ മറുപകുതിയുടെയും" അവകാശികളും യജമാനന്മാരുമായി പോപ് അലക്സാണ്ടർ ആറാമൻ അംഗീകരിച്ചതോടെ, കൊളോണിയൽ പ്രക്രിയയുടെ മകുടമായ സാംസ്കാരികാധിനിവേശത്തിന്റെ ആശയപരമായ അടിത്തറ ആസൂത്രണം ചെയ്യപ്പെട്ടു കഴിഞ്ഞിരുന്നു. തദ്ദേശീയരെ കൊന്നുതള്ളുന്നതിനുള്ള ദൈവദത്തമായ അധികാരമായാണ് ഈ ഉടമ്പടി കണക്കാക്കപ്പെട്ടത്. ലോകത്തിന്റെ സാംസ്കാരിക ചരിത്രത്തിന് മറക്കാനാവാത്ത സംഭാവനകൾ നൽകിയ തെക്കേ അമേരിക്കൻ സമൂഹങ്ങൾ പരിഷ്കൃത ലോകത്തിന് സങ്കൽപ്പിക്കാൻ പോലും കഴിയാത്ത വിധത്തിൽ ക്രൂരമായി വേട്ടയാടപ്പെട്ടു. അവശേഷിച്ചവരാകട്ടെ, അടിമത്തത്തിനു സമാനമായൊരു ജീവിതാവസ്ഥയിലേക്ക് ചവിട്ടിത്താഴ്ത്തപ്പെടുകയും ചെയ്തു.

പതിനാറാം നൂറ്റാണ്ടിന്റെ ആദ്യപകുതിയിൽത്തന്നെ മധ്യ അമേരിക്കൻ പ്രദേശങ്ങൾക്കും കൊളോണിൽ ആധിപത്യത്തിനു വഴങ്ങേണ്ടി വന്നു. പതിനെഴാം നൂറ്റാണ്ടോടെ ഇംഗ്ലീഷുകാരും ഏതാനും മേഖലകളിൽ അധികാരം സ്ഥാപിച്ചു. ലോകത്തിൽ ഏറ്റവുമാദ്യം കോളനീകരി

ക്കപ്പെട്ട അമേരിക്കൻ വൻകരകളിൽനിന്നുതന്നെയാണ് ആദ്യത്തെ കോള
നിവിരുദ്ധസമരങ്ങൾ ഉയർന്നു വന്നതും. പത്തൊൻപതാം നൂറ്റാണ്ടിൽ
ത്തന്നെ കൊളോണിയൽനുകത്തിൽനിന്ന് ഏറെക്കുറെ സ്വതന്ത്രമാകാൻ
അമേരിക്കൻ വൻകരകൾക്കു കഴിഞ്ഞു.

എന്നാൽ 'ഐക്യനാടുകളുടെ' രൂപത്തിൽ സാമ്രാജ്യത്വത്തെ അമേ
രിക്കൻ വൻകരകളിൽത്തന്നെ കുടിയിരുത്തുന്നതിൽ അധിനിവേശ
ശക്തികൾ അതിനകം വിജയിച്ചു കഴിഞ്ഞിരുന്നു.

അന്റോണിയോ സ്യൂക്കർ (Antonio
Sucre), ജോസ് ഡി സാൻ മാർട്ടിൻ,
സൈമൺ ബോളിവർ (Simon Bolivar)
തുടങ്ങിയ അസാമാന്യരായ നേതാക്ക
ന്മാർക്കു കീഴിൽ ലത്തീൻ അമേരിക്കൻ
രാജ്യങ്ങൾ നടത്തിയ ഉയർത്തെഴുന്നേൽ
പ്പ് വൻകരയുടെ സാംസ്കാരികവും
കലാപരവുമായ ജീവിതത്തിലും അല
കൾ സൃഷ്ടിച്ചു. യൂറോപ്യൻ ജനത
കളെ അന്ധമായി അനുകരിക്കുകയെന്ന
തിനപ്പുറത്ത്, തങ്ങളുടെ തനതായ സാം
സ്കാരികജീവിതവും സ്വതന്ത്രമായ ചി
ന്താതരംഗങ്ങളും കണ്ടെത്തുന്നതിനുള്ള
പുത്തൻ പരിശ്രമങ്ങളിൽ   തെക്കന
മേരിക്കൻ നാടുകളിലെ കവികളും കലാ

അന്റോണിയോ സ്യൂക്കർ

കാരന്മാരും ചിന്തകന്മാരും മുഴുകി. ആഫ്രിക്കയിലെ മുന്നേറ്റങ്ങളുമായി
താരതമ്യപ്പെടുത്തിയാൽ, സാംസ്കാരികവും ചരിത്രപരവുമായ വേരു
കൾ കണ്ടെത്താനുള്ള ലത്തീനമേരി
ക്കൻ ജനതയുടെ അന്വേഷണം ദുർ
ബലമാണെന്ന് പറയാതെ വയ്യ. എന്നി
രുന്നാലും ലത്തീനമേരിക്കൻ സാഹി
ത്യത്തിലെ ശ്രദ്ധേയമായ പ്രവണത
കൾ പരാമർശിക്കാതെ വിടുന്നത്
അനുചിതമായിരിക്കും. രാഷ്ട്രീയ അട്ടി
മറികൾക്കും അസ്ഥിരമായ അധികാ
രസ്മവാക്യങ്ങൾക്കും കുപ്രസിദ്ധമായ
തെക്കൻ അമേരിക്ക നവസാമ്രാജ്യത്വ
യുഗത്തിന്റെ ഏകധ്രുവനീതിക്കെതി
രായ കലാപം സൂക്ഷിക്കുന്ന കലയു
ടെയും സാഹിത്യത്തിന്റെയും നാടാ
ണ്. കോളനീകരണത്തിന്റെ ഭാഗമായ
സാംസ്കാരിക–അധിനിവേശത്തോ

സൈമൺ ബോളിവർ

ടുള്ള പ്രതിഷേധം തനതു സം
സ്കാരങ്ങളോടും അനന്യമായ
സൗന്ദര്യശാസ്ത്ര മാതൃകകളോ
ടുമുള്ള ആരാധനയും അഭിനി
വേശവുമായി ലാറ്റിനമേരിക്കൻ
സാഹിത്യത്തിൽ പ്രത്യക്ഷപ്പെടു
ന്നു. ആഫ്രിക്കൻ-പടിഞ്ഞാറൻ
യൂറോപ്യൻ മാതൃകകളുടെയും
തദ്ദേശീയമായ ജീവിതാവസ്ഥക
ളുടെയും സംഗീതാത്മകമായ
മേളനം ഇതിൽ ദൃശ്യമാണ്.
അനന്തമായ ഭൂതകാലത്തിന്റെ
ഗർഭഗൃഹങ്ങളിൽനിന്ന് ജീവിത
ത്തിലേക്കിറങ്ങിവരുന്ന മിത്തുക
ളുടെയും ജീവിതരൂപങ്ങളു
ടെയും മാന്ത്രികമായ ആവി

സാൻമാർട്ടിൻ

ഷ്ക്കാരം 'മാജിക്കൽ റിയലിസ'മെന്ന സൗന്ദര്യശാസ്ത്രസങ്കേതമായി
ലോകസാഹിത്യത്തിൽ പ്രകാശം ചൊരിയുന്നു.

അപ്രശസ്തങ്ങളായ ദേശങ്ങളിൽ അറിയപ്പെടാത്ത ജീവിതാവസ്ഥ
കൾ ഹരം കൊള്ളിക്കുകയും കോരിത്തരിപ്പിക്കുകയും ജീവിതത്തിന്റെ
അർഥത്തെക്കുറിച്ചുള്ള ആഴമേറിയ ചിന്തയിലേക്ക് അനുവാചകനെ തള്ളി
യിടുകയും ചെയ്യുന്ന വായനാനുഭവങ്ങളായി ലാറ്റിനമേരിക്കൻ
സാഹിത്യം ലോകം മുഴുവൻ പ്ര
ചാരം നേടിക്കഴിഞ്ഞിരിക്കുന്നു.
കോളനീകരണത്തിന്റെ സാം
സ്കാരിക ഭാരത്തിൽനിന്ന് കുത
റുമ്പോഴും സ്പാനിഷും ലാറ്റിനും
അവയിൽ തുടിക്കുന്ന അധിനിവേ
ശജീവിതത്തിന്റെ നിറഭേദങ്ങളും
നെഞ്ചേറ്റിയ ജനതകളുടെ ജീവ
നമാണ് സന്ദിഗ്ധതകളുടെ കൂ
മ്പാരമായി ലത്തീനമേരിക്കൻ
സാഹിത്യം അനുഭവപ്പെടുത്തുന്ന
ത്. പരുക്കൻ യാഥാർഥ്യങ്ങളും
ഭ്രമാത്മകമായ ഭാവനാശകല
ങ്ങളും കാവ്യാത്മകമായി സമ്മേ
ളിക്കുന്ന ഒരു രചനാശൈലിക്ക്
ലാറ്റിനമേരിക്കൻ എഴുത്തുകാർ,
വിശേഷിച്ച് നോവലിസ്റ്റുകൾ,

മാർക്കേസ്

ജോർജ് ലൂയി ബോർഗസ്

രൂപംനല്കി. പച്ചയായ ജീവിതാവസ്ഥ കളുടെ ധീരമായ ആവിഷ്കാരം ഇത്തരം 'മാജിക്കൽ റിയലിസ്റ്റുകൃതികളിൽ' (magical realism) ആഘോഷമായി മാറുന്നു. ജീവിതത്തിന്റെ മധ്യാഹ്നത്തിൽ നിശ്ശേഷ മായ അന്ധതയ്ക്കു കീഴടങ്ങേണ്ടിവന്ന ജോർജ്ജ് ലൂയി ബോർഹേസ് (Jorge Luis Borges) പത്തൊൻപതാം നൂറ്റാ ണ്ടിന്റെ അന്ത്യത്തോടെ, ജീർണതകളുടെ കൂടാരമായി മാറിക്കഴിഞ്ഞിരുന്ന തെക്ക നമേരിക്കയിലെ യാഥാസ്ഥിതിക സാഹി ത്യസങ്കല്പങ്ങൾക്കെതിരെ കലാപമുയർ ത്തിയ അത്യന്താധുനികതാപ്രസ്ഥാന

ത്തിന്റെ (Modernist Ultraist Movement) പ്രോദ്ഘാടകനും കരുത്തനായ വക്താവുമായി ഉയർന്നുവന്നു. സൂക്ഷ്മരാഷ്ട്രീയത്തിന്റെ അസ്ഥികൾ സ്പന്ദിക്കുന്ന ചരിത്രപരതയാണ് ലത്തീനമേരിക്കൻ നോവലുകളുടെ സവിശേഷത. മഹത്തായ മായൻ സംസ്കാരത്തിന്റെ ഈടുവയ്പുകൾ മണ്മറഞ്ഞ യുഗങ്ങളുടെ ചാരത്തിൽനിന്നു കണ്ടെടുക്കുന്ന രചനകളാണ് ഗ്വാട്ടിമാലക്കാരനായ മിഗ്വൽ ഏഞ്ചൽ അസ്തൂറിയാസിന്റേത്. മഹാനായ ചെഗുവേര അദ്ദേഹത്തിന്റെ നാട്ടിലെ വിപ്ലവരാഷ്ട്രീയത്തിൽ നേരിട്ട് ഇട പെടുകയുണ്ടായി. ജീവിതംകൊണ്ട് അസാധ്യമായതിനെ ഭാവനകൊണ്ട് ധന്യമാക്കുന്ന വിഭ്രമാത്മകമായ കഥനശൈലിയാണ് ബോർഹസിന്റെ കഥകൾക്ക് ഇതിഹാസസമാനമായ ശില്പഗാംഭീര്യം നല്കുന്നത്. കൃതി കളിൽനിന്ന് പുറത്തിറങ്ങി വിഹരിക്കുകയും ഒടുവിൽ അക്ഷരങ്ങൾക്കി ടയിൽ തിരിച്ചെത്തുകയും ചെയ്യുന്ന കഥാപാത്രങ്ങൾ ലോകസാഹിത്യ

ത്തിൽ ബോർഹസിനുമാത്രം സ്വന്ത മാണ്. അധിനിവേശയുഗത്തിൽ ഉട ഞ്ഞുപോയ ദേശീയസ്വത്വം വീണ്ടെടു ക്കുന്ന അർജന്റീനയുടെ കഥാശരീര മായി ബോർഹസിനെ കാണാം. സൗന്ദര്യശാസ്ത്രത്തിന്റെ അലകും പിടിയും മാറ്റിയ ലോകോത്തര നോവ ലുകൾക്കു ജന്മംനല്കിയ അമേരി ക്കൻ മണ്ണിൽ ഏതാനും പേജുകളിൽ ഒതുങ്ങിപ്പോകുന്ന കൊച്ചുകഥകൾ കൊണ്ട് ഭാവനയുടെ ഒരു വൻകര സൃ ഷ്ടിക്കാൻ കഴിഞ്ഞ ബോർഹസുമായി താരതമ്യം അർഹിക്കുന്നവർ ആധു നിക കഥാസാഹിത്യത്തിൽ വിരളമാണ്.

അസ്തൂറിയാസ്

മിഗുവൽ ഏയ്ഞ്ചൽ അസ്തുറിയാസ് (Miguel Angel Asturias) മായൻ കലാസാഹിത്യാദികളുടെ അടിസ്ഥാന സവിശേഷതകളിലൊന്നായ ഗൂഢാത്മകതാവാദത്തിന്റെ സങ്കേതങ്ങളുപയോഗിച്ച് ലാറ്റിനമേരിക്കൻ ജനജീവിതത്തിന്റെ സാംസ്കാരികോർജം ആവാഹിച്ചെടുത്ത കവിയും നോവലിസ്റ്റുമാണ്. സാമൂഹ്യവിമർശനത്തിന്റെയും ചെറുത്തുനിൽപ്പി ന്റെയും അടരുകളാണ് അസ്തുറിയാസിന്റെ രചനകളെ മറ്റുപലരുടേയും കൃതികളിൽനിന്ന് വ്യത്യസ്തമാക്കുന്നത്. ലാറ്റിനമേരിക്കൻ നാടുകളുടെ സ്വാതന്ത്ര്യത്തിനും പരമാധികാരത്തിനും മേൽ ഡിമോക്ലീസിന്റെ വാൾ പോലെ തൂങ്ങി നിൽക്കുന്ന അദൃശ്യമായ അമേരിക്കൻ സാന്നിധ്യത്തിനും സമ്പന്നർക്ക് ഓശാന പാടുന്ന തദ്ദേശീയ ഭരണകൂടങ്ങൾക്കുമെതിരെ അദ്ദേഹത്തിന്റെ ശബ്ദം മുഴങ്ങി. ഇന്ത്യൻവംശജരായ തെക്കൻഅമേ രിക്കൻ കർഷകരുടെ ജീവിതദൈന്യത അസ്തുറിയാസിന്റെ കൃതിക ളിൽ അതിസമർഥമായി ചിത്രീകരിക്കപ്പെട്ടിരിക്കുന്നു. 1960–ൽ അദ്ദേഹ ത്തിനു നൽകപ്പെട്ട നോബേൽ സമ്മാനം ലത്തീനമേരിക്കയിലെ തനതു ജീവിതത്തിന്റെ മഹത്വം അംഗീകരിക്കുന്നതായി. മലയാളത്തിന്റെ ഏറ്റ വും പ്രിയപ്പെട്ട കവികളെക്കാൾ മലയാളിക്കു പ്രിയങ്കരനായ പാബ്ലോ നെരുദയാണ് (Pablo Neruda) ലത്തീനമേരിക്കൻ സാഹിത്യത്തിലെ എക്കാലത്തെയും ഏറ്റവും തിളക്കമൊർന്ന മുത്ത്. മാനുഷികമായ എല്ലാ റ്റിനെയും അഭിനിവേശപൂർവ്വം ആവാഹിക്കുകയും എതിർക്കപ്പെടേണ്ട എല്ലാറ്റിനുമെതിരെ അടങ്ങാത്ത രോഷമായി ആളിപ്പടരുകയും ചെയ്യുന്ന താണ് നെരുദയുടെ കവിത. പുരോഗമന രാഷ്ട്രീയ–സാംസ്കാരിക പ്രചോ ദനത്തിന്റെ അക്ഷയസ്രോതസായി അതിന്നും ലത്തീനമേരിക്കയുടെ സാഹിത്യഗരിമയ്ക്ക് മകുടം ചാർത്തുന്നു. പ്രണയവും വിപ്ലവവും കേന്ദ്ര പ്രമേയമാക്കുന്ന നെരുദക്കവിതകൾ ചരിത്രവിരുദ്ധമോ അരാഷ്ട്രീയമോ ആയ ഏതുതരം അസ്തിത്വചിന്തയ്ക്കുമെതിരെ ജാഗ്രത്തായ പ്രതീക്ഷ കളുടെ പ്രചോദനം ചുരത്തുന്നവയാണ്. 'ഞാൻ ഒറ്റയ്ക്കാണെന്ന് കരു തുമ്പോൾ ഞാൻ ഒറ്റയ്ക്കല്ല' എന്ന് നെരുദ പാടുമ്പോൾ സാമൂഹ്യമനു ഷ്യന്റെ ചരിത്രപരമായ നൈരന്തര്യം അദ്ദേഹത്തിന്റെ വാക്കുകൾക്കിട യിൽനിന്ന് സോഷ്യലിസ്റ്റ് ജീവിതാവബോധത്തിന്റെ പ്രഭ ചൊരിയുന്നതു കാണാം. കമ്യൂണിസ്റ്റ് വിപ്ലവകാരികൂടിയായിരുന്ന സെസാർവയാഹോ യുടെ കവിതകൾ അതിഭാവുകത്വമോ അതിശയോക്തിയോ കലരാത്ത ആധുനിക കാവ്യശൈലിയുടെ അനന്യദൃഷ്ടാന്തങ്ങളാണ്. അർഥം തേഞ്ഞു പോയ വാക്കുകളുടെ വേരുകൾതേടി അനുഭവങ്ങളുടെ ഗഹന തയിലേക്ക് മൗനമായി ഊളിയിട്ടുചെല്ലുന്ന ഒരു ജീവിതപര്യവേഷകന്റെ ഭാവമാണ് തന്റെ രചനകളിൽ വയാഹോക്ക്. നാടുവിട്ടലയുന്നവന്റെ ഏകാ കിതയും ബാല്യത്തിന്റെ അനാഥത്വവും ജീവിതത്തിൽനിന്ന് അദ്ദേഹ ത്തിന്റെ കവിതകളിൽ ചേക്കേറി. വിപ്ലവചിന്തയുടെ വാൾ തേച്ചു മിനു ക്കുമ്പോഴും അദ്ദേഹത്തിന്റെ കവിതകൾ അസ്തിത്വവ്യഥകൾക്ക് അവധി നൽകുന്നില്ല. ബൗദ്ധികമായ ഔന്നത്യത്തോടു വിട്ടുവീഴ്ചചെയ്യാതെ

കാവ്യഭംഗിയുടെ ഉയരങ്ങൾ കീഴടക്കിയവരിൽ ഒക്ടോവിയോ പാസിനു (Octavio Paz) സമശീർഷരായി അധികംപേരില്ല. ഇന്ത്യയുമായുണ്ടായി രുന്ന ബന്ധങ്ങളും ഇന്ത്യയുടെ ദാർശനികപാരമ്പര്യത്തോടുണ്ടായിരുന്ന ആസക്തിയും പാസിനെ ഇന്ത്യൻ വായനക്കാർക്ക് പ്രിയങ്കരനാക്കേണ്ട താണ്. ലോകസംസ്കാരത്തിന് മഹത്തായ ഈടുവയ്പുകൾ സമ്മാനിച്ച ആസ്തെക് (Aztec) പാരമ്പര്യംതന്നെയാണ് അധിനിവേശയുഗത്തിന്റെ വെല്ലുവിളികളിലൂടെ സംക്രമിച്ച് പാസിന്റെ കവിതകളിൽ നിറയുന്നത്. വിപ്ലവക്യൂബയുടെ ദേശീയകവിയായ നിക്കൊളാസ് ഗിയെന്റെ (Nicolas Guillen) ബിംബകൽപ്പനകൾ മലയാളകവിതയിൽപോലും അനുകരിക്ക പ്പെട്ടിട്ടുണ്ട്. മാർക്സിസത്തിന്റെ നിലപാടു തറയിൽ തിളക്കിയ അതിശ യകരങ്ങളായ രചനാശിൽപ്പങ്ങളാണ് അലേഹാ കാർപെന്ററുടെ നോവ ലുകൾ. രാഷ്ട്രീയാധിനിവേശത്തിന്റെ കൂടപ്പിറപ്പായ സാംസ്കാരിക കോള നീകരണത്തിനെതിരായ പ്രതിഷേധം അദ്ദേഹത്തിന്റെ അക്ഷരങ്ങൾക്ക് വിദ്യുൽസമാനമായ കാന്തികപ്രഭാവം സമ്മാനിക്കുന്നു. ആധിപത്യ ത്തിന്റെ എല്ലാ രൂപങ്ങൾക്കുമെതിരായ നിഷേധമായി കാർപെന്ററുടെ കൃതികളിൽ തെളിയുന്നത് തനിമയുടെ വേരുകളിൽനിന്ന് ആധുനികീക രണത്തിന്റെ സമാന്തരമാതൃകകൾ സൃഷ്ടിച്ചുകൊണ്ടിരിക്കുന്ന ലത്തീന മേരിക്കയുടെ രാഷ്ട്രീയമനസുതന്നെയാണ്.

'പെഡ്രോപരാമോ' (Pedro Paramo) എന്ന മെക്സിക്കൻ നോവ ലിന്റെ കർത്താവായ ഹുവാൻ റുൾഫോ (Juan Rulfo) തന്റെ കഥാസമാ ഹാരത്തിനു പേരിട്ടത് 'തീ പിടിച്ച താഴ്വര'യെന്നാണ്. ആധുനിക ലത്തീൻ അമേരിക്കൻ സാഹിത്യത്തിന്റെ ഒരു വിഹഗവീക്ഷണം നടത്തിയാൽ, മനസുകൾക്കു തീപിടിച്ച ഒരു ഭൂഖണ്ഡത്തിന്റെ ചിത്രമാണ് സാഹിത്യ സംവേദനത്തിന്റെ ലോകഭൂപടത്തിൽ തെളിയുന്നത്.

അധിനിവേശത്തിന്റെ ഒസ്യത്തായ സ്പാനിഷ് ഭാഷയിൽ രചിക്ക പ്പെട്ടിട്ടും, മഹത്തായ ലാറ്റിനമേരിക്കൻ കൃതികളിൽ മിക്കവയും തദ്ദേ ശീയ സ്വത്വധാരണകളുടെ സ്ഫോടനാത്മകമായ കരുത്ത് ഭാഷയിലും ഭാവുകത്വത്തിലും ആവിഷ്ക്കരിക്കുന്നവയാണ്.

മീസോ അമേരിക്കൻ റെഡ് ഇന്ത്യൻ സംവേദനപാരമ്പര്യം ആധു നിക ലത്തീനമേരിക്കൻ സാഹിത്യത്തിൽ അതിന്റെ നേരവകാശികളെ കണ്ടെത്തിയിരിക്കുന്നു. അതിന്റെ പിടച്ചിലുകളാണ് ലത്തീനമേരിക്കൻ സംസ്കാരത്തിലെയും കലാസാഹിത്യാദികളിലെയും നവോത്ഥാനതലം. ലോകമെങ്ങുമുള്ള വിപ്ലവകാരികളുടെ സിരകളിൽ അഗ്നിപടർത്തുന്ന മര ണമില്ലാത്ത ബിംബകൽപ്പനകളാണ് പാബ്ലോനെരുദ എന്ന കവിയെ ക്ഷോഭിക്കുന്ന ലാറ്റിൻ അമേരിക്കയുടെ ഹൃദയം ലോകത്തിനുമുന്നിൽ തുറന്നുവച്ച അനശ്വരരത്നമാക്കിമാറ്റുന്നത്. വലതുപക്ഷശക്തികൾ അധികാരമേറിയ ചിലിയുടെ മണ്ണിൽ കമ്യൂണിസ്റ്റുകാരനായ നെരുദയ്ക്ക് പ്രവേശനം നിഷേധിക്കപ്പെട്ടു. സാധാരണ എഴുത്തുകാർ നിസ്സാരമെന്നു കരുതി അവഗണിക്കുന്ന വസ്തുക്കളിൽനിന്നുപോലും, ആഘോഷിക്ക

പ്പെടേണ്ട ജീവിതത്തിന്റെ വർണങ്ങൾ തൊട്ടെടുക്കാൻ നെരുദയുടെ കാവ്യഭാവനയ്ക്കു കഴിഞ്ഞു. മാജിക്കൽ റിയലിസ്റ്റു സാഹിത്യശൈലി യുടെ ഏറ്റവും ശ്രദ്ധേയനായ പ്രയോക്താവായി കണക്കാക്കപ്പെടുന്നത് ഗബ്രിയേൽ ഗാർഷ്യ മാർക്കേസ് (Gabriel Garcia Marquez) ആണ്. ജീവിതഗന്ധിയായ ഒന്നിനെയും അന്യമായി കരുതാത്ത പ്രക്ഷുബ്ധവും നിർഭയവും മാസ്മരികവുമായ സർഗശൈലി അദ്ദേഹത്തിന്റെ കൃതികളെ ലോകത്തിനു മുഴുവൻ പ്രിയപ്പെട്ടതാക്കി. മക്കോൻഡോ (Macondo) എന്ന സാങ്കൽപ്പിക ഗ്രാമത്തിന്റെ കഥപറയുന്ന മാർക്കേസിന്റെ *ഏകാന്തത യുടെ നൂറു വർഷങ്ങൾ (One hundred years of solitude)* വിശ്വസാഹി ത്യത്തിലെ അനശ്വര തേജസ്സുകളിൽ ഒന്നാണ്. മാനവികമോചനത്തിനു വേണ്ടി രക്തസാക്ഷിത്വം വരിച്ച ഏണസ്റ്റോ ചെ ഗുവേര, സാൽവദോർ അലെൻഡേ (Salvador Allende) തുടങ്ങിയ വിപ്ലവകാരികളുടെ പോരാട്ട വീര്യവും പച്ചയായ മനുഷ്യജീവിതത്തെ വളച്ചുകെട്ടില്ലാതെ സമീപിക്കു വാനുള്ള ധീരതയും ഇഴചേരുന്നതാണ് ലാറ്റിനമേരിക്കൻ സാഹിത്യ ത്തിന്റെ (സിനിമയുടെയും) സമകാലികമുഖം.

11

നവോത്ഥാനത്തിന്റെ ചിറകരിയുന്ന പുനരുത്ഥാന വാദം

കോളനിവൽക്കരണവും അതിന്റെ ഭാഗമായി പ്രചാരംനേടിയ വംശമഹിമാവാദവും ലോകജനതയെ വംശീയമായി ചിന്തിക്കാനും സംഘടിക്കാനും പ്രേരിപ്പിച്ചു. പല സ്ഥലങ്ങളിലും ദേശീയതയും വംശീയ തയും ഒന്നായിത്തീർന്നു. വിമോചനപ്പോരാട്ടങ്ങൾക്ക് അപൂർവം അവസ രങ്ങളിലെങ്കിലും വംശീയമായ മാനങ്ങൾ ഉണ്ടാവുകയും വീറുറ്റ സമര ങ്ങൾക്കുമേൽ പലപ്പോഴും വംശീയത ആരോപിക്കപ്പെടുകയും ചെയ്തു.

തെക്കു കിഴക്കൻ യൂറോപ്പിലും പടിഞ്ഞാറൻ ഏഷ്യാ പസഫിക് മേഖലകളിലുമായി ചിതറിക്കിടന്നിരുന്ന സ്ലാവ് വംശജരെ ഒരുമിപ്പിക്കുന്ന തിനുവേണ്ടിയുള്ള ഒരു പ്രസ്ഥാനം പത്തൊൻപതാം നൂറ്റാണ്ടിൽ ഉയർ ന്നുവന്നു. വിവിധരാജ്യങ്ങളിലെ സ്ലാവ് വംശജരുടെ സാംസ്കാരികവും ഭാഷാപരവുമായ സവിശേഷതകൾ ആഴത്തിൽ പഠിച്ച സ്ലാവ് ബുദ്ധി ജീവികളാണ് ഈ നീക്കത്തിന് പ്രചോദനം നൽകിയത്. ആസ്ത്രിയൻ ഭരണകുടത്തിനു കീഴിൽ സ്ലാവ് ജനതയ്ക്ക് അനുഭവിക്കേണ്ടിവന്ന വിവേ ചനം ഐക്യസ്ലാവ് പ്രസ്ഥാനത്തിന്റെ (Pan-Slav Movement) രാഷ്ട്രീയ മായ പ്രസക്തിക്ക് അടിവരയിട്ടു. 1860 കളോടെ, തുർക്കിക്കും ആസ്ത്രിയാ ഹംഗറിക്കുമെതിരെ, സ്ലാവ് വംശജരായ റഷ്യക്കാരിൽ നല്ലൊരു വിഭാഗം സംഘടിതരായി രംഗത്തു വന്നു. എന്നാൽ ദേശീയവും സാംസ്കാരികവു മായ വൈജാത്യങ്ങൾ അവഗണിച്ചുകൊണ്ടുള്ള സ്ലാവ് ഐക്യം അസാധ്യമാണെന്ന് ചരിത്രം തെളിയിച്ചു. റഷ്യൻ, ഉക്രേനിയൻ, ബെലാറഷ്യൻ പ്രദേശങ്ങളിലെയും പോളിഷ്, ചെക്ക്, സ്ലൊവാക്യൻ മേഖലകളിലെയും സ്ലാവുകളുടെ വംശീയമായ ഏകീകരണം അസാധ്യ മാക്കുന്നതായിരുന്നു പൂർവപശ്ചിമ സ്ലാവ് മേഖലകളിലെ ജനങ്ങൾക്കി ടയിൽ നിലനിന്ന സാംസ്കാരികവും ചരിത്രപരവുമായ വേർതിരിവുകൾ.

സെർബിയ, ക്രൊയേഷ്യ, സ്ലൊവേനിയ, ബൾഗേറിയ, മാസിഡോണിയ എന്നിവിടങ്ങളിലെ സ്ലാവുകൾ മേൽപ്പറഞ്ഞ രണ്ടു വിഭാഗങ്ങളിൽനിന്നും വ്യത്യസ്തരായിരുന്നു. പോളണ്ട്, ചെക്ക്, സ്ലോവാക്യ തുടങ്ങിയ പടിഞ്ഞാ റൻ ദേശങ്ങളിലെ സ്ലാവു ജനതകൾ ചരിത്രപരമായി സാംസ്കാരിക യുറോപ്പിന്റെ ഭാഗമായിരുന്നു. സ്ലാവ് ഏകീകരണപ്രസ്ഥാനത്തിന്റെ പാർശ്വഫലമെന്നോ പ്രതിപ്രവർത്തനമെന്നോ പറയാവുന്ന വിധത്തിൽ, സാംസ്കാരികവും ഭാഷാപരവുമായ സവിശേഷതകളിലേക്ക് ആണ്ടിറ ങ്ങാനും സ്വതന്ത്രജനതകൾ എന്ന നിലയിലുള്ള സ്വന്തം വ്യക്തിത്വം ആവിഷ്കരിക്കാനുമുള്ള ശ്രമങ്ങൾ ഈ മേഖലകളിലെ പ്രാദേശിക സമൂഹങ്ങൾക്കിടയിൽ സജീവമായി. തെക്കൻ, കിഴക്കൻ മേഖലകളിലെ സ്ലാവ് ജനജീവിതത്തിനുമേൽ തുർക്കികളുടെയും മംഗോളിയരുടെയും അധിനിവേശത്തിന്റെ മുദ്രകൾ പതിഞ്ഞിരുന്നു. പൗരസ്ത്യ ക്രിസ്തു മതവും (Eastern Orthodoxy) റോമൻ കത്തോലിക്കാമതവും സ്ലാവുകളെ ഒരിക്കലും ഒരുമിക്കാനാവാത്തവിധം വിഭജിച്ചു നിർത്തി. എന്നാൽ, ഏകീകരണത്തിനുവേണ്ടി വാദിച്ച സ്ലാവു ബുദ്ധിജീവികൾ ഗൃഹാതു രമായ ചരിത്രസ്മൃതികളുടെ തടവിലായിരുന്നു. ബൊഹീമിയ, സെർ ബിയ, ക്രൊയേഷ്യ, ബോസ്നിയ, പോളണ്ട്, ബൾഗേറിയ, എന്നിവിട ങ്ങളിലെ സ്ലാവ് ജനസമൂഹങ്ങൾ കരുതിവച്ച സാംസ്കാരികമായ ഈടു വയ്പുകൾ അന്യാധീനമായിത്തീരുന്നതും ഓട്ടോമൻ സാമ്രാജ്യ ത്തിന്റെയും ആസ്ത്രിയാ ഹംഗറിയുടെയും പ്രഷ്യയുടെയും റഷ്യയു ടെയും ഭരണകൂടങ്ങൾക്കു കീഴിൽ ഈ ജനതകൾക്ക് നാവുനഷ്ട പ്പെടുന്നതും നിസ്സഹായരായി നോക്കിനിൽക്കേണ്ടിവന്ന സ്ലാവ് ബുദ്ധിജീ വികൾ, ഒരു നഷ്ടസ്വപ്നത്തിലെന്നപോലെ, ഏകീകരണത്തെക്കുറിച്ചു സംസാരിക്കുകയായിരുന്നു. ഏഷ്യൻ ആധിപത്യത്തെ അട്ടിമറിക്കാനുള്ള കിഴക്കൻ സ്ലാവുകളുടെ നീക്കങ്ങൾ ദുർബലമായതിനുശേഷവും ഇത്തരം കലാപങ്ങളുടെയും ചെറുത്തുനിൽപ്പുകളുടെയും ചരിത്രം അവ രിൽ ഒരു രാഷ്ട്രീയനവോത്ഥാനത്തിന്റെ സ്വപ്നം അവശേഷിപ്പിച്ചു. സ്ലാവ് ഏകോപനത്തിന്റെ രാഷ്ട്രീയ മാതൃകകളായി ഒന്നാം ലോകമഹായുദ്ധാ നന്തരം ചെക്കോസ്ലോവാക്യയും യുഗോസ്ലോവ്യയും നിലവിൽ വന്നു. അതോടൊപ്പം കമ്യൂണിസ്റ്റ് ആശയങ്ങൾ ചെലുത്തിയ സ്വാധീനം ചെക്കോസ്ലാവാക്യയിലെയും യുഗോസ്ലാവ്യയിലെയും സാംസ്കാരികവും പ്രാദേശികവുമായ ചേരിതിരിവുകളെ ദുർബലമാക്കി. കമ്യൂണിസ്റ്റു ഭരണകൂടങ്ങൾക്കുകീഴിൽ കരുത്തുറ്റ രാഷ്ട്രങ്ങളായി വളർന്നുവന്ന ഇവയ്ക്കു രണ്ടിനും, നൂറ്റാണ്ടിന്റെ അവസാനപാദത്തിൽ കമ്യൂണിസ്റ്റു രാഷ്ട്രീയം ചെന്നുപെട്ട പ്രതിസന്ധികൾ അതിജീവിക്കാനായില്ല. പഴയ ചേരിതിരിവുകൾ വീണ്ടും തലപൊക്കിയപ്പോൾ യുഗോസ്ലോവിയ ആഭ്യന്തരയുദ്ധത്തിന്റെ നരകെഭൂമിയായി മാറി. കൊളോണിയൽ യുഗ ത്തിന്റെ സംഭാവനയായ വംശീയസമവാക്യങ്ങൾ നവോത്ഥാനസംരംഭ ങ്ങളെ വഴിതെറ്റിക്കുകയും പുനരുത്ഥാനവാദത്തിന്റെ ചമ്മട്ടികൊണ്ട്

സ്വയം പ്രഹരിക്കാൻ മൂന്നാം ലോകസമൂഹങ്ങളെ പ്രേരിപ്പിക്കുകയും ചെയ്യുന്നതിന്റെ മികച്ച ദൃഷ്ടാന്തമായി സ്ലാവ് രാഷ്ട്രീയത്തിന്റെ ഉദയവും പരിവർത്തനവും അന്ത്യവും നിലകൊള്ളുന്നു.

കൊളോണിയലിസത്തിന്റെ മൂശയിൽ നിർമിക്കപ്പെട്ട സാംസ്കാരിക സമവാക്യങ്ങളും അവയുൽപ്പാദിപ്പിക്കുന്ന സാമൂഹ്യമന:ശാസ്ത്രവും നവോത്ഥാനത്തെ പുനരുത്ഥാനവാദമാക്കി മാററുന്നതിന്റെയും അതിന്റെ നീരാളിക്കൈകൾ പുരോന്മുഖമായ എല്ലാ പരിഷ്കരണശ്രമങ്ങളെയും വരിഞ്ഞുമുറുക്കുന്നതിന്റെയും മറ്റൊരു ദൃഷ്ടാന്തമാണ് ഇന്ത്യാ ഉപഭു ഖണ്ഡം അവതരിപ്പിക്കുന്നത്. ഭാഷാപരമായി നോക്കിയാലും നരവം ശപരമായി നോക്കിയാലും ലോകത്തിലെ ഏറ്റവുമധികം വൈവിധ്യങ്ങളും വൈരുധ്യങ്ങളും സമന്വയിക്കുന്ന വൻകരയാണ് ഏഷ്യ. അതിവി ശാലമായ ഏഷ്യാ ഭൂഖണ്ഡത്തിലെ ഒരുതരി മണ്ണുപോലും കൊളോ ണിയൽ സ്വാധീനത്തിൽനിന്നും പൂർണമായും മുക്തമല്ല. പാശ്ചാത്യർക്ക് ഒരിക്കലും പൂർണമായി കീഴടങ്ങാതിരുന്ന ചൈന, കൊറിയ, ജപ്പാൻ തുടങ്ങിയ ജനതകൾപോലും ലോകത്തെ മുഴുവൻ ഗ്രസിച്ച പാശ്ചാത്യാ ധീശത്വത്തിന്റെ സ്വാധീനത്തിൽനിന്ന് പൂർണമായും മുക്തരായിരുന്നില്ല. ബാഹ്യമായ അധികാരകേന്ദ്രങ്ങൾക്ക് വഴങ്ങിക്കൊടുക്കാൻ കഴിയാത്ത വിധത്തിൽ ചരിത്രത്തിൽ വേരുറച്ചതും സാംസ്കാരികമായി ദൃഢവുമാ യിരുന്നു ഈ ജനതകളുടെ പൊതുജീവിതം. എന്നാൽ യൂറോമേൽക്കോ യ്മയെ അടിമുടി തള്ളിക്കളഞ്ഞുകൊണ്ട് സ്വന്തം സംസ്കാരത്തിന്റെ വേരുകളിൽനിന്ന് ആധുനികജീവിതത്തിന്റെ നവംനവങ്ങളായ രൂപങ്ങൾ മുളപ്പിച്ചുകൊണ്ടുവരാൻ ഇവർക്കു കഴിയുമായിരുന്നില്ല. പാശ്ചാത്യവൽ ക്കരണത്തെ രാഷ്ട്രീയമായി എതിർത്തു നിൽക്കുമ്പോഴും തദ്ദേശീയ സമൂഹങ്ങളുടെ ആധുനികവൽക്കരണത്തിനുള്ള മാതൃകകളായി ഇവർ ധരിച്ചുവശായത് പാശ്ചാത്യലോകത്തിലെ പരിവർത്തനങ്ങളുടെ വികല മായ ഇറക്കുമതികളെയായിരുന്നു. കമ്യൂണിസ്റ്റ് ഭരണക്രമവും മാർ ക്സിസം ലെനിനിസത്തിന്റെ സ്വാധീനവും റഷ്യക്കാരിൽ തീരെ ചെറുത ല്ലാത്ത ഒരു വിഭാഗത്തെ നിരീശ്വരവാദികളാക്കി മാറ്റിയെങ്കിൽ, സാംസ്കാ രികമായ ഉൽക്കണ്ഠകളെ തള്ളിക്കളയുന്ന ഒന്നായി ചൈനക്കാർ കമ്യൂ ണിസത്തെ കരുതിയില്ല. യൂറോപ്യൻ നാടുകളിലെയും അമേരിക്ക യിലെയും കമ്യൂണിസ്റ്റുപാർട്ടികൾ സ്വന്തം നിലനിൽപ്പിനും ജനങ്ങളു മായുള്ള ഫലപ്രദമായ ആശയവിനിമയത്തിനും വേണ്ടി വമ്പിച്ച വിട്ടു വീഴ്ചകൾക്ക് തയ്യാറായപ്പോൾ ചൈനയുൾപ്പെടെയുള്ള ഏഷ്യൻ നാടുക ളിലെ കമ്യൂണിസ്റ്റുകൾ തദ്ദേശീയസമൂഹങ്ങളുടെ സാംസ്കാരികവും ചരിത്രപരവുമായ സവിശേഷതകൾക്കിണങ്ങുന്ന വൃതിരിക്തമായ മാതൃ കകൾ വികസിപ്പിച്ചെടുക്കുകയാണുണ്ടായത്. അതിന്റെ ഏറ്റവും മികച്ച തെളിവാണ് മാവോയിസം (Maoism). സംസ്കാരവും പാരമ്പര്യവുമാ യുള്ള പൊക്കിൾക്കൊടിബന്ധം വേർപെടുത്താതെ തന്നെ കമ്യൂണിസ്റ്റു കാരാകാൻ സാധിക്കുമെന്ന് ചൈനക്കാർ മനസിലാക്കി. സ്വന്തം പാരമ്പര്യ

ത്തോട് നീതി പുലർത്താനുള്ള ചൈനക്കാരുടെ വ്യഗ്രതയാണ് യുറോപ്യ ന്മാർ പൊലിപ്പിച്ചു നിരത്തിയ നിറംപിടിപ്പിച്ച കഥകൾക്കു വിഷയമായത്. അവരുടെ മരപ്പണികളും മൺപാത്രങ്ങളും വസ്ത്രങ്ങളും പുന്തോട്ട നിർ മാണ രീതികളുമെല്ലാം കൗതുകപൂർവം വീക്ഷിച്ച യുറോപ്യന്മാർ അന്യ ഗ്രഹജീവികളെന്ന മട്ടിലാണ് അവരെ കണ്ടതും അവരോട് പെരുമാ റിയതും.

നികത്താനോ അവഗണിക്കാനോ കഴിയാത്ത ഈ അന്തരം പാശ്ചാത്യ മേൽക്കോയ്മയ്ക്കു മുന്നിൽ മുട്ടുമടക്കാത്ത ഒരു ആധുനിക സംസ്കാരം കെട്ടിപ്പടുക്കുന്നതിനുള്ള ഏഷ്യൻ സമൂഹങ്ങളുടെ പരിശ്രമങ്ങൾക്കു മകുടം ചാർത്തി. സൺയാറ്റ്സെന്നിന്റെ (San Yat-sen) നേതൃത്വത്തിൽ നടന്ന രാഷ്ട്രീയ മുന്നേറ്റവും പിന്നീടു വന്ന സോഷ്യലിസ്റ്റു പരിവർത്ത നവും സാംസ്കാരിക വിപ്ലവവുമെല്ലാം ഇതിന്റെ ചരിത്രത്തിലെ തിളക്ക മാർന്ന അധ്യായങ്ങളായി. എന്നാൽ സോഷ്യലിസ്റ്റു ഭരണകൂടങ്ങളുടെ തകർച്ചയോടനുബന്ധിച്ച് നിലവിൽ വന്ന പുത്തൻ ലോകക്രമവും പ്രതീ തിയാഥാർഥ്യങ്ങൾ കൊണ്ട് യഥാർഥ ലോകത്തെ കീഴ്മേൽ നിർത്തുന്ന ആഗോളവൽക്കരണകാലത്തെ മാധ്യമശൃംഖലകളും തദ്ദേശീയസമൂഹ ങ്ങളുടെ തനതു പാരമ്പര്യങ്ങളിലൂന്നുന്ന ആധുനികവൽക്കരണശ്രമ ങ്ങളെ ലോകമെമ്പാടും തകിടംമറിച്ചുകൊണ്ടിരിക്കുന്നു.

കൊളോണിയൽവിരുദ്ധ സമരങ്ങളുടെ ഉജ്വല പാരമ്പര്യമുള്ള ചൈ നയോ കമ്യൂണിസ്റ്റു രാഷ്ട്രീയാനുഭവങ്ങളുടെ തീച്ചൂളയിൽ ഉരുകി സ്വയം രൂപപ്പെട്ട കൊറിയയോ യുറോപ്പിലെ സാമ്രാജ്യത്വ ശക്തികളെ സാമ്രാജ്യത്വംകൊണ്ടുതന്നെ വെല്ലുവിളിച്ച ജപ്പാനോ ലോകവ്യാപകമായി സംഭവിച്ചുകൊണ്ടിരിക്കുന്ന ഈ മേൽക്കോയ്മാപ്രക്രിയയ്ക്കു പുറത്തല്ല എന്നതാണു വാസ്തവം. കൊളോണിയൽ ശക്തികളുടെ ബാലികേറാ മലയായിരുന്ന ജപ്പാനുപോലും യുറോകേന്ദ്രിതമായ സാംസ്കാരികാധിനി വേശത്തെ ഫലപ്രദമായി ചെറുത്തുനിൽക്കാൻ കഴിഞ്ഞില്ല. മെയ്ജി ചക്രവർത്തിയുടെ (Meiji) ഭരണകാലത്ത് (1868 –1912)തുടക്കംകുറി ക്കപ്പെട്ട ആധുനികവൽക്കരണം, ഫലത്തിൽ, പാശ്ചാത്യവൽക്കരണം തന്നെയായിരുന്നു. ഇരുപതാംനൂറ്റാണ്ടിന്റെ ആദ്യ പകുതിയിൽ, അങ്ങേ യറ്റത്തെ ആക്രമണോത്സുകത പുലർത്തിയ രാഷ്ട്രീയ – സൈനിക ശക്തിയായിരുന്നു ജപ്പാൻ. എന്നാൽ രണ്ടാം ലോകമഹായുദ്ധത്തിൽ ഹി രോഷിമയ്ക്കും നാഗസാക്കിക്കും നേരിട്ട സമാനതകളില്ലാത്ത ദുരന്തം, ഒരു രാഷ്ട്രമെന്ന നിലയിലും സമൂഹമെന്ന നിലയിലുമുള്ള, ജപ്പാന്റെ മനോഭാവം അടിമുടി മാറ്റിമറിച്ചു.

കലർപ്പു തീണ്ടാത്ത ലോകഭാഷകളിൽ പ്രത്യേക പരാമർശമർഹി ക്കുന്ന ഒന്നാണ് ജാപ്പനീസ്. അവരുടെ സാംസ്കാരികമായ വ്യക്തിത്വ ത്തിന്റെ അടയാളം കൂടിയായിരുന്നു ഈ സവിശേഷത. എന്നാൽ മെയ്ജി ചക്രവർത്തിയുടെ ഭരണകാലം മുതൽ പാശ്ചാത്യസംസ്കാരം ജാപ്പനീസ് ജീവിതത്തിനുമേൽ സ്വാധീനം ചെലുത്തി. രണ്ടാം ലോകമഹായുദ്ധത്തെ

ത്തുടർന്നുണ്ടായ അമേരിക്കൻ അധിനിവേശത്തോടെ ജപ്പാനിലെ സിവിൽഭരണവും നിയമസംവിധാനവും അമേരിക്കൻ മാതൃകയിൽ അഴി ച്ചുപണിയപ്പെട്ടു. പാശ്ചാത്യസ്വാധീനത്തിനു വിധേയമായ നോട്ടപ്പാടി ലൂടെ ജപ്പാന്റെ സംസ്കാരവും സൗന്ദര്യബോധവും ആവിഷ്കരിക്കുന്ന കുറോസവയുടെ (Akira Kurosawa) സിനിമകളിൽ അവരുടെ മാറിയ ജീവിതാവബോധത്തിന്റെ കലർപ്പും തനിമയുമാണ് അനുഭവവേദ്യ മാകുന്നത്.

കൊറിയൻ മേഖലയിലെ ജപ്പാൻ അധിനിവേശം ഒരർഥത്തിൽ, യൂറോപ്യൻ ശക്തികളുടെ കടന്നുകയറ്റത്തിൽ നിന്ന് വടക്കൻ- തെക്കൻ കൊറിയകളെ സംരക്ഷിച്ചു നിർത്തി. എന്നാൽ, രണ്ടാം ലോകമഹായുദ്ധ ത്തെത്തുടർന്നുണ്ടായ അമേരിക്കയുടെയും റഷ്യയുടെയും ഇടപെടലു കൾ, രാഷ്ട്രീയവ്യവസ്ഥിതികൊണ്ടും സാംസ്കാരികമായ ദിശാബോധം കൊണ്ടും, ഒരിക്കലും ഒരുമിക്കാനാവാത്ത രണ്ട് സമൂഹങ്ങളായി കൊറിയ കളെ മാറ്റി. കമ്യൂണിസം വടക്കൻ കൊറിയൻ ജനതയുടെ രാഷ്ട്രീയവും ജീവിതചര്യയുമായി മാറിയപ്പോൾ, അമേരിക്കൻ സ്വാധീനം തെക്കൻ കൊറിയയെ അടിമുടി പാശ്ചാത്യവൽക്കരിച്ചു.

പത്തൊൻപത്- ഇരുപത് നൂറ്റാണ്ടുകളിൽ ഇംഗ്ലണ്ട്, ഫ്രാൻസ്, ഹോ ളണ്ട്, സ്പെയിൻ, അമേരിക്ക തുടങ്ങിയ യൂറോപ്യൻ ശക്തികൾ അടി ച്ചേൽപ്പിച്ച അധീശത്വത്തിനെതിരെ ഉയർന്നുവന്ന പ്രതികരണങ്ങളിലൂടെ യാണ് ഏഷ്യൻ സമൂഹങ്ങൾ അവയുടെ സാംസ്കാരികവും ചരിത്രപര വുമായ വ്യക്തിത്വം പ്രഖ്യാപിച്ചത്. എന്നാൽ കൊളോണിയൽ യുഗ ത്തിന്റെ അന്ത്യത്തിനുശേഷവും പാശ്ചാത്യസ്വാധീനത്തിൽനിന്ന് മോച നം നേടാൻ ഇവയ്ക്കായില്ല.

കലാസാഹിത്യാദികളുടെയും വാസ്തുവിദ്യയുടെയും രംഗങ്ങളിൽ യൂറോപ്യൻ നവോത്ഥാനത്തിന്റെ ഗതി സ്ഫോടനാത്മകമായിരുന്നെങ്കിൽ മധ്യേഷ്യയിലും ദക്ഷിണേഷ്യയിലും അത് ആയിരക്കണക്കിനു വർഷ ങ്ങൾ നീണ്ടുനിന്ന ഒരു നിരന്തര പ്രക്രിയയായിരുന്നു. ബുദ്ധമതത്തിന്റെ സുവർണ കാലഘട്ടത്തിൽ അതിന്റെ ശക്തികേന്ദ്രമായിരുന്ന മഥുര (ഉത്തർപ്രദേശ്) പുതിയൊരു ശിൽപ്പശൈലികൊണ്ട് ചരിത്രത്തിൽ ഇടം നേടി. മണൽക്കല്ലുകളിൽ നിർമിക്കപ്പെട്ട യക്ഷന്മാരുടെയും യക്ഷികളു ടെയും കൂറ്റൻ രൂപങ്ങളിൽ നിന്നാണ് മഥുരാ ശൈലിയുടെ തുടക്കം. പിന്നീട് പുരുഷസൗന്ദര്യത്തിന്റെ മൂർത്തിമദ്ഭാവങ്ങളായ ബുദ്ധശിൽപ്പ ങ്ങൾ ധാരാളമായി നിർമിക്കപ്പെട്ടു. പരന്ന തോൾപ്പലകകളും വിരിഞ്ഞ നെഞ്ചും ഒട്ടിയ വയറും പിണച്ചുവച്ച കാലുകളും ധ്യാനനിമഗ്നമായ മുഖ ഭാവവുമുള്ള ബുദ്ധരൂപങ്ങൾ ആരുടെയും ശ്രദ്ധയാകർഷിക്കുന്നവയാണ്. സുന്ദരമായ സ്ത്രീരൂപങ്ങളും ധാരാളമായി നിർമിക്കപ്പെട്ടു. ആധുനിക ലോകത്തിനു പരിചിതമായ ബുദ്ധരൂപം മഥുരയിലെ കലാകാരന്മാരുടെ സൃഷ്ടിയാണ്.

കൂടുതൽ സൂക്ഷ്മമായ വിശദാംശങ്ങൾ ആവിഷ്കരിക്കാനുള്ള

സാങ്കേതിക മികവ് മഥുര കലാശൈലിക്കു കൈവന്നത് നിരന്തരമായ നവീകരണങ്ങളിലൂടെയാണ്. ബുദ്ധിസ്റ്റു കലാശൈലിയുടെ മറ്റൊരു മാതൃകയായ 'ഗാന്ധാരരീതി' മഥുര ശൈലിക്കു സമകാലികമായിരുന്നു. ഒന്നാം സഹസ്രാബ്ദത്തിന്റെ ആദ്യപകുതിയിൽ ബുദ്ധ മിഷണറിമാരുടെ പ്രവർത്തനകേന്ദ്രമായിരുന്ന ഗാന്ധാരദേശത്ത് വളർന്നുവന്ന ഈ സവിശേഷശൈലിക്ക് ക്ലാസ്സിക്കൽ റോമൻ വാസ്തുമാതൃകയോട് കടപ്പാടുണ്ട്. ഗാന്ധാര മാതൃകയുടെ ചുവടുപിടിച്ചു വളർന്നു വന്ന കലാ സാങ്കേതമാണിത്. ബുദ്ധസാഹിത്യത്തിലെ രംഗങ്ങളാണ് ഇത്തരം അലങ്കാരവേലകളിലൂടെ ആവിഷ്കരിക്കപ്പെട്ടതിലേറെയും. ഇറാനിയൻ ശൈലി, ഗ്രീക്കോ റോമൻ ക്ലാസ്സിക് ശൈലിയുടെ സ്വാധീനമുള്ള ബുദ്ധിസ്റ്റുശൈലി, ഗാന്ധാര-മഥുര കലാമാതൃകകൾ എന്നിവയുടെ സമഞ്ജസ സമ്മേളനം കുഷാൻ ഭരണാധികാരികൾക്കു കീഴിൽ (1,2,3 നൂറ്റാണ്ടുകളിൽ) ഒരു പ്രത്യേക കല(വാസ്തുകലാ)ശൈലിയായി വളർന്നു വന്നു.

ബുദ്ധമതത്തിന്റെ സുവർണ കാലഘട്ടത്തിൽ ഇന്ത്യാ ഉപദ്വീപണ്ഡത്തിലെ ബുദ്ധിസ്റ്റു രാജ്യങ്ങളുമായുള്ള നിരന്തര സമ്പർക്കം തിബറ്റൻ കലാസാഹിത്യാദികളിൽ സ്വാധീനം ചെലുത്തി. ബുദ്ധമത ഗ്രന്ഥങ്ങൾ സംസ്കൃതത്തിൽ നിന്ന് തിബറ്റൻ ഭാഷയിലേക്ക് വിവർത്തനം ചെയ്യപ്പെട്ടു. പിന്നീട്, ബുദ്ധമതം തിബറ്റൻ ജീവിതത്തിന്റെ ഭാഗമായി മാറുകയും തിബറ്റിന്റെ കലാപരവും ചരിത്രപരവും സാംസ്കാരികവുമായ പ്രത്യേകതകൾ ഉൾക്കൊള്ളുന്ന അനേകം ബുദ്ധമതക്ലാസിക്കുകൾ തിബറ്റൻ മണ്ണിൽ പിറവികൊള്ളുകയും ചെയ്തു. പതിനഞ്ചാം നൂറ്റാണ്ടിനുശേഷം മംഗോളിയൻ സാഹിത്യത്തിലും ബുദ്ധമതത്തിന്റെ ആഴത്തിലുള്ള സ്വാധീനം പ്രകടമായി. തിബറ്റൻ, സൈബീരിയൻ, മംഗോളിയൻ, ടർക്കിഷ് തുടങ്ങിയവരുടെ തനത് നൃത്ത-സംഗീത പാരമ്പര്യങ്ങളിൽനിന്ന് വികസിപ്പിച്ചെടുത്ത നൃത്തങ്ങളും പ്രബോധന നാടകങ്ങളും ബുദ്ധവിഹാരങ്ങളിൽ അവതരിപ്പിക്കപ്പെട്ടു. പിന്നീട് ഇസ്ലാമിന്റെ വരവോടുകൂടി മധ്യേഷ്യൻ കലാ- സാഹിത്യ-ശിൽപ്പകലാരംഗങ്ങളിൽ ഇതിനു സമാനമായ മാറ്റം പ്രകടമായി.

ദക്ഷിണേഷ്യയുടെ സാംസ്കാരിക പരിവർത്തനം ഏറ്റവും നന്നായി വായിച്ചെടുക്കാൻ കഴിയുന്നത് കലാരംഗം സാക്ഷ്യംവഹിച്ച മാറുന്ന പ്രവണതകളിൽ നിന്നാണ്. ശൈവ-വൈഷ്ണവാദി ദൈവങ്ങളും അവരുടെ കഥകളുമായി ബന്ധപ്പെട്ട *രാമായണ മഹാഭാരതാദി* ഇതിഹാസങ്ങൾ, പുരാണങ്ങൾ തുടങ്ങിയവയിലെ കഥാസന്ദർഭങ്ങളും ആയിരുന്നു ദക്ഷിണേഷ്യയിലെ മുഖ്യധാരാ കലാസാഹിത്യാദികളുടെ പ്രധാന വിഷയം. എന്നാൽ ഇവയ്ക്കു സമാന്തരമായി എണ്ണമറ്റ നാടോടി കഥാ സാഹിത്യ പാരമ്പര്യങ്ങൾ, ഒരുപക്ഷേ ഇവയെക്കാൾ സമർഥവും ജനകീയവുമായി, ഓരോ പ്രദേശത്തെയും സാധാരണ ജനങ്ങളുടെ ആശയാഭിലാഷങ്ങളും സാംസ്കാരിക സംഘർഷങ്ങളും അതിജീവനത്തിന്റെ വെല്ലുവിളികളും

ആവിഷ്കരിച്ചുപോന്നു.

'ആദികാവ്യ'മായി കണക്കാക്കപ്പെടുന്ന രാമായണത്തെപ്പോലെ തന്നെ ശ്രദ്ധേയമാണ് ദക്ഷിണേഷ്യയിലെ ദ്രവീഡിയൻ ഭാഷയായ തമിഴിലെ *ചിലപ്പതികാരം, തിരുക്കുറൾ* തുടങ്ങിയ സംഘകാലകൃതികൾ. അവയ്ക്കു പുറമേ, വാമൊഴിയായി തലമുറകളിൽനിന്ന് തലമുറകളിലേക്ക് പകർന്നു നൽകപ്പെട്ട, ഇന്നോളം പൂർണമായി ശേഖരിക്കാൻ കഴിഞ്ഞിട്ടില്ലാത്ത, നാടോടിപ്പാട്ടുകളുടെയും സങ്കൽപ്പകഥകളുടെയും സമ്പന്നമായ പാരമ്പര്യം ദ്രവീഡിയൻ ഭാഷകൾക്കുണ്ട്. മധ്യകാലഘട്ടത്തിൽ ദക്ഷിണേഷ്യൻ കലാസാഹിത്യാദികൾക്കുമേലുള്ള പേർഷ്യൻ സ്വാധീനം ക്ലാസ്സിക് കലാസാഹിത്യാദികളിലെ പുത്തൻ പ്രവണതകൾക്കും സങ്കര കലകളുടെ പിറവിക്കും നിമിത്തമായി. വടക്കു പടിഞ്ഞാറൻ ഇന്ത്യയിലെ ഉപരിവർഗ സാഹിത്യത്തിനും ഗസൽ സംഗീതത്തിനും സങ്കരഭാഷയായ ഉർദു സർവഥാ സ്വീകാര്യമായ മാധ്യമമായിത്തീർന്നു.

രാഗങ്ങളിൽ അധിഷ്ഠിതമായ ദക്ഷിണേന്ത്യൻ സംഗീതം ഹൈന്ദവ സമൂഹത്തിലെ സവർണ വിഭാഗങ്ങൾക്കിടയിൽ ഉത്തരോത്തരം പ്രചാരം നേടി. ഭരതമുനിയുടെ *നാട്യശാസ്ത്രം* നൃത്തത്തിന്റെയും അഭിനയ ത്തിന്റെയും ആചാര്യവിധിയായി പരിഗണിക്കപ്പെട്ടു.

കൊത്തുപണികളാൽ അലങ്കരിക്കപ്പെട്ട ശൈവ-വൈഷ്ണവക്ഷേ ത്രങ്ങൾ ഭാരതീയ വാസ്തുകലയുടെ മകുടമണികളായി കരുതപ്പെട്ടു. ക്ഷേത്രഭിത്തികളിലെ 'അനാവൃതരൂപങ്ങൾ' ഇന്ത്യൻ ശിൽപ്പകലാ സംസ്കൃതിയിലെ സുവർണ കാലഘട്ടത്തെയാണ് പ്രതിനിധാനം ചെയ്യു ന്നത്. ബുദ്ധവിഹാരങ്ങളിലെ കൊത്തുവേലകളും ശിൽപ്പങ്ങളും ഇവ യോടു കിടപിടിക്കുന്നവയാണ്. ഇസ്ലാമിന്റെ ആഗമനത്തെത്തുടർന്ന് കമാ നങ്ങളും താഴികക്കുടങ്ങളും രാജ്യത്ത് പ്രചാരംനേടി. ഇസ്ലാമിക വാസ്തു കലയുടെ അത്ഭുതങ്ങളിലൊന്നായി താജ്മഹൽ ഇന്നും തലയുയർത്തി നിൽക്കുന്നു.

രാജാക്കന്മാർക്കും പ്രമാണിമാർക്കും വേണ്ടിയായിരുന്നു മധ്യകാല ഇന്ത്യയിലെ ചിത്രരചന. 'സ്പോൺസർമാരു'ടെയും ദേവീദേവന്മാരു ടെയും രൂപങ്ങളും പുരാണങ്ങളിലെ രംഗവർണനകളുമാണ് ഇവയ്ക്കു വിഷയമായത്. മുഗൾ ചക്രവർത്തിമാരുടെ പരിപോഷണത്തിൻകീഴിൽ സവിശേഷമായ ഒരു വാസ്തുശിൽപ്പശൈലി ഇന്ത്യയിൽ വളർന്നു വന്നു. ഇസ്ലാമിക വാസ്തുകലയുടെ നവോത്ഥാനമായിരുന്നു ഈ കാലഘട്ട ത്തിന്റെ മുഖമുദ്ര. വെണ്ണക്കല്ലിൽ നിർമിക്കപ്പെട്ട മനോഹരസൗധങ്ങൾ വിവിധശൈലികളുടെ കലാപരമായ സമ്മേളനത്തിന്റെ മികച്ച ദൃഷ്ടാന്ത ങ്ങളായി. ഇരട്ടത്താഴികക്കുടങ്ങളുടെയും കൊട്ടാരങ്ങളോട് ചേർന്നുള്ള വിശാലമായ ഉദ്യാനങ്ങളുടെയും നിർമാണത്തിന് ഷാജഹാൻ ചക്രവർ ത്തിയുടെ ഖജനാവിൽനിന്ന് ഒഴുകിയ പണത്തിന് കണക്കില്ല. താജ്മ ഹലും ഡൽഹിയിലെ ചെങ്കോട്ടയും ഇന്നും മുഗൾ വാസ്തുകലയുടെ വിജയഗോപുരങ്ങളാണ്. വിദേശത്തുനിന്നുപോലുമുള്ള കലാകാരന്മാരെ

മുഗൾഭരണാധികാരികൾ കൊട്ടാരത്തിലേക്ക് ആകർഷിച്ചു വരുത്തി. കലാസാഹിത്യാദികൾക്കുവേണ്ടി ജീവിതം ഉഴിഞ്ഞുവച്ച അപൂർവ്വപ്രതി ഭാശാലികൾക്ക് കൊട്ടാരത്തിൽ സർവവിധ സൗകര്യങ്ങളും ലഭിച്ചു. 'മുഗൾ ചിത്രകല' എന്നൊരു പ്രയോഗം തന്നെ ഇന്ത്യയുടെ സാംസ്കാ രിക ചരിത്രത്തിനു സംഭാവന ചെയ്തുകൊണ്ടാണ് ഈ കാലഘട്ടം കൊഴിഞ്ഞുപോയത്.

കൊളോണിയൽ ആധിപത്യം ഇന്ത്യയുടെ (ഏഷ്യയുടെ) തനതു പാരമ്പര്യങ്ങൾക്ക് മാരകമായ ക്ഷതമേൽപ്പിച്ചു. എന്നാൽ പത്തൊൻ പതാം നൂറ്റാണ്ടിന്റെ അവസാനപാദത്തിൽ കൊളോണിയൽ വിരുദ്ധ കലാപങ്ങൾക്കു സമാന്തരമായി ശക്തിപ്രാപിച്ച ദേശീയബോധം പരമ്പരാ ഗത കലാസാഹിത്യരൂപങ്ങളുടെയും ശൈലികളുടെയും ഉയിർത്തെഴു ന്നേൽപ്പിനു നിമിത്തമായി. കൊളോണിയൽ കാലഘട്ടത്തിൽ ആരംഭിച്ച പാശ്ചാത്യവൽക്കരണം കോളനികൾ രാഷ്ട്രീയമായി സ്വാതന്ത്ര്യം പ്രാപി ച്ചതിനുശേഷവും തുടർന്നു. പരമ്പരാഗതസമൂഹങ്ങളുടെ "ഹൈകൾ ച്ചറിനെ" നഷ്ടപ്രതാപങ്ങളോടെ മടക്കിക്കൊണ്ടുവരാനുള്ള ശ്രമങ്ങളും പാശ്ചാത്യവൽക്കരണവും, അനിവാര്യമായ ആധുനികവൽക്കരണവും, ഒരേസമയം, ഒരേ ആവേഗത്തിൽ, മുന്നേറുന്നതിന്റെ സ്വാഭാവിക ഫല മാണ് ഏഷ്യൻ സമൂഹങ്ങൾ ഇന്നഭിമുഖീകരിക്കുന്ന സാംസ്കാരികമായ ശിഥിലീകരണം. പത്തിയുർത്തുന്ന നവഫാസിസ്റ്റു പ്രവണതകൾക്ക് ശക്തിപകരുന്നതും മറ്റൊന്നുമല്ല. യൂറോപ്യൻ സംസ്കാരത്തോടും ജീവി തരീതിയോടും മൗലികമായ വ്യത്യസ്തത പുലർത്തുന്ന ഏഷ്യൻ ജീവി തത്തിന്റെ തനതു മാതൃകകളിലൊന്നായിരുന്നു ഇസ്ലാം. പശ്ചിമേഷ്യ യ്ക്കുമേലുള്ള യൂറോപ്പിന്റെ ആധിപത്യം, ഒരർഥത്തിൽ, ഇസ്ലാമിനും മറ്റ് ഏഷ്യൻ ജീവിതശൈലികൾക്കും മേലുള്ള കത്തോലിക്കാ വിശ്വാസ ത്തിന്റെയും യൂറോപ്യൻ ജീവിതമാതൃകയുടെയും ആധിപത്യമായിരുന്നു.

കൊളോണിയലിസത്തിനെതിരായ സമരങ്ങളിലൂടെയാണ് ഏഷ്യൻ ജനതകളുടെ സ്വത്വധാരണകൾ സ്വതന്ത്രമായത്. ചരിത്രപരവും സാംസ്കാരികവുമായ സ്വയം കണ്ടെത്തൽ ഈ ജനതകൾക്ക് യൂറോ പ്യൻ ആധിപത്യത്തിൽനിന്ന് കുതറിമാറാനുള്ള ഊർജം പ്രദാനം ചെയ്തു. തദ്ദേശീയമായ അധികാരഘടനകളെ ഒട്ടൊക്കെ ദുർബലമാക്കി ക്കൊണ്ടാണ് സാംസ്കാരികവും സാമ്പത്തികവും രാഷ്ട്രീയവുമായ യൂറോപ്യൻ ആധിപത്യം അവയെ അതിശയിച്ചത്. അധിനിവേശശക്തിക ളുടെ രാഷ്ട്രീയ താൽപ്പര്യങ്ങളെ പരിരംഭണം ചെയ്യുന്നതിലൂടെ ഈ അപകർഷതാബോധത്തെ അതിജീവിക്കാൻ കഴിയുമെന്ന് ഇന്ത്യാ ഉപഭൂഖണ്ഡത്തിലെ ഒരു ചെറുന്യൂനപക്ഷമായ സവർണഹിന്ദുക്കൾ വിശ്വസിച്ചു. മാക്സ്മുള്ളറുടെയും (Max Muller) ജെയിംസ് മില്ലിന്റെന്നും (James Mill), അവർക്കു സമശീർഷരോ അവരെക്കാൾ കുറഞ്ഞവരോ ആയ, മറ്റ് ഇന്റോളജിസ്റ്റുകളുടെയും സിദ്ധാന്തങ്ങൾ ഈ പ്രവണതയ്ക്ക് കൃത്രിമവും അത്യന്തം ആപൽക്കരമെങ്കിലും ദൃഢവുമായ ഒരു ആശ

യാടിത്തറ പ്രദാനം ചെയ്തു. ഇസ്ലാംമതത്തെ സംബന്ധിച്ചിടത്തോളം നേരെ മറിച്ചായിരുന്നു സംഭവിച്ചത്. പ്രാമാണികരായി കണക്കാക്കപ്പെട്ടിരുന്ന ജനവിഭാഗങ്ങളും സമ്പന്നകുടുംബങ്ങളും യൂറോപ്പിനെ ആരാധിക്കാനോ അനുകരിക്കാനോ തയ്യാറായിരുന്നില്ല. കൊളോണിയൽ മർദനത്തിനെതിരായ ചെറുത്തുനിൽപ്പുകൾക്ക് അവർ കാര്യക്ഷമമായ നേതൃത്വവും ശക്തമായ പിന്തുണയും നൽകുകയെന്നതാണ് പൊതുവെ ദൃശ്യമായ പ്രവണത. ഇത് ഇന്ത്യൻ മുസ്ലിങ്ങളെ ഹൈന്ദവസവർണത യ്ക്കെതിരാക്കി മാറ്റിയ അനേക ഘടകങ്ങളിൽ ഒന്നാണ്. പാശ്ചാത്യ വിദ്യാഭ്യാസത്തെയും യൂറോപ്യൻ ജീവിതമാതൃകകളെയും ആരാധി ക്കാനും അനുകരിക്കാനും ആഹ്വാനം ചെയ്ത സാമൂഹ്യപരിഷ്കർത്താ ക്കൾ മുസ്ലീങ്ങൾക്കിടയിൽനിന്ന് ഉയർന്നുവന്നെങ്കിലും അവരുടെ പ്രവർ ത്തനങ്ങൾക്ക് കാര്യമായ പിന്തുണ ലഭിക്കാതെ പോവുകയാണുണ്ടായത്.

പാശ്ചാത്യരീതിയിൽ ചിന്തിക്കുകയും ഇംഗ്ലീഷ്ഭാഷ സംസാരി ക്കുകയും ചെയ്യുന്ന പ്രബലമായ ഒരു വിഭാഗത്തെ അവശേഷിപ്പിച്ചു കൊണ്ടാണ് ആദ്യം പോർട്ടുഗലിന്റെയും പിന്നീട് ഫ്രാൻസിന്റെയും, അവർക്കുശേഷം ഇംഗ്ലണ്ടിന്റെയും, അധീശത്വത്തിനും പാശ്ചാത്യവൽ ക്കരണത്തിനുമെതിരായ വികാരം ലങ്കക്കാരുടെ സ്വത്വാന്വേഷണ ത്വരയെ ശക്തിപ്പെടുത്തുകയും വംശീയപരിഗണനകൾക്കു ലഭിച്ച അനാവശ്യ മായ പ്രാധാന്യം സിംഹളർക്കും തമിഴർക്കുമിടയിൽ അപരിഹാര്യമായ വേർതിരിവ് ഉയർന്നുവരാൻ ഇടയാക്കുകയും ചെയ്തത്. മറ്റൊര ഫത്തിൽ, നവോത്ഥാനമായി വളരേണ്ടിയിരുന്ന ലങ്കൻ ജനതയുടെ സ്വത്വബോധം, കൊളോണിയൽ സ്വാധീനത്തിൻകീഴിൽ നഗ്നമായ വംശീ യതയായി അധഃപതിക്കുകയായിരുന്നു.

മുഖ്യധാരാ ചരിത്രകാരന്മാരുടെ വിശകലനങ്ങളിൽ അർഹമായ സ്ഥാനം ലഭിക്കാതെ പോയ എണ്ണമറ്റ പ്രാദേശികസമരങ്ങളിലൂടെ, തുടക്കം മുതൽക്കേ, കൊളോണിയലിസത്തിന് വെല്ലുവിളിയുയർത്തിയ ജനസമൂഹങ്ങളാണ് ഇന്ത്യൻ ഉപഭുഖണ്ഡത്തിലുള്ളത്. നിലനിന്നിരുന്ന ഫ്യൂഡൽ സാമൂഹ്യസംഘടനയ്ക്കു മുകളിലാണ് വൈദേശികാധിപത്യം കെട്ടിവയ്ക്കപ്പെട്ടത്. നവോത്ഥാനകാലത്ത് യൂറോപ്യൻ ഫ്യൂഡലിസം ചെന്നുപെട്ടതുപോലുള്ള ഗുരുതരമായ ഒരു പ്രതിസന്ധി ഇന്ത്യയിൽ അന്ന് രൂപപ്പെട്ടിരുന്നില്ല. യൂറോപ്യനിതര ജനവിഭാഗങ്ങളെ അടക്കിഭരി ക്കുന്നതിന് കൊളോണിയൽ ശക്തികൾ കണ്ടെത്തിയ വംശപരമായ ന്യായങ്ങൾ മാനവികമൂല്യങ്ങളുടെ നിർലജ്ജമായ നിഷേധമായിരുന്നു. നരവംശസവിശേഷതകളുടെ അടിസ്ഥാനത്തിൽ മനുഷ്യകുലത്തെ വ്യത്യസ്ത ജീവിവർഗങ്ങളായിക്കാണുന്ന വംശവെറിയുടെ രാഷ്ട്രീയം അങ്ങനെയാണ് ലോകമെങ്ങും വ്യാപിച്ചത്. കല, സാഹിത്യം, സം സ്കാരം തുടങ്ങി സാമൂഹ്യജീവിതത്തിന്റെ സമസ്തമേഖലകളിലും ഇതിന്റെ ആഴത്തിലുള്ള സ്വാധീനം പ്രകടമായി. തൊലിവെളുപ്പുള്ളവരും അഞ്ചുമുഴം നീളമുള്ളവരുമായ 'വെള്ളക്കാർ' മാത്രമാണ് പൂർണ

മനുഷ്യരെന്നും മറ്റുള്ളവർ മാനുഷികമായ പരിഗണനകൾക്ക് അർഹര ല്ലെന്നുമുള്ള ധാരണയാണ് കൊളോണിയൽ യുഗത്തിലെ സാംസ്കാരിക പരിവർത്തനത്തിന്റെ അന്തർധാരയായി വർത്തിച്ചത്.

കൊളോണിയൽ അധിനിവേശത്തിനെതിരായ കീഴാളസമൂഹങ്ങ ളുടെ ചെറുത്തുനിൽപ്പുകൾ ഉപരിവർഗകൂട്ടായ്മകളുടെ പരമ്പരാഗത രൂപങ്ങളോടുള്ള സാംസ്കാരികമായ വേർതിരിവിനു പ്രേരകമായി. എന്നാൽ ഈ പ്രവണത കൊളോണിയൽ വിരോധത്തിന്റെ സർവസമ്മത മുഖമായി ഒരിക്കലും ഒരിടത്തും വളർന്നുവരികയുണ്ടായില്ല. ഇന്ത്യാ ഉപഭൂഖണ്ഡത്തിൽ 1857-നു മുമ്പുനടന്ന അറിയപ്പെടുന്നവയും ഏറെ ക്കുറെ തമസ്കരിക്കപ്പെട്ടു കഴിഞ്ഞവയുമായ അസംഖ്യം മുന്നേറ്റങ്ങൾ ഇത്തരത്തിലുള്ളവയായിരുന്നു. യൂറോവൽക്കരണത്തിന്റെ കൊടിക്കൂറ പേറുന്ന ഉപരിവർഗപ്രസ്ഥാനങ്ങളാണ് തെക്കനേഷ്യൻ നാടുകളിൽ കൊളോണിയൽ വിരുദ്ധ ദേശീയതയുടെ കർത്തൃത്വം രൂപപ്പെടുത്തിയത്. ദേശീയബോധത്തിനു സമാന്തരമായി വളർന്നുവന്ന നവോത്ഥാന പ്രസ്ഥാനങ്ങളുടെ മുദ്രാവാക്യങ്ങളിൽ കടന്നുകൂടിയ ഉപരിപ്ലവസ്വഭാവം ഈ പരിമിതിയുടെ ഫലമായിരുന്നു. ആംഗലവിദ്യാഭ്യാസം നേടിയ ഇന്ത്യൻ മധ്യവർഗം വിമോചനത്തിന്റെ മുഖമാണ് കൊളോണിയൽ ഭര ണാധികാരികളിൽ ദർശിച്ചത്. നവോത്ഥാനപ്രസ്ഥാനങ്ങൾക്കു വേണ്ടുന്ന ആൾബലവും പിന്തുണയും പ്രദാനം ചെയ്തത് ഇതേ മധ്യവർഗങ്ങൾ തന്നെയായിരുന്നു. ഇന്ത്യയുടെ സവർണ ഹൈന്ദവ പാരമ്പര്യത്തെ യൂറോപ്യൻ മാഹാത്മ്യവുമായി ചേർത്തുകെട്ടുന്ന ഒരു ബുദ്ധിജീവിവർഗം ഇവരിൽനിന്ന് ഉയർന്നുവന്നു. മാക്സ് മുള്ളർ, ജെയിംസ് മിൽ തുടങ്ങിയ 'ഓറിയന്റൽ' ദാർശനികർ നിർമിച്ചു നൽകിയ ധൈഷണികമാതൃകകൾ ഇവർ ആവേശപൂർവം കൊണ്ടാടി. മാക്സ്മുള്ളറുടെയും സ്വാമി വിവേകാനന്ദന്റെയും ഒരു താരതമ്യപഠനം ഒരു കാലഘട്ടത്തിൽ ഇന്ത്യൻ നവോത്ഥാനബുദ്ധിജീവികളെയും തദ്ദേശീയരും വിദേശികളുമായ ഇന്ത്യാ പഠിതാക്കളെയും ആഴത്തിൽ സ്വാധീനിച്ച ഒട്ടേറെ തെറ്റിദ്ധാര ണകൾ വെളിച്ചത്തു കൊണ്ടുവരും.

ഇന്ത്യയുടെ ആധ്യാത്മിക പാരമ്പര്യത്തിന് ചാർത്തിനൽകപ്പെട്ട പൊലിമ ഒരു ഒഴിയാബാധപോലെ രാജ്യത്തിന്റെ ധൈഷണിക ജീവി തത്തെ പിന്തുടരുന്നതും വിപ്ലവകരമായ എല്ലാ മുന്നേറ്റങ്ങളേയും പുറ കോട്ടു വലിക്കുന്നതുമാണ് പിന്നീട് നാം കണ്ടത്. സ്വാമി വിവേകാനന്ദൻ, ദയാനന്ദസരസ്വതി, രാജാറാം മോഹൻ റായ്, സർ സയ്യിദ് അഹമ്മദ് ഖാൻ തുടങ്ങിയ നവോത്ഥാനനായകന്മാരുടെ നിലപാടുകളിൽ പലതും അടി മുടി തള്ളിക്കളഞ്ഞുകൊണ്ടാണ് അധഃകൃതരുടെയും അടിച്ചമർത്തപ്പെട്ട വരുടെയും ഹൃദയസ്പന്ദനങ്ങൾക്കു നാവുനൽകുന്ന ഒരു നവോത്ഥാ നമുഖം ഇരുപതാം നൂറ്റാണ്ടിൽ ആവിഷ്കരിക്കപ്പെട്ടത്. ഡോ: അംബേ ദ്കർ, മഹാത്മാ ജ്യോതി ബാഫുലേ, ശ്രീനാരായണഗുരു, ഇ വി രാമ സ്വാമി നായ്ക്കർ തുടങ്ങിയ നായകപുരുഷന്മാർ ഒറ്റപ്പെട്ട വ്യക്തികളാ

യിരുന്നില്ല. നാവുനഷ്ടപ്പെട്ട ജനകോടികളുടെ ശബ്ദമാണ് വിഗ്രഹഭഞ്ജ
കരായി കണക്കാക്കപ്പെട്ട ഇവരിലൂടെ മുഴങ്ങിക്കേട്ടത്. പ്രതിമകൾ
നിർമിച്ചും സ്മാരകങ്ങൾ പണിതും ആദരവു കോരിച്ചൊരിഞ്ഞ് ദൈവങ്ങ
ളാക്കി മാറ്റിയും ഇവരെ കൊണ്ടാടുന്നതിൽ ഇന്ത്യൻ ഭരണകൂടവും
മുഖ്യധാരാമാധ്യമങ്ങളും കാര്യമായ വീഴ്ചവരുത്തിയിട്ടില്ല. എന്നാൽ
സാമൂഹ്യനീതിയും അധഃകൃത സമൂഹങ്ങളുടെ വിമോചനവും മുഖ്യ
ലക്ഷ്യങ്ങളായിക്കാണാൻ കഴിയാത്ത വിധത്തിൽ, സവർണവൽക്കരണ
ത്തിന്റെയും പാശ്ചാത്യവൽക്കരണത്തിന്റെയും കരിമേഘങ്ങൾ, ഇന്ത്യൻ
നവോത്ഥാനത്തിന്റെ ആകാശത്തിൽ കാളിമപടർത്തിക്കഴിഞ്ഞിരിക്കുന്നു.

രാമാനുജൻ (1017–1137) മുതൽ രമണമഹർഷി (1879–1950) വരെ
നീളുന്ന ആധ്യാത്മികാചാര്യന്മാർ ചെലുത്തിയ സ്വാധീനം കലാസാഹി
ത്യസാംസ്കാരിക മണ്ഡലങ്ങളിൽ ആധിപത്യം പുലർത്തുന്ന രാജ്യമാ
ണിന്ത്യ. ക്രിസ്തുവിനുശേഷം രണ്ടാം സഹസ്രാബ്ദത്തിൽ വളർന്നുവി
കസിച്ച ഈ ആധ്യാത്മികപാരമ്പര്യമാണ് വൈദികകാലഘട്ടംവരെ
നീളുന്ന ഇന്ത്യൻ ആധ്യാത്മികമാഹാത്മ്യത്തെക്കുറിച്ചുള്ള നിറംപിടിപ്പിച്ച
വിവരണങ്ങളായി പഞ്ചൊൻപതാം നൂറ്റാണ്ടിലെ ഓറിയന്റലിസ്റ്റുസാഹി
ത്യത്തിൽ നിറഞ്ഞത്.

ഭക്തിപ്രസ്ഥാനത്തിന്റെ പരമാചാര്യസ്ഥാനീയനായ രാമാനുജൻ
ഹൈന്ദവദർശനത്തിന് നൽകിയ സംഭാവനകൾ വിലമതിക്കാനാവാത്ത
താണ്. 'അഭിനവഹിന്ദുമതം' (Neo-Hinduism) എന്ന് വിളിക്കുന്ന, ആധു
നിക ഇന്ത്യയിലെ, ദാർശനിക–ധൈഷണിക പ്രതിഭാസം രാമാനുജദർശ
നത്തിന്റെ "കാലോചിതരൂപ"മാണ്. വിശിഷ്ടാദ്വൈതവാദിയായ രാമാനു
ജൻ ഭൗതികജീവിതത്തിനും ആധ്യാത്മികജീവിതത്തിനുമിടയിലെ
അതിർവരമ്പുകൾ മായിച്ചുകളയാനാണ് ശ്രമിച്ചത്. ശാസ്ത്രത്തെയും മത
ത്തെയും പൊതുജീവിതത്തെയും സമഞ്ജസമായി സമ്മേളിപ്പിക്കുന്ന
'അഭിനവഹൈന്ദവത', രാമാനുജനിൽ തുടങ്ങി അനേകം ആത്മീയാചാ
ര്യന്മാരിലൂടെ കൈമാറി, വിവേകാനന്ദനിലൂടെ വളർന്ന്, മഹർഷി മഹേ
ഷ്യോഗിയിലും ശ്രീ ശ്രീ രവിശങ്കറിലും എത്തിനിൽക്കുന്നു. ദൈനംദി
നാനുഭവങ്ങളെ ആധ്യാത്മികതയുമായി മേളിപ്പിക്കുന്ന ജീവിതാവബോധം
സമൂഹത്തിന്റെ മതനിരപേക്ഷവൽക്കരണത്തെയും ജനാധിപത്യവൽക്ക
രണത്തെയും പുറകോട്ടു പിടിച്ചുവലിക്കുന്നതിന് ഇന്ത്യയെപ്പോലെ "ലക്ഷ
ണമൊത്ത" മറ്റൊരു ദൃഷ്ടാന്തമില്ല.

രാമാനുജന്റെ ശിഷ്യപരമ്പരയിൽ ഏറ്റവും പ്രധാനിയായ രാമാന
ന്ദൻ ഹൈന്ദവദർശനത്തെ ജനകീയവൽക്കരിക്കുന്നതിനാണ് പരമപ്രാ
ധാന്യം നൽകിയത്. പ്രാദേശികഭാഷകളിൽ ഭക്തിസന്ദേശം പകർന്നു
നൽകാൻ ശിഷ്യന്മാരെ ഉപദേശിച്ച അദ്ദേഹം ജാതിവ്യവസ്ഥയുടെ കാർ
ക്കശ്യം അംഗീകരിച്ചില്ല. ഇന്ത്യയിൽ പ്രാദേശികഭാഷകളുടെയും ഭാഷാ
സാഹിത്യങ്ങളുടെയും വളർച്ചയിൽ രാമാനന്ദികളുടെ പ്രബോധനങ്ങളും
അവയ്ക്കു ലഭിച്ച വ്യാപകമായ അംഗീകാരവും നിർണായകമായി

ത്തീർന്നു.

പതിനഞ്ച്-പതിനാറ് നൂറ്റാണ്ടുകളിൽ യൂറോപ്പിന്റെ സാംസ്കാരി കചിത്രം അടിമുടി മാറ്റിമറിച്ച നവോത്ഥാനം ഏഷ്യൻനാടുകളിൽ പറയ ത്തക്ക സ്വാധീനം ചെലുത്തുകയുണ്ടായില്ല എന്നു നാം കണ്ടു. എന്നാൽ, ഭൗതികവാദപരമായ ഒരു ജീവിതവീക്ഷണം മേൽക്കൈ നേടുന്നതിൽ പരിഭ്രാന്തിപൂണ്ട പ്രൊട്ടസ്റ്റന്റുകളും കത്തോലിക്കരും പതിനേഴാം നൂറ്റാ ണ്ടുമുതൽ വളർത്തിക്കൊണ്ടുവന്ന 'നവമാതൃകകൾ' ഇന്ത്യൻസമൂഹ ത്തിൽ ചെലുത്തിയ സ്വാധീനം വളരെ വലുതാണ്. അദ്വൈതചിന്തയ്ക്ക് പുതിയ മാനവും വർദ്ധിച്ച സ്വീകാര്യതയും നൽകിയ രാമാനുജാചാര്യന്റെ കാലം മുതൽ, നൂറ്റാണ്ടുകളിലൂടെ, കരുത്താർജിച്ചുപോന്ന ഹൈന്ദവമ തനവോത്ഥാനത്തിലാണ് പ്രൊട്ടസ്റ്റന്റുവിശ്വാസ മാതൃകകളും മതപുന രുത്ഥാനത്തിന്റെ മൗലികവാദഘടകങ്ങളും കുടിയിരുത്തപ്പെട്ത്. ജോൺവെസ്ലി (John Wesley) നേതൃത്വം നൽകിയ മെതേഡിസ്റ്റുകളുടെ വിശ്വാസപദ്ധതിയിലും ആരാധനാക്രമത്തിലും "പരിശുദ്ധാത്മാ"വിന് (Holy spirit) ലഭിച്ച വർദ്ധിച്ച പ്രാധാന്യം ഇന്ത്യയിൽ പ്രചരിക്കുന്ന ഭക്തി തരംഗത്തിനു സമാന്തരമാണ്. പത്തൊൻപത്-ഇരുപത് നൂറ്റാണ്ടുകളിൽ അമേരിക്കയിൽ ആപൽക്കരമാംവിധം വളർന്ന ക്രിസ്തുമതമൗലികവാദം മതപരിഷ്കർത്താക്കളും മതപ്രചാരകരുമായ ഹൈന്ദവബുദ്ധിജീവികളിൽ ചെലുത്തിയ സ്വാധീനം ഇന്ത്യൻ നവോത്ഥാനത്തിന്റെ പ്രതിസന്ധിയെ ക്കുറിച്ചുള്ള ഏതൊരു ചർച്ചയിലും അവഗണിക്കാനാവാത്തതാണ്. *ബൈബിൾ* വചനങ്ങളുടെ പവിത്രത, മറിയത്തിന്റെ കന്യകാത്വം, ക്രി സ്തുവിന്റെ പുനരുത്ഥാനം, പശ്ചാത്താപത്തിലൂടെയുള്ള പാപമോചനം തുടങ്ങിയ ഘടകങ്ങളെ ക്രിസ്തീയവിശ്വാസത്തിന്റെ ആധാരശിലകളായി പ്രതിഷ്ഠിക്കുന്ന മൗലികവാദശൈലിയുടെ നേർ അനുകരണമാണ് രാമൻ, കൃഷ്ണൻ തുടങ്ങിയ പുരാണകഥാപാത്രങ്ങളെ ചരിത്രപുരുഷന്മാരായി കണക്കാക്കുന്നതും രാമസേതു, രാമജന്മഭൂമി തുടങ്ങിയവയ്ക്ക് ചരിത്ര പരിവേഷവും അലംഘനീയമായ പവിത്രതയും കൽപ്പിച്ചുനൽകുന്നതും.

നവോത്ഥാനകാലത്ത് കടുത്ത പ്രതിസന്ധിയെ നേരിട്ട ക്രിസ്തു മതം പതിനേഴാംനൂറ്റാണ്ടുമുതൽക്ക് വളർത്തിക്കൊണ്ടുവന്ന 'മൗലികതാ വാദ'പരമായ മതസമീപനം ഹൈന്ദവദർശനത്തിന്റെ ആധുനികമുഖത്തെ ആഴത്തിൽ സ്വാധീനിച്ചിട്ടുണ്ട്. *ബൈബിളിനെ* അക്ഷരം പെറുക്കി വായി ക്കുന്ന രീതി പ്രൊട്ടസ്റ്റന്റുസഭകൾക്കിടയിൽ വ്യാപകമായത് അക്കാലത്താ ണ്. ചരിത്രപരവും സാഹിത്യവിമർശനപരവും ആയ വ്യാഖ്യാനങ്ങൾ *ബൈബിളിനു* ബാധകമല്ല എന്ന അവരുടെ "കണ്ടെത്തലി"നോട് 'അഭി നവഹൈന്ദവ'ദാർശനികർ ഏറെ കടപ്പെട്ടിരിക്കുന്നു.

മധ്യകാല യൂറോപ്പിൽ മതത്തിന്റെ കടുംപിടിയിൽനിന്ന് കുതറിമാ റിയ ജനങ്ങൾ പച്ചയായ ജീവിതത്തിന്റെ മഹത്വം കണ്ടെത്തുകയായി രുന്നു നവോത്ഥാനത്തിലൂടെ. എന്നാൽ പുനരുത്ഥാനവാദത്തിലേക്ക് ചുരു ങ്ങിയ ഇന്ത്യൻ നവോത്ഥാനം ആധ്യാത്മികചിന്തയുടെ പ്രാധാന്യം പൊലി

പ്പിച്ചുകാട്ടുകയും ശാസ്ത്ര-സാങ്കേതിക-സാംസ്കാരികരംഗങ്ങളിലെ പുരോഗതിയുടെ ചരിത്രത്തെ അവഗണിക്കുകയും ചെയ്തു. ലൈംഗിക തൃഷ്ണയയും പണവുമാണ് ലോകത്തിലെ ഏറ്റവും വലിയ തിന്മകൾ എന്ന കണ്ടെത്തലാണ് അവ രണ്ടും ത്യജിക്കാൻ ശ്രീരാമകൃഷ്ണ പരമഹം സരെ പ്രേരിപ്പിച്ചത്. എന്നാൽ, സാരാംശത്തിൽ എല്ലാ മതങ്ങളും ഒന്നു തന്നെയാണെന്ന രാമകൃഷ്ണതത്ത്വം അദ്ദേഹത്തിന്റെ ലോകപ്രസിദ്ധ നായ ശിഷ്യൻ – സ്വാമിവിവേകാനന്ദൻ – അപ്പടെ സാംശീകരിച്ചുവോ എന്നു സംശയിക്കണം. ശാസ്ത്രയുഗത്തിലും തലയുയർത്തിനിൽക്കാൻ കഴിയുന്ന ഈശ്വരദർശനമായി വേദാന്തത്തെ ഉയർത്തിക്കാട്ടിയ വിവേ കാനന്ദൻ പലതുകൊണ്ടും തന്റെ ഗുരുവിൽനിന്ന് വളരെ അകലെയായി രുന്നു. എന്നിരുന്നാലും, ജീവിതകാലത്ത് താരതമ്യേന അപ്രസിദ്ധനായി രുന്ന ശ്രീരാമകൃഷ്ണനെ വിവേകാനന്ദനിലൂടെയാണ് ലോകം അറിഞ്ഞത്.

ഇന്ത്യയുടെ നവോത്ഥാനചരിത്രത്തിൽ അനിഷേധ്യസ്ഥാനമലങ്ക രിക്കുന്ന നരേന്ദ്രനാഥദത്ത എന്ന സ്വാമിവിവേകാനന്ദൻ, ഒരർഥത്തിൽ, ആംഗലേയ വിദ്യാഭ്യാസത്തിന്റെ സൃഷ്ടിയാണ്. കാലഹരണംവന്ന മാമൂ ലുകളെ ധിക്കരിക്കാൻ കാട്ടിയ ചങ്കുറ്റം അദ്ദേഹത്തിന്റെ മഹത്വമായി അംഗീകരിക്കാം. എന്നാൽ ഹിന്ദുമതത്തിനും ഹൈന്ദവദർശനത്തിനും ലോകവ്യാപകമായ അംഗീകാരം നേടിക്കൊടുക്കുന്നതിനും നൂറ്റാണ്ടുക ളുടെ ആലസ്യത്തിൽനിന്ന് 'ഹിന്ദു'വിനെ തട്ടിയുണർത്തുന്നതിനും അദ്ദേഹം മുന്നോട്ടുവച്ച വാദമുഖങ്ങൾ ഇന്ത്യൻ ഡൈഷണികപാരമ്പര്യ ത്തിന്റെ യഥാർഥ ഗരിമയെ ഒട്ടൊക്കെ അവഗണിക്കുന്നതായിരുന്നു.

വിശ്വനാഗരികതയ്ക്ക് ഇന്ത്യ സംഭാവനചെയ്ത വിലപ്പെട്ട ഈടുവ യ്പുകൾ വിവേകാനന്ദചിന്തയിൽ അവഗണിക്കപ്പെട്ടു. "ആരണ്യാന്തരഗ ഹരങ്ങ"ളിൽ തപസുചെയ്ത മുനിമാരുടെ വെളിപാടുകളെ ആധുനിക ശാസ്ത്രകാരന്മാരുടെ കണ്ടെത്തലുകളുമായി താരതമ്യം ചെയ്ത അദ്ദേ ഹമാണ് രണ്ടും ഒരേ സത്യത്തിന്റെ രണ്ടുമുഖങ്ങളാണെന്ന വാദത്തിനു മാന്യത നേടിക്കൊടുത്തത്. മതപരിഷ്കരണകാലത്ത്, യൂറോപ്പിലെ കത്തോലിക്കാ ദൈവശാസ്ത്രചിന്തകന്മാർ അവതരിപ്പിച്ച നിലപാടിന്റെ ഒരു ഇന്ത്യൻ പതിപ്പായി വിവേകാനന്ദന്റെ ശാസ്ത്ര–വേദാന്ത ചിന്തയെ കണക്കാക്കുന്നതിൽ തെറ്റില്ല.

സാധാരണക്കാരായ ജനങ്ങൾക്കുവേണ്ടി അവതരിപ്പിക്കപ്പെട്ട ക്രിസ്തുമതതത്ത്വങ്ങളിൽനിന്ന് വേദാന്തദർശനത്തിനുള്ള അന്തരം വളരെ വലുതാണ്. സാഹിത്യത്തിലും "ശാസ്ത്രങ്ങ"ളിലും അവഗാഹമുള്ളവ രുടെ ഇടയിൽമാത്രമേ വേദാന്തദർശനത്തിന് പ്രചാരമുണ്ടായിരുന്നുള്ളൂ. വിദ്യാഭ്യാസപരമായി മുന്നിട്ടുനിൽക്കുകയും ജനസംഖ്യയിൽ ബഹുഭൂ രിപക്ഷത്തിന്റെ മേലും ജാതിപരമായ അധികാരം നടത്തുകയും ചെയ്യുന്ന ഒരു ന്യൂനപക്ഷത്തിന്റെ ഡൈഷണികപാരമ്പര്യത്തെ അന്യമായിക്കാണു കയോ അവഹേളിക്കുകയോ ചെയ്യേണ്ട കാര്യം അമേരിക്കയിലെയോ ഇംഗ്ലണ്ടിലെയോ ബുദ്ധിജീവികൾക്കുണ്ടായിരുന്നില്ല. സ്വാമിവിവേകാന

ന്തന്റെ സന്ദർശനങ്ങളോടെ ഇംഗ്ലണ്ടിലും അമേ
രിക്കയിലും വേദാന്തചിന്തയ്ക്ക് കൈവന്ന അംഗീ
കാരം അഭുതപൂർവവും അദ്ഭുതാവഹവുമായി
രുന്നു. വിവേകാനന്ദൻ സ്ഥാപിച്ച ശ്രീരാമകൃ
ഷ്ണമിഷൻ ഒരു നൂറ്റാണ്ടിനുശേഷവും ലോക
മെമ്പാടും വേദാന്തദർശനം പ്രചരിപ്പിച്ചുവരുന്നു.

വിവേകാനന്ദശിഷ്യരിൽ പ്രധാനിയായ
സ്വാമിരാമതീർഥൻ ശ്രദ്ധേയനായത് കാവ്യാത്മക
മായ വേദാന്തവ്യാഖ്യാനങ്ങളിലൂടെയാണ്. ഭാര്യ
യെയും മക്കളെയും ഉപേക്ഷിച്ച് ഹിമാലയസാ
നുക്കളിൽ തപസുചെയ്ത അദ്ദേഹം, പിന്നീട്,
ജപ്പാനിലും അമേരിക്കയിലും നടത്തിയ സന്ദർശ
നങ്ങൾ വിവേകാനന്ദൻ നേടിയ വിശ്വവിജയ
ത്തിന്റെ തുടർച്ചയായിരുന്നു.

20-ാം നൂറ്റാണ്ടിന്റെ രണ്ടാംപകുതിയിൽ
ഇന്ത്യ ആധ്യാത്മികാചാര്യന്മാരുടെ പറുദീസ
യായി മാറി. ആധ്യാത്മികാചാര്യന്മാർ ദൈവതു
ല്യരായും ദൈവങ്ങളായും കണക്കാക്കപ്പെടുന്ന
ഇന്ത്യൻരീതിയും പാശ്ചാത്യരുടെ ആദരാരാധന
കളും ചേർന്ന് ഭഗവാൻ രജനീഷിന് നൽകിയ

സ്വാമി
വിവേകാനന്ദൻ

പരിവേഷം ലോകത്തിന്റെ ആത്മീയദാരിദ്ര്യം പരിഹരിക്കാൻ ഭാരത്തിനു
കഴിയുമെന്ന അവകാശവാദത്തെ കൂടുതൽ ശക്തിപ്പെടുത്തി. ഗൂഢാത്മ
കവാദത്തിന്റെ മാസ്മരികത തുളുമ്പുന്ന ഭഗവാൻ രജനീഷിന്റെ ഭാഷാ
ശൈലി ശാസ്ത്രവിദ്യാഭ്യാസത്തിന്റെ ഗണിതശാസ്ത്രപരമായ കൃത്യ
തകൊണ്ട് മനംമടുത്ത ഒരുവിഭാഗം യൂറോപ്യന്മാർക്കും അമേരിക്ക
ക്കാർക്കും പുത്തൻ അനുഭവമായി. എന്നാൽ അദ്വൈതികളുടെയും വിശി
ഷ്ടാദ്വൈതികളുടെയും വേദാന്തികളുടെയും ഭാഷ പരിചയമുള്ള ഇന്ത്യ
ക്കാരെ സംബന്ധിച്ചിടത്തോളം രജനീഷിന്റേത് കേവലമായ ചർവിതചർവ
ണമായിരുന്നു. അമേരിക്കയിൽ ആശ്രമം സ്ഥാപിച്ച ഭഗവാൻ രജനീഷ്
പുനരുത്ഥാനവാദം കയറ്റുമതിചെയ്യുന്ന ഇന്ത്യൻരീതിയുടെ വക്താക്കളിൽ
പ്രധാനിയായിരുന്നു. മഹാഋഷി മഹേഷ്യോഗി, സന്തോഷിമാതാ, ശ്രീ
സത്യസായിബാബ, മാതാഅമൃതാനന്ദമയി, ശ്രീ ശ്രീ രവിശങ്കർ തുടങ്ങി
യവർ ഇന്ത്യ കാണാത്ത മാക്സ്മുള്ളർ വരച്ചുകാട്ടിയ ഇന്ത്യയുടെ ചിത്രം
നിറംപിടിപ്പിക്കാൻ ശ്രമിക്കുന്നവരാണ്. മുഖ്യധാരാസമൂഹം ഭ്രഷ്ട്
കൽപ്പിച്ച് അകറ്റിനിർത്തുന്ന സാംസ്കാരികരൂപങ്ങളും ജീവിതാവസ്ഥ
കളും സ്വയം തിളച്ചുമറിഞ്ഞ് ദളിത്‌വിരുദ്ധവും ന്യൂനപക്ഷവിരുദ്ധവുമായ
ഇന്ത്യൻ സാമാന്യബോധത്തിന്റെ മതിൽക്കെട്ടുകൾ ഉരുക്കിക്കളയാത്ത
തിനുകാരണം പുനരുത്ഥാനവാദത്തിന്റെ ഭസ്മം വാരിയെറിഞ്ഞ് രാജ്യ
ത്തിന്റെ സാംസ്കാരികാന്തരീക്ഷം ഭക്തിമയമാക്കുന്ന ആധ്യാത്മികാചാ

ര്യന്മാരും അവർക്കുമുന്നിൽ തൊഴുതുനിൽക്കുന്ന ആശയലോകവുമാണ്.

വേദോപനിഷത്തുക്കളുടെയും പുരാണേതിഹാസങ്ങളുടെയും വിമർശനാത്മകമായ വായന സാധ്യമാക്കുന്നതിൽ ഇന്ത്യൻ നവോത്ഥാനം ദയനീയമായി പരാജയപ്പെട്ടു. രാമാനുജമഹർഷിയുടെ കാലത്തു തുട ങ്ങിയ ഹൈന്ദവനവോത്ഥാനത്തിന്റെ ഒരു പിൽക്കാല ഉപാഖ്യാനം മാത്ര മായി പതിനെട്ട്-പത്തൊൻപത് നൂറ്റാണ്ടുകളിലെ നവോത്ഥാനസംരംഭ ങ്ങൾ കലാശിച്ചു. സവർണഹൈന്ദവമൂല്യങ്ങളുടെ സാർവത്രികമായ സ്വീകാര്യത ലക്ഷ്യമാക്കിയാണ് നവോത്ഥാനം ഇന്ത്യൻ പാരമ്പര്യത്തെ പുനർനിർവചിച്ചത്. സങ്കൽപ്പത്തിനും യാഥാർഥ്യത്തിനുമിടയിലെ അനി വാര്യമായ വേർതിരിവുകൾ കണ്ടെടുക്കാൻ ഇന്ത്യൻ നവോത്ഥാനത്തിനു കഴിയാതെ പോവുകയും ബ്രഹ്മ-വിഷ്ണു-മഹേശ്വരന്മാരുടെ ആരാ ധകർക്കിടയിലെ സമർപ്പണഭേദങ്ങൾ ചർച്ചാവിഷയങ്ങളായി അരങ്ങുത കർക്കുകയും ചെയ്തു.

ഇന്ത്യൻ നവോത്ഥാനത്തിന്റെ ചരിത്രപരമായ പരിമിതികളുടെ ചുണ്ടുപലകയായി മൂലശങ്കരൻ എന്ന ദയാനന്ദസരസ്വതിയെ (1824–1883) കണക്കാക്കാം. നവോത്ഥാനനായകന്മാരിൽ ബഹുഭൂരിപക്ഷത്തെയും പോലെ ദയാനന്ദനും തന്റെ ബ്രാഹ്മണജന്മത്തിൽ അഭിമാനിച്ചിരുന്നു. ഹിന്ദുമതപരിഷ്കർത്താക്കളിൽ പ്രഥമസ്മരണീയനായ ദയാനന്ദന്റെ ലക്ഷ്യം കലർപ്പില്ലാത്ത വൈദികമതത്തിന്റെ പുന:സ്ഥാപനമായിരുന്നു. ക്രിസ്തുമതമിഷണറിമാരുമായി തർക്കങ്ങളിൽ ഏർപ്പെട്ട അദ്ദേഹം 'വേദ ങ്ങളിലേക്കു മടങ്ങാൻ' നൽകിയ ആഹ്വാനം വൈദികഹിന്ദുമതത്തിന്റെ പ്രാമാണ്യം വീണ്ടെടുക്കാനുള്ള ശ്രമത്തിന്റെ ഭാഗമായിരുന്നു. ദയാനന്ദൻ സ്ഥാപിച്ച ആര്യസമാജം, അതിന്റെ പേരു സൂചിപ്പിക്കുന്നതുപോലെ, പിന്നീട് ഇന്ത്യൻ സമൂഹത്തെ വിഴുങ്ങിയ ആര്യൻവൽക്കരണത്തിന്റെ പുതിയൊരു ഘട്ടത്തിനു തുടക്കംകുറിക്കുകയായിരുന്നു (രാമാനുജന്റെ കാലംമുതൽക്കേ ശക്തിപ്പെട്ടുവന്ന ഭക്തിപ്രസ്ഥാനം ആര്യൻവൽക്കരണ ത്തിന്റെ മാധ്യമമായിരുന്നു). എന്നാൽ ബ്രിട്ടീഷ് കാലഘട്ടത്തിലാണ് (ഈ) ആര്യൻവൽക്കരണം കൊളോണിയലിസത്തിന്റെയും ഫ്യൂഡൽ നാടുവാ ഴിത്തത്തിന്റെയും രാഷ്ട്രീയ ആയുധമായി മാറിയത്. ഇന്ത്യൻ ദേശീയ പ്രസ്ഥാനത്തെ ആര്യൻവൽക്കരിക്കുന്നതിലും ബ്രാഹ്മണവൽക്കരിക്കുന്ന തിലും ദയാനന്ദന്റേതുപോലുള്ള നവോത്ഥാനസംരംഭങ്ങൾ വഹിച്ച പങ്ക് നിസ്സാരമല്ല. എന്നാൽ 11-ാംനൂറ്റാണ്ടുമുതൽക്കേ ഇന്ത്യയിലെ കീഴാള സമു ഹങ്ങൾക്കുമേൽ പിടിമുറുക്കിവന്ന ഉപരിവർഗസംസ്കാരത്തിന്റെ ചരിത്ര പരമായ പരിണതിയായിരുന്നു ബ്രിട്ടീഷ്ഭരണത്തിനെതിരെ ഉയർന്നുവന്ന ഇന്ത്യൻദേശീയതയുടെ സവർണഹൈന്ദവമുഖം. ഇസ്ലാമികദേശീയത യുമായി സന്ധിചെയ്യാനോ ബഹുസാംസ്കാരികരൂപങ്ങളുടെ അസ്തിത്വം വകവച്ചുകൊടുക്കാനോ അതിനു കഴിയുമായിരുന്നില്ല.

കോടിക്കണക്കായ ഇന്ത്യക്കാരുടെ സാംസ്കാരികജീവിതത്തിന്റെ സത്തയന്വേഷിച്ച രാജാറാം മോഹൻറായിയും ജനങ്ങളിൽ ബഹുഭൂരിപ

ക്ഷത്തിനും അന്യവും അപ്രാപ്യവുമായിരുന്ന വേദങ്ങളിലാണ് ചെന്നെ
ത്തിയത്. ഹിന്ദുസമുദായത്തിലെ അനാചാരങ്ങളെ എതിർക്കാൻ അദ്ദേഹം
ഉപയോഗപ്പെടുത്തിയത് "അവ വേദവിധികളിലില്ല" എന്ന ന്യായമാണ്.
ഉപരിവർഗസംസ്കാരത്തിന്റെ ഉൽപ്പന്നങ്ങളോടൊപ്പം പാശ്ചാത്യമായ
ആശയങ്ങളെയും ആരാധിച്ച അദ്ദേഹവും നവോത്ഥാനത്തിന്റെ കുപ്പി
യിൽ പുനരുത്ഥാനവാദത്തിന്റെ വീഞ്ഞു പകർന്നുവച്ച സമുദായനവീക
രണവാദികളിൽനിന്നു വ്യത്യസ്തനായിരുന്നില്ല.

ബംഗാളിലെ സ്വദേശിപ്രസ്ഥാനത്തിൽ സജീവമായി പങ്കെടുക്കു
കയും, പിന്നീട് ഇന്ത്യൻ ദേശീയതയെ ഹൈന്ദവവൽക്കരിക്കുന്നതിൽ
അഭിമാനംകൊള്ളുന്ന സന്യാസിവര്യനായി മാറുകയും ചെയ്ത മഹർഷി
അരബിന്ദോ ആരാധനയും വിചാരണയുമർഹിക്കുന്ന മറ്റൊരു നവോത്ഥാ
നനായകനാണ്. ദാർശനികനും കവിയും ദേശീയവാദിയുമായിരുന്ന അര
ബിന്ദോ ഹൈന്ദവ ആധ്യാത്മികതയുടെ മഹത്വം ലോകത്തിനുമുഴുവൻ
പകർന്നുകൊടുക്കുകയെന്ന ലക്ഷ്യത്തോടെ പോണ്ടിച്ചേരിയിൽ ആശ്രമം
സ്ഥാപിച്ച വ്യക്തിയാണ്. വേദേതിഹാസാദികളും സവർണഹൈന്ദവാചാ
രങ്ങളും ഇന്ത്യൻദേശീയതയുടെ പ്രതീകങ്ങളായി മാറ്റിയെടുക്കുന്ന പ്രക്രി
യയിൽനിന്ന് രാഷ്ട്രീയമോ ദാർശനികമോ മതപരമോ ആയ കാരണങ്ങ
ളാൽ വിട്ടുനിൽക്കേണ്ടതുണ്ടെന്നു വിശ്വസിച്ച നവോത്ഥാനനായകന്മാർ
വിരലിലെണ്ണാവുന്നവരേയുള്ളൂ.

ഇന്ത്യയുടെ രാഷ്ട്രപിതാവായി ആദരിക്കപ്പെടുന്ന മോഹൻദാസ് കരം
ചന്ദ് ഗാന്ധിക്കും മതേതരമായൊരു ദേശീയവീക്ഷണമോ ശാസ്ത്രീയ
മായ പ്രപഞ്ചദർശനമോ ഉണ്ടായിരുന്നതായി കരുതാനാവില്ല. മതവിശ്വാ
സങ്ങളിലും ആചാരങ്ങളിലും ആണ്ടുമുങ്ങിയ കുടുംബ-സാമൂഹികാന്ത
രീക്ഷത്തിൽ വളർന്നുവന്ന ഗാന്ധിജിയുടെ മതാസക്തിക്ക് അവസാനനി
മിഷംവരെ ഇളക്കംതട്ടിയില്ല. മതാത്മകമായ ന്യായീകരണങ്ങളുടെ അഭാ
വത്തിൽ അഹിംസയെന്ന മഹാതത്വം സാധൂകരിക്കപ്പെടുക അസംഭവ്യ
വുമായിരുന്നു. മതത്തിന്റെ അടിസ്ഥാനത്തിൽ ഇന്ത്യയെ വിഭജിക്കുക
യെന്നത് കൊളോണിയൽ ശക്തികളുടെ ആവശ്യമായിരുന്നു. അതിൽ
അവർ വിജയിക്കുകയും ചെയ്തു. എന്നാൽ ഇന്ത്യൻ രാഷ്ട്രീയത്തെ
മതവൽക്കരിച്ചത് ഇന്ത്യൻ നവോത്ഥാനത്തിന്റെയും തുടർന്നുവന്ന ദേശീ
യപ്രസ്ഥാനത്തിന്റെയും പരിമിതികളാണ്. കൊളോണിയൽ കമ്മട്ടത്തിൽ
അടിച്ചെടുക്കപ്പെട്ട പിൽക്കാല നവോത്ഥാനം മതത്തിന്റെ പേരിൽ പകു
ത്തുമാറ്റപ്പെട്ട ഇന്ത്യൻ ദേശീയതയുടെ മുറിവിൽ അതിന്റെ യഥാർഥ അവ
കാശികളെ കണ്ടെത്തുകയായിരുന്നു.

ഇന്ത്യൻ സാമൂഹികപ്രക്രിയയുടെ പ്രതിസന്ധിയെ വിലയിരു
ത്താതെ അതിന്റെ പരിമിതികളെച്ചൊല്ലി വിലപിക്കുന്നതിൽ അർഥമില്ല.
സാമൂഹിക-സാമ്പത്തിക-രാഷ്ട്രീയശക്തികളുടെ ബലാബലം നവോത്ഥാ
നത്തിന്റെ സാധ്യതകൾക്കുനേരെ ഉയർത്തുന്ന വെല്ലുവിളികൾ പരിശോ
ധിക്കപ്പെടുകതന്നെ വേണം.

നവോത്ഥാനപ്രക്രിയയുടെ നൈരന്തര്യം ഇന്ത്യയുടെ സവിശേഷതയാണെന്ന് നാം കണ്ടുകഴിഞ്ഞു. എന്നാൽ പഴമയുടെ പായൽമുറ്റിയ കന്മതിലുകൾ കല്ലിന്മേൽ കല്ലുശേഷിക്കാതെ തകർത്തുകളയുന്ന സംഹാരരുദ്രമായ അലകളായി മാറാൻ ഇന്ത്യൻ നവോത്ഥാനത്തിനു കഴിയാതെപോയി. ഫ്യൂഡൽവ്യവസ്ഥിതിയുടെ അപരിഹാര്യമായ പ്രതിസന്ധിയിൽനിന്ന് നവോത്ഥാനസംരംഭങ്ങൾ ഊർജ്ജം സ്വീകരിച്ച പടിഞ്ഞാറൻ യൂറോപ്പിന്റേതിൽനിന്ന് തികച്ചും വ്യത്യസ്തമായിരുന്നു ഇന്ത്യയിലെ സ്ഥിതി. ഇന്ത്യൻ നവോത്ഥാനത്തെ പിന്തുണച്ച സാമ്പത്തിക-രാഷ്ട്രീയശക്തികൾ താരതമ്യേന ദുർബലങ്ങളായിരുന്നു.

ഗാന്ധി

സമൂഹത്തിന്റെ ഉപരിഘടനയിലെ മിനുക്കുപണികൾ മാത്രമായി ഇന്ത്യൻ നവോത്ഥാനം ചുരുങ്ങിപ്പോകുന്നതിന് ഇതിടയാക്കി. ബുദ്ധകാലഘട്ടത്തിലും ബുദ്ധമതത്തിന്റെ വ്യാപനഘട്ടത്തിലും ഉയർന്നുവന്ന വെല്ലുവിളികളെ ഫലപ്രദമായി അതിജീവിച്ച ചാതുർവർണ്യവ്യവസ്ഥിതി, രണ്ടു സഹസ്രാബ്ദക്കാലംകൊണ്ട്, കലാ-സാംസ്കാരിക-സാഹിത്യാദിമണ്ഡലങ്ങളെ മുച്ചൂടും ഗ്രസിച്ചുകഴിഞ്ഞിരുന്നു. കരുത്തുറ്റ സാമ്പത്തിക-രാഷ്ട്രീയശക്തികളുടെ പിന്തുണയില്ലാത്ത നവോത്ഥാനസംരംഭങ്ങൾക്ക് ഇതിനെ തകർക്കാൻ കഴിയുമായിരുന്നില്ല. രാമാനുജാചാര്യന്റെയും രാമാനന്ദന്റെയും മീരാഭായി, കബീർദാസ് തുടങ്ങിയവരുടെയും ആശയങ്ങൾക്കോ സമ്പ്രദായങ്ങൾക്കോ ഫ്യൂഡൽ സാമൂഹ്യഘടനയുമായി വിയോജിക്കുന്ന ഭാവനയോ ലക്ഷ്യങ്ങളോ ഉണ്ടായിരുന്നില്ല. ഫ്യൂഡൽ വ്യവസ്ഥിതിയുടെ ഇരകളായ സാമൂഹ്യവിഭാഗങ്ങൾക്കിടയിൽനിന്നല്ലാതെ ഫ്യൂഡൽവിരുദ്ധമായ വിപ്ലവാത്മകസാംസ്കാരിക ശക്തികൾ ഉയർന്നുവരിക സാധ്യമായിരുന്നില്ല.

കൊളോണിയൽനുകം കെട്ടിയേൽപ്പിച്ച ഭാരമായിരുന്നു, ഇന്ത്യയെ സംബന്ധിച്ചിടത്തോളം, മുതലാളിത്തമെന്നത്. ഉരുകിത്തിളച്ച ഫ്യൂഡൽ ജീർണതകളിൽനിന്ന് പേമാരിപോലെ പെയ്തുനിറഞ്ഞ് പഴയകാലത്തിന്റെ പേക്കോലങ്ങളെ കുത്തിയൊലിപ്പിച്ചു കളയുന്ന മുതലാളിത്ത വൽക്കരണം ഇന്ത്യക്ക് അന്യമായിരുന്നു. സ്വയംപര്യാപ്തങ്ങളായിരുന്ന ഇന്ത്യൻഗ്രാമങ്ങളെ സാമ്പത്തികമായി തകർത്തുകൊണ്ടാണ് കൊളോണിയലിസം ഇന്ത്യക്കുമേൽ പിടിമുറുക്കിയത്. ഫ്യൂഡൽയുഗത്തിന്റെ ആല

സ്യത്തിലമർന്നിരുന്ന ഇന്ത്യൻസമൂഹങ്ങൾക്ക് അവയുടെ 'പഴയ ജീവിതം' നിഷേധിക്കപ്പെട്ടു. എന്നാൽ, കാര്യക്ഷമമായ ഒരു മുതലാളിത്തസംവിധാനം പകരംനൽകാൻ കൊളോണിയലിസത്തിനു കഴിയുമായിരുന്നില്ല. മുതലാളിത്തവൽക്കരിക്കപ്പെട്ട അടിസ്ഥാനഘടനയ്ക്കുള്ളിൽ ഫ്യൂഡൽ ഉപഘടനകൾ നിലനിൽക്കുന്ന സങ്കീർണമായ ഒന്നായി ഇന്ത്യയുടെ സാമ്പത്തിക-സാമൂഹികഘടന പരുവപ്പെടുത്തപ്പെട്ടു. ഇന്ത്യൻ നവോത്ഥാനത്തിന്റെ വിജയപരാജയങ്ങളിലേക്കു നയിച്ചത് ഈ പരിവർത്തനവും പരിമിതിയുമായിരുന്നു.

വൈദേശികാധികാരത്തിന്റെ മറവിൽ മുതലാളിത്തവൽക്കരണം ആരംഭിച്ച ഇന്ത്യയിൽ വിദേശശക്തികൾക്കെതിരെ ഉയർന്നുവന്ന പ്രസ്ഥാനങ്ങളിലും പ്രവണതകളിലും (സ്വാഭാവികമായും) ഫ്യൂഡൽഗൃഹാതുരത്വത്തിന്റെ മുദ്രകൾ ആഴത്തിൽ പതിഞ്ഞിരുന്നു. മുതലാളിത്തഘടനയ്ക്കു സമാന്തരമായി ശക്തിപ്പെടേണ്ടിയിരുന്ന സാംസ്കാരികനവോത്ഥാനത്തെ ഇതു പുറകോട്ടുവലിച്ചു. സവർണമോ പാശ്ചാത്യമോ ആയ വാർപ്പുമാതൃകകൾക്കനുസരിച്ച് ഇന്ത്യൻ സമൂഹത്തെ മാറ്റിയെടുക്കാനുള്ള മുഖ്യധാരാനവോത്ഥാനനായകന്മാരുടെ ശ്രമങ്ങൾക്ക് ശക്തമായ ബദലുകൾ മുന്നോട്ടുവയ്ക്കാൻ ജ്യോതിറാവുഫുലെ, രാമസ്വാമിനായ്ക്കർ, ശ്രീനാരായണഗുരു, അംബേദ്കർ തുടങ്ങിയ യുഗപുരുഷന്മാർക്കും അവർ നേതൃത്വം നൽകിയ പ്രസ്ഥാനങ്ങൾക്കും കഴിഞ്ഞു. രണ്ടുലക്ഷത്തോളം അനുയായികളോടൊന്നിച്ചു ബുദ്ധമതം സ്വീകരിച്ച മഹാനായ ഡോ. അംബേദ്കറുടെ മാതൃക ഇന്നും ഇന്ത്യയുടെ മേലാളമനസിനെ ആധി

രാമസ്വാമി നായ്ക്കർ

പിടിപ്പിക്കുന്നുണ്ട്. സവർണേതരസമൂഹങ്ങളുടെ സാംസ്കാരികജീവിതത്തിൽ നവോത്ഥാനവിപ്ലവാത്മകത ഉറങ്ങിക്കിടക്കുന്നുണ്ടെന്ന കീഴാളപക്ഷ ബുദ്ധിജീവികളുടെ കണ്ടെത്തലിൽ ഇന്ത്യൻ നവോത്ഥാനത്തിന്റെ പ്രതീക്ഷകൾ സുരക്ഷിതമാണെന്നു കാണാം. ഇന്ത്യൻ സമൂഹത്തിന്റെ ആധുനികവൽക്കരണം (modernisation) പിന്മടക്കമില്ലാത്ത മഹാശക്തിയായി മാറിക്കഴിഞ്ഞിരിക്കുന്നു. ഫ്യൂഡലിസത്തിന്റെ ശേഷിപ്പുകൾ കുത്തിയൊലിപ്പിച്ചുകളയുന്ന സാംസ്കാരികവിക്ഷോഭങ്ങൾ അതിന്റെ പ്രേരണയിൽനിന്ന് ഉറപൊട്ടുന്നവയാണ്. പാശ്ചാത്യമാതൃകകളുടെ അന്ധമായ അനുകരണവും സവർണേതര സമൂഹങ്ങൾക്ക്

അവരുടെ തനതു സാംസ്കാരികജീവിതം നിഷേധിക്കുന്ന സമുലമായ സംസ്കൃതവൽക്കരണവുമാണ് (sanskritisation) ഇന്ത്യൻ നവോത്ഥാനം

നേരിടുന്ന ഏറ്റവും വലിയ വെല്ലുവിളികൾ.

ചാതുർവർണ്യത്തിന്റെ കാടത്തത്തി നെതിരായ പോരാട്ടമാണ് ജ്യോതിബാഫൂ ലെ, ശ്രീനാരായണഗുരു, രാമസ്വാമിനാ യ്ക്കർ, അംബേദ്കർ തുടങ്ങിയവർ നേതൃത്വം നൽകിയ സാമൂഹൃപരിഷ്കര ണസംരംഭങ്ങളുടെ മുഖമുദ്ര. സാംസ്കാ രിക ഇന്ത്യയിലെ അനീതികളുടെയും അസമത്വങ്ങളുടെയും കേന്ദ്രബിന്ദുവായ ചാതുർവർണ്യം തുറന്നുകാട്ടപ്പെട്ടത് ഇവ രുടെ പ്രവർത്തനഫലമായാണ്. ഇന്ത്യൻ ജനാധിപതൃത്തിന്റെ നിലനിൽപ്പുതന്നെ സാമ്പത്തികവും സാമൂഹികവും രാഷ്ട്രീ യവും വിദ്യാഭ്യാസപരവുമായ അസമത്വ ത്തിൽനിന്നുള്ള കീഴാളസമൂഹങ്ങളുടെ വിമോചനത്തെ ആശ്രയിച്ചാണിരിക്കുന്നത്.

ശ്രേണീബദ്ധമായ ജാതിഘടന

ജ്യോതിറാവുഫുലേ

യ്ക്കു വെളിയിൽ രൂപപ്പെട്ട സാമ്പത്തിക –സാമൂഹികശക്തികളെപ്പോലും സ്വാധീനിക്കാനും ഗതിതിരിക്കാനുമുള്ള ശേഷി ഇന്ത്യയിലെ സാംസ്കാരികയാഥാസ്ഥിതികത്വത്തിനുണ്ടായിരുന്നു. നൂറ്റാണ്ടുകൾക്കുമുമ്പു നടന്ന ബ്രിട്ടന്റെ മുതലാളിത്തപരിവർത്തനത്തിൽ, ഫ്യൂഡൽ പ്രഭുകുടുംബങ്ങൾ തന്നെയാണ് മാറിയ ഉൽപ്പാദനബന്ധങ്ങ ളുടെ യജമാനസ്ഥാനവും തട്ടിയെടു ത്ത്. അതേ പ്രവണത അതിന്റെ പതിന്മടങ്ങ് തീവ്രതയോടെ ആവർ ത്തിക്കപ്പെടുന്നതിനാണ് ആധുനിക ഇന്ത്യ സാക്ഷ്യംവഹിച്ചത്. രാജകുടും ബങ്ങളും ജനസംഖ്യയിൽ ചെറി യൊരു ശതമാനം മാത്രംവരുന്ന കുലീനവിഭാഗങ്ങളും മുതലാളിത്തപ രിവർത്തനത്തിന്റെ നേട്ടങ്ങൾ തട്ടി യെടുക്കുകയും സാങ്കേതിക ആധുനി കവൽക്കരണത്തിനും സാമ്പത്തികവ ളർച്ചയ്ക്കും അനുബന്ധമായി സംഭ വിക്കേണ്ട സാമൂഹിക–സാംസ്കാ രിക നവോത്ഥാനത്തെ തുരങ്കംവ യ്ക്കുകയും ചെയ്തു.

ഇന്ത്യൻസമൂഹത്തെ വിപ്ലവാ ത്മകമായി മാറ്റിമറിക്കേണ്ടിയിരുന്ന

ശ്രീനാരായണഗുരു

സാമ്പത്തികശക്തികളുടെ രാജത്വം തട്ടിയെടുത്ത പഴയ സാമൂഹികശ ക്തികൾ രാഷ്ട്രീയത്തെ കാൽക്കീ ഴിലമർത്തുകയും സമൂഹത്തിന്റെ മുതലാളിത്തപരിവർത്തനം പൂർ ത്തിയാകുന്നതിനു മുമ്പുതന്നെ മൂലധനത്തെ സാമൂഹികപരിഷ്കര ണത്തിനും നവോത്ഥാനത്തിനുമെ തിരായ നെടുങ്കോട്ടയാക്കി മാറ്റി ത്തീർക്കുകയും ചെയ്തു. ഉപരി വർഗ സാംസ്കാരിക മൂല്യങ്ങ ൾക്കും മൂലധനശക്തികൾക്കുമിട യിൽ നിലനിൽക്കുന്ന ഈ ബാന്ധ വത്തിന്റെ തകർച്ചയിലാണ് ഇന്ത്യൻ

അംബേദ്കർ

നവോത്ഥാനത്തിന്റെ ഭാവി കുടികൊള്ളുന്നത്. ലോകവ്യാപകമായ കീഴാ ളമുന്നേറ്റങ്ങളിൽനിന്ന് ഊർജം സ്വീകരിക്കാൻ ഇന്ത്യൻ നവോത്ഥാന ത്തിനു കഴിയുകയും വേണം. മൂന്നാം ലോകസമൂഹങ്ങളിലെ നവോത്ഥാന സംരംഭങ്ങളുടെ ദിശാബോധം നിർണയിക്കുന്നതിൽ ഇന്ത്യൻനവോത്ഥാ നത്തിനുള്ള പങ്ക് ചരിത്രപരമാണ്. തൊഴിലാളിവർഗവിരുദ്ധമായ സാമ്പ ത്തികമൂലധനവും കീഴാളവിരുദ്ധമായ സാംസ്കാരികമൂലധനവും കൈകോർക്കുന്ന അതിസങ്കീർണവും ബലിഷ്ഠവുമായ ഒന്നാണ്, ഇന്ത്യയെ സംബന്ധിച്ചിടത്തോളം പുനരുത്ഥാനവാദമെന്ന പ്രതിഭാസം. ഇന്ത്യയിലെ സാംസ്കാരികപ്രവർത്തകരും ജനാധിപത്യവാദികളും നേരി ടുന്ന വെല്ലുവിളി അത്രമേൽ വലുതാണെന്നർഥം.

www.ingramcontent.com/pod-product-compliance
Lightning Source LLC
LaVergne TN
LVHW041703190726
843493LV00007B/1928